யுத்த காண்டம்
உக்ரைன்: போர்க்களமும் அப்பாலும்

இது ஒரு
மெட்ராஸ் பேப்பர்
தயாரிப்பு

யுத்த காண்டம்

உக்ரைன்: போர்க்களமும் அப்பாலும்

வினுலா

மெட்ராஸ் பேப்பர்

Title: Yuththa Kaandam
Author's Name: Vinula
Copyright © Vinula 2023
Published by MadrasPaper

All rights reserved. No part of this publication may be reproduced, stored in a retrieval system, or transmitted, in any form or by any means, electronic, mechanical, photocopying, recording, psychic, or otherwise, without the prior permission of the publishers.

மெட்ராஸ் பேப்பர்
MadrasPaper
(An imprint of Zero Degree Publishing)
No. 55(7), R Block, 6th Avenue,
Anna Nagar,
Chennai - 600 040

Website: www.madraspaper.com
Author's email: anto.vinula@gmail.com
www.zerodegreepublishing.com
E Mail id: zerodegreepublishing@gmail.com
Phone: 89250 61999

First Edition: November 2023
ISBN: 978-93-95511-75-9
TITLE NO MP: 19
Rs. 260/-

Cover Design & Layout: Vijayan, Creative Studio
Printed by Manipal Technologies, India

சமர்ப்பணம்

என் கனவுகளுக்கு உறுதுணையாக இருக்கும்
கணவர் பிரின்ஸுக்கு

பொருளடக்கம்

1. சிறப்பான வரவேற்பு 9
2. உக்ரைனுக்கு நாங்க உத்தரவாதம் 14
3. வீதியெங்கும் சடலங்கள் 19
4. கைகொடுக்கும் பாலம் 26
5. ரஷ்யாவால் ஏன் இன்னும் வெல்ல முடியவில்லை? 30
6. விளாதிமிர் புதினைக் கைது செய்ய முடியுமா? 35
7. போரும் பொருளாதாரமும் 40
8. உக்ரைன் போர்க்களம்:
   எதிரெதிர் அணியில் துரோணரும் கர்ணனும் 46
9. நேட்டோ: புதிய இணைப்புகளும்
   பழைய பிரச்சனைகளும் 51
10. வானமே தொல்லை 57
11. காற்றில் விளையும் காசு 64
12. இசை, ஆடல், பாடல் மற்றும் குண்டுவெடிப்புகள் 69
13. அடையாளங்களை அழித்தொழிப்போம்! 74
14. திருப்பி அடிக்கும் வழி 80
15. ஒரு போரும் பல ஒத்திகைகளும் 85
16. மிதந்து வரும் கண்ணி வெடிகள் 92
17. நிற்க நிழல் வேண்டும் 98
18. ஒரு பில்லியன் டாலரை ஒரு நிமிடத்தில்
    விழுங்குவது எப்படி? 103
19. ஒரு திடீர் தாதாவின் கதை 111

20. ஒரு பெண், ஒரு நாடு, ஒரு யுத்தம் 118
21. தொலைந்து போன கனவுகள் 126
22. தண்டனைக்கு வாய்ப்பில்லாக் குற்றங்கள் 132
23. யுத்தம் கிடக்கட்டும், நாம் ஊழல் செய்வோம்! 139
24. கெர்சோன்: ரஷ்யாவின் நவீன வதை முகாம் 146
25. வீரம் விளைஞ்ச மண்ணு 153
26. கண்ணா, வல்லரசாக ஆசையா? 161
27. அவர் பறந்து போனாரே! 169
28. உருப்பட ஒரு வழி 174
29. நடுங்க வைக்கும் நாசகாரக் கூட்டணி 180
30. பிள்ளை புடிக்கும் பூச்சாண்டி 188
31. நிலமெல்லாம் பணம் 195
32. பழைய பகையும் புதிய எல்லைகளும் 199

பின்னிணைப்பு 204

1. சிறப்பான வரவேற்பு

நாள்: 24-பிப்ரவரி-2022

நேரம்: அதிகாலை 6 மணி

செர்னோபில் மண்டலக் காடுகளில் தீப்பிழம்புகள். காட்டுத்தீயால் அல்ல. ஏவுகணைகள் வீசியெறிந்த குண்டுகளால் உருவானவை. பெலாரஸ் நாட்டிலிருந்து வடக்கு உக்ரைனுக்குள் நுழைந்தது ரஷ்யப்படை. நடந்துவிடக் கூடாதென்று எதிர்பார்த்த நிகழ்வு. கொரோனாவின் பிடியிலிருந்து நழுவி, போர் எனும் அடுத்த பயங்கரத்திற்குள் நுழைந்தது உலகம்.

முப்பத்தி ஐந்து மைல் நீள இராணுவ வாகனங்களின் அணிவகுப்பு. பத்துப் படைப்பிரிவுகளைக் கொண்டது. உக்ரைன் தலைநகர் கீவ்வைக் கைப்பற்றுவது; அதிபர் ஜெலன்ஸ்கியின் ஆட்சியைக் கவிழ்ப்பது; புதிய தலைமையில் ரஷ்ய ஆதரவு ஆட்சியை ஏற்படுத்துவது - இதுவே ரஷ்யாவின் திட்டம்.

இரண்டு நாட்கள் ஆகலாம். கொஞ்சம் தாமதமானால், ஒரு வாரம் எடுக்கலாம். இது நிபுணர்கள் கணித்த காலவரை. உக்ரைனை விடப் பன்னிரண்டு மடங்கு பெரிய ரஷ்யப்படை மற்றும் ஆயுதங்கள் அடிப்படையிலான கணிப்பு. உக்ரைன்

படையினரின் சாதுரியமும், மக்களின் நாட்டுப்பற்றும், மேற்குலக ஆதரவும், கணிப்பில் முக்கியத்துவம் பெறவில்லை. அதனால்தான், ஒரு வாரத்தில் முடிய வேண்டிய போர், இரண்டு வருடங்களாகியும் இன்னும் தொடர்ந்து கொண்டிருக்கிறது.

எதற்காக இந்த இராணுவ நடவடிக்கை?

ஆரம்பம் முதலே இதை 'சிறப்பு இராணுவ நடவடிக்கை' என்றுதான் குறிப்பிடுகிறார் ரஷ்ய அதிபர் விளாதிமிர் புதின். உக்ரைனில் இருக்கும் நாஜிப் படைகளை அடியோடு அழிப்பது, உக்ரைன் நேட்டோவில் இணைவதைத் தடுப்பது. இவை இரண்டும்தான் பிரதானக் காரணங்களாக ரஷ்யாவால் கூறப்பட்டவை. ஆக்கிரமிப்பை ஆரம்பித்தது ரஷ்யாவாக இருப்பினும், தூண்டுகோலாய் இருந்தது மேற்குலக நாடுகள். போர்க் காரணங்களில் இருவருக்கும் சமபங்கு உண்டு!

சோவியத்திலிருந்து பிரிந்த பின்னும் (1991) உக்ரைன், ரஷ்யாவுடன் நெருங்கிய தொடர்பிலிருந்தது. மொழி, கலாசாரம், அரசியல் தலைமை எனப் பலவும் ஒன்று கலந்திருந்தன. அமெரிக்காவின் நிதிகளும், நேட்டோவில் இணைவதற்கான அழைப்புகளும் உக்ரைனை மேற்குலகின் பால் ஈர்த்தன. நேட்டோவில் இணைவது உக்ரைனை எதிரியாக்கும் என எச்சரித்தது ரஷ்யா. அதிபருக்கு எதிரான மக்கள் போராட்டம், ஆட்சிக் கவிழ்ப்புகள் நடந்தன. பதிலடியாகக் கிரீமியாவை ஆக்கிரமித்தது ரஷ்யா (2014). அன்றிலிருந்து தொடங்கியது இரு நாடுகளுக்கும் இடையேயான வெறுப்பு. உக்ரைன் நேட்டோவில் இணைக்கப்படும் என்ற உறுதிமொழிகள்; அதற்கான உக்ரைனின் விண்ணப்பங்கள்; உக்ரைன் எல்லைகளில் நேட்டோ படையினரின் இராணுவப் பயிற்சிகள், என இருதரப்புப் பகையும் கூடின. போர் நடப்பதால், இப்போதைக்கு நேட்டோவில் உக்ரைனுக்கு இடமில்லை என்றாகிவிட்டது. உதவிகள் மட்டும் குவிந்தபடி இருக்கின்றன.

முற்றுப்புள்ளி வைக்க எண்ணி, படையெடுத்தது ரஷ்யா. முற்றுப்பெறாமல், நீண்ட கோட்டின் இருபக்கமும் உலக நாடுகளைப் பிரித்து நிறுத்தியிருக்கிறது இந்தப்போர்.

புதிய போர்க்களத்தில் பழைய யுக்திகள்

இரகசியமாக நுழைந்து, வேகமாகத் தாக்கி அழித்து விடுவது - ரஷ்யாவின் போர் யுக்தி. இதுப் படைத் தலைவர்களுக்குமே இரகசியமாக இருந்ததுதான் பரிதாபம். வீரர்களும், பயிற்சி என்ற பெயரில் தான், போர்க்களத்திற்கு அனுப்பப்பட்டார்கள். ஒரு முழுநீள ஆக்கிரமிப்பிற்கு, அவர்கள் தயாரித்திருக்கவில்லை.

ரஷ்யப்படைகளைக் கண்டதும் முதலில் அதிர்ச்சி அடைந்தனர் உக்ரைனியர்கள். இருபத்தியோராம் நூற்றாண்டிலும் போர் மூளும் என்று யாரும் எதிர்பார்க்கவில்லை. சுதாரித்துக் கொண்டனர். செய்ய வேண்டியவற்றைத் துரிதமாகச் செய்தனர். செர்னோபில் நகரத்தில் நுழைந்துவிட்டது ரஷ்யப்படை. அடுத்த இவான்கிவ் நகருக்குள் நுழைவதைத் தடுக்க வேண்டும். இரண்டையும் இணைக்கும் பாலத்தைத் தகர்த்தனர், உக்ரைனிய விமானப் படையினர். அவர்களது தினசரி ரோந்துப் பணியின்போது தான், ரஷ்யப்படைகளை அடையாளங் கண்டார்கள்.

மாற்றுவழிப் பாதை விவரங்கள் எதுவும் இருக்கவில்லை ரஷ்யப்படையிடம். கையிலிருந்த வரைபடங்கள், தசாப்தங்கள் பழையன. முன்னேறிச் செல்லும் வழியை அவர்களாகவே கண்டுபிடித்துக் கொண்டால்தான் உண்டு. இதற்குள் நகரின் சாலை அடையாளக்குறிகள் பொதுமக்களால் மாற்றி வைக்கப்பட்டன. வழி தெரியாமல், ஒரே பகுதியைச் சுற்றிச்சுற்றி வந்தனர் ரஷ்யர்கள். தலைமை அதிகாரிகளைத் தொடர்பு கொள்ளத் தொலைத்தொடர்பு வசதிகள், சாதனங்கள் இருக்கவில்லை.

பனி உருகும் காலம் அது. சேற்றில் சிக்காமல் செல்லத்தகுந்த இராணுவ வாகனங்களை அவர்கள் கொண்டு வரவில்லை. வழக்கமானவையே இருந்ததால், சேற்றில் சிக்கித் தவித்தனர். வழியெங்கும் எதிர்ப்புகள். இருப்பினும், உக்ரைனின் பிரதான சாலைகளையே உபயோகித்தனர். சேற்றிலிருந்துத் தப்பிக்க வேறு வழி தெரியவில்லை. ஒரே நேர்க்கோட்டில், போக்குவரத்தில் ஸ்தம்பித்தது போல அணிவகுத்து நின்றன பீரங்கிகள்.

தாக்குப்பிடிக்கப் போதுமான உணவு, குளிருக்குத் தேவையான உடைகள், எரிபொருள், ஏற்ற வாகனங்கள், தொலைத்தொடர்புக்

கருவிகள் என அனைத்திற்கும் பற்றாக்குறை. முக்கியமாகப் போர் வியூகம் யாரிடமும் இல்லை. தலைமை அதிகாரிகளின் கட்டளைகளுக்குப் பணிந்து நடக்கவே பயிற்சி பெற்றிருந்தனர். முன்கள வீரர்களே யுக்தி அமைத்துப் போரிடும் பயிற்சியும், அதிகாரமும் இல்லை ரஷ்யப்படையிடம்.

போருக்கென்றே பயிற்சி பெற்ற ரஷ்ய இராணுவம் இப்படியிருக்க, இவர்களை முன்னேற விடாமல் தடுத்து நிறுத்தினர் உக்ரைனியப் பொதுமக்கள். பெரும்பகுதிகளில், பின்வாங்க வைத்தார்கள். எண்ணிக்கையில் குறைந்த இராணுவத்திற்கு, உற்ற துணையாக உருமாறினார்கள். துரத்துவதற்கும், தப்பிக்க ஓடுவதற்குமான வித்தியாசம் இதுதான். துரத்துதல் ஆணைக்குட்பட்டு அல்லது தேவைக்காக செய்யப்படுவது. தப்பித்து ஓடுவது, தன்னிச்சையாக உயிரைக் காத்துக்கொள்ளச் செய்வது. உக்ரைனியர்களின் நிலை இதுதான்.

நாட்டைக் காப்பாற்ற நாட்டு மக்கள் அனைவருமே முன்வந்தனர். போதாக்குறைக்கு, அனைவருக்கும் இலவச வேட்டி, சேலை கொடுப்பது போல, இலவச ஆயுதங்களைக் கொடுத்தார் உக்ரைன் அதிபர் ஜெலன்ஸ்கி. ரஷ்யப் படையிடம் உபயோகித்துப் பழகிக் கொள்ளுங்கள் என்று.

புச்சா நகரமே ரஷ்யப்படையின் வருகைக்காகக் காத்திருந்தது. நூற்றுக் கணக்கான பாட்டில்கள் கையெறிக் குண்டுகளாயின. சாலை அடையாளக்குறிகள் மறைத்து வைக்கப்பட்டன. படைகளைத் தாமதப்படுத்த, சோதனைச் சாவடிகள் முளைத்தன. இதைச்செய்த பெரும்பாலானோர் தன்னார்வலர்கள். ஆயுதத்தையே கண்ணில் பார்த்திராத, பொதுமக்கள். ஓய்வூதியம் வாங்கும் முதியவர்கள் உட்பட, யாரும் விட்டுப்போகவில்லை.

27-ஆம் தேதி ஞாயிற்றுக்கிழமை காலை நுழைந்தது ரஷ்யப்படை. நுழைவாயிலில் பாட்டில்களால் பீரங்கிகளுக்குச் சரமாரி வரவேற்பு கிடைத்தது. சுமார் முப்பது நிமிடங்கள் ரஷ்ய பீரங்கிகள் பதம் பார்க்கப்பட்டன. இரண்டு பீரங்கிகள் கொளுத்தப்பட்டன. தொடர்ந்து முன்னேற முடியாதபடி, தேங்கி நின்றது ரஷ்யப் படை. பின்பு சுதாரித்துக்கொண்டு, திருப்பி சுட்டனர். தன்னார்வலர்கள் அனைவரும் குண்டுகள் தாங்கி, மருத்துமனைக்கு இடம்பெயர்ந்தனர்.

இளைய தலைமுறையினர், சமூக ஊடகங்களைப் போருக்கு உபயோகித்தனர். ரஷ்யப் படைகளின் பதிவுகள் மூலம், அவர்கள் முன்னேறிவரும் இடங்கள் உக்ரைன் படைகளுக்குப் பகிரப்பட்டன. இதற்கென்றே முழுநேரம் செயல்பட்டன உக்ரைனின் வலைத்தளங்கள். ரஷ்யப்படைப் பெருமையாகப் பகிர்ந்த வீடியோக்கள், அவர்களுக்கே ஆபத்தாய் முடிந்தது.

இப்படியாக இருந்தது ரஷ்யர்களுக்கு புச்சா நகர வரவேற்பு. இதற்காக, இன்னும் சில தினங்களில் நகரமே சவக்கிடங்காகும் அவலத்தை, யாருமே அப்போது எதிர்பார்க்கவில்லை.

மும்முரமாக உழைத்தனர் உக்ரைனிய மக்கள். நாட்டைக் காப்பதே அவர்களின் தலையாயக் கடமையாயிற்று. பண்டையகால வரைபடங்கள் மற்றும் ஆயுதங்களை நம்பிவந்தனர் ரஷ்யர்கள். நவீனத் தொழில்நுட்பம், வீட்டுத் தயாரிப்பு வெடுகுண்டுகள், சமயோசித யுக்திகள் மற்றும் டன் கணக்கில் நாட்டுப்பற்றோடு இவர்களை எதிர்கொண்டனர் உக்ரைனியர்கள். ஒரே மாதத்தில், உக்ரைன் தலைநகர் கீவ்விலிருந்து பின்வாங்கினர் ரஷ்யர்கள்.

நாட்கள், மாதங்கள், வருடங்கள் எனப் போர் இன்னும் நீண்டுகொண்டேதான் போகிறது. நிறுத்தும் பக்குவம் இருவருக்குமில்லை.

2. உக்ரைனுக்கு நாங்க உத்தரவாதம்

“இது ரஷ்ய இராணுவக் கப்பல். உங்கள் ஆயுதங்களை விடுத்து, சரணடையுங்கள். இல்லாவிட்டால் தாக்கப்படுவீர்கள்” என்ற எச்சரிக்கை கேட்கிறது. உக்ரைனின் பாம்புத் தீவு அது. ரஷ்யக் கப்பல் இதை அறிவித்துக் கொண்டே தீவை நெருங்குகிறது.

“ரஷ்யக் கப்பலே, நீ போ நரகத்திற்கு” என்ற அர்த்தம் பெறும் பதில், கொச்சை மொழியில் வருகிறது. அற்ப எண்ணிக்கை வீரர்கள் கொண்ட உக்ரைன் இராணுவத்திடமிருந்து. உக்ரைன் வீரர்களின் துணிவின் சின்னமானது, இந்த நிகழ்வு.

பரப்பளவில் ஒரு சதுர கிலோமீட்டரே இந்தத்தீவு. கருங்கடலில் உக்ரைனின் கடல் எல்லையை நிர்ணயிப்பது. தானிய ஏற்றுமதி செய்யும் ஒடேஸாத் துறைமுகத்தின் அருகிலிருப்பது. ரஷ்ய இராணுவத்தின் எண்ணிக்கையை ஈடுசெய்ய முடியாமல், தீவைப் பறிகொடுத்தது உக்ரைன். நான்கு மாதங்களில் மறுபடியும் கைப்பற்றியது.

“பாம்புத் தீவுக்காக நாங்கள் திரும்பிவர மாட்டோம் என நினைத்தார்கள். எங்கள் ராக்கெட் லாஞ்சர்கள் ரஷ்ய வீரர்களையும், விலையுயர்ந்த இராணுவ வாகனங்களையும் அழித்தன. அவர்களிடம் வான்படைத் தாக்குதல் எதிர்ப்பு அமைப்புகள் இருந்தன. எங்கள் சிக்கலான வியூகத்தின்முன்,

அவை பயனற்றுப் போயின" என்று விவரிக்கிறார், ஷேக்ஸ்பியர் என்ற பட்டப்பெயர் கொண்ட உக்ரைன் இராணுவ அதிகாரி.

கிரிமீயாவின் செவாஸ்தோபோல் துறைமுகத்திலிருந்து இத்தீவைப் பாதுகாக்க வேண்டும் ரஷ்யா. நீண்ட தூரத்திலிருந்து வீரர்கள், தளவாடங்கள் போன்றவற்றைத் தக்கவைத்துக் கொள்ள முடியாமல் போனது. இம்முறை ஏவுகணை மற்றும் வான் படையைக் கொண்டு ரஷ்யப்படையைத் தீவிலிருந்து துரத்தியது உக்ரைன்.

"கண்ணி வெடிகளைச் சோதித்துவிட்டுத் தீவிற்குள் நுழைந்தோம். ஓட்டையும், உடைசலுமாய் வெறிச்சோடிக் கிடந்தது தீவு. வெடிமருந்துகள், ஆயுதங்கள் என அனைத்தையும் அவசரத்தில் விட்டுச் சென்றிருந்தனர் ரஷ்யப்படையினர். இதை மீட்டெடுத்தது எங்களுக்கு நம்பிக்கையையும், கர்வத்தையும் அளிக்கிறது" என்று பெருமிதப்படுகிறார் ஷேக்ஸ்பியர்.

ரஷ்யா எனும் வல்லரசின் எந்த பலத்துக்கும் ஈடுகொடுக்க முடியாது உக்ரைனால். இருப்பினும் இராணுவப் படையின் துணிவும், பொது மக்களின் நாட்டுப்பற்றும் உலகையே கவனிக்க வைத்தது. "எனக்கு ஆயுதங்கள் வேண்டும். நாட்டைவிட்டுத் தப்பிப்போக சவாரி அல்ல" என்கிறார் உக்ரைன் அதிபர் ஜெலன்ஸ்கி. மேடைச் சிரிப்புரையாளராக இருந்து அதிபரான ஒருவரிடமிருந்து யாரும் இதை எதிர்பார்க்கவில்லை. தான் உக்ரைனில் இருப்பதை தினந்தோறும் வீடியோ ஆதாரங்களோடு வெளியிட்டு, கெத்துக் காட்டினார் அதிபர்.

போர் தொடங்கியது உக்ரைனில். உடனே ஏழாயிரம் அமெரிக்க இராணுவ வீரர்கள் ஐரோப்பாவைப் பாதுகாக்கக் குவிக்கப்பட்டனர். அடுத்தப் பத்து நாட்களில், இந்தப் படை ஒரு லட்சமானது. இருநூறு மில்லியன் டாலர்கள் பாதுகாப்பு உதவித் தொகையாக வழங்கியது அமெரிக்கா. இன்றுவரை தொடர்ந்து வழங்கப்பட்டு வருகிறது. டாலர்கள் மட்டுமல்ல. நவீன ஆயுதங்கள், இராணுவ உளவுத் தகவல்கள், ட்ரோன்கள் என உதவிப்பட்டியல் இன்றுவரை நீண்டுகொண்டே இருக்கிறது. உக்ரைனின் வெற்றிக்கு அமெரிக்காவும், பிரிட்டனும் பாடுபடுவோம் என்று சூளுரைத்தனர். கூடவே ஒத்தூதின ஐரோப்பிய ஒன்றியத்திலிருந்த நேட்டோ நாடுகள் **(31)**. பலம்

கூடியது உக்ரைனுக்கு. போர் மட்டும்தான் உக்ரைன் புரிய வேண்டும். தேவையான மற்றனைத்தும் அதற்கு அருளப்படும்.

ஆயுதங்கள் போலந்து வழியாகக் கிடைத்து விடும். அதிவேக இணைய வசதிதர முன்வந்தார் எலன் மஸ்க். அவரது ஸ்பேஸ் எக்ஸ் நிறுவனம் தங்கு தடையின்றி, நவீனத் தாக்குதல் உத்திகளுக்குத் துணை நின்றது. நிதிகளும், வியூகங்களும், போர்ப் பயிற்சிகளும் நேட்டோ நாடுகள் பார்த்துக் கொள்ளும். மேற்குலக அதிபர்களும், அதிகாரிகளும் நேரில் வந்து ஆதரவு தந்தனர். உக்ரைன் அதிபர் ஜெலன்ஸ்கியும் பல்வேறு நாடுகளின் பாராளுமன்றங்களில் பங்கேற்றார். உணர்ச்சி பொங்க உரையாற்றி கைதட்டல்கள் வாங்கிக் குவித்தார். கூடவே உக்ரைனுக்கு உதவிகளையும்.

ரஷ்யாவிற்குக் காத்திருந்ததோ பொருளாதாரத் தடைகள்! போர் தொடங்கிய இரண்டே நாட்களில், உலக வர்த்தகத்திலிருந்து தள்ளி வைக்கப்பட்டது. ஏழு ரஷ்ய வங்கிகள், ஸ்விஃப்ட் எனப்படும் சர்வதேசக் கட்டண அமைப்பிலிருந்து விலக்கப்பட்டன. பிறநாட்டுடன் பணப் பரிமாற்றத்திற்கு வழிவகுப்பதே இந்த அமைப்பு. ஒருசில வங்கிகள் மட்டும் விட்டுவைக்கப்பட்டன. ஐரோப்பாவின் எரிபொருள், எரிவாயு வர்த்தகம் மட்டும் தொடர்வதற்கு.

அமெரிக்காவே உக்ரைன் பக்கம் நிற்கும்போது, ஐநா அமைப்புகள் என்ன செய்யும்? ஐநா பாதுகாப்புச் சபையின் நெருக்கடி நிலைக் கூட்டங்கள் நடந்தன. ஐநா சபையின் 193 நாடுகளும் கூடி, உக்ரைன் போர் சம்பத்தப்பட்ட நான்கு சிறப்புத் தீர்மானங்கள் மீது ஓட்டளிப்பு நடத்துகின்றன. ரஷ்யாவின் ஆக்கிரமிப்பிற்கு எதிர்ப்பு தெரிவிப்பது; ஐநாவின் மனித உரிமைகள் பேரவையிலிருந்து ரஷ்யாவை நீக்குவது என்பன போன்ற தீர்மானங்கள்.

மேற்குலக, ஐரோப்பிய நாடுகள் என 90+ நாடுகள் ஆதரித்து வாக்களித்தன. கூடவே உக்ரைனுக்கும் உதவின. ரஷ்யாவிற்குப் பொருளாதாரத் தடைகளையும் விதித்தன. ரஷ்யா, பெலாரஸ், வடகொரியா, சிரியா நாடுகள் எதிர்த்து வாக்களித்தன. சீனா, வியட்நாம், ஈரான், கஜகிஸ்தான், உஸ்பெகிஸ்தான் நாடுகள், சிலவற்றை எதிர்த்தன அல்லது தவிர்த்தன. இந்தியா, பாகிஸ்தான்,

மங்கோலியா, சூடான், தான்சானியா, தென்னாப்பிரிக்கா, நமீபியா, உகாண்டா, கினியா, அர்மேனியா ஆகிய நாடுகள் வாக்களிக்கவில்லை. நடுநிலை வகித்தன.

வளர்ந்து வரும் தெற்குலக மற்றும் மத்தியக் கிழக்கு நாடுகள், இன்றும் அணிசேராமல் தொடர்கின்றன. பனிப்போர் காலத்து வழக்கம். அமெரிக்கா அல்லது சோவியத் என்று வல்லரசுகளின் பிரச்சனைகளில் தலையிடாமல் இருப்பது; எப்பக்கமும் ஆதரவோ, எதிர்ப்போ தெரிவிக்காதது. முன்னேற்றத்தில் கவனம் செலுத்துவது. தங்கள் கட்டுப்பாட்டில் இல்லாதவற்றில் தலையிட்டு என்ன பயன்? பயன் இல்லையென்றாலும், ஆபத்தாக முடிவதற்கே சாத்தியங்களே அதிகம். இதனால் ஆப்பிரிக்கா, ஆசியா, மத்தியக் கிழக்கு நாடுகள் யாரும் போரை மதிப்பதாகத் தெரியவில்லை. நடுநிலையில் இருந்துகொண்டு, தங்களுக்கான வர்த்தக மேம்பாட்டில் கவனம் செலுத்தி வருகின்றனர்.

“போரை நிறுத்திவிட்டு, பேச்சு வார்த்தை மூலம் தீர்வு காணுங்கள்” என்பது இந்தியாவின் நிலைப்பாடு. அதற்குமேல் போர் உதவிகளுக்கெல்லாம் இடமில்லை. உறவுகள் போருக்கு முன்னும் பின்னும், மாற்றமின்றித் தொடர்கின்றன. எந்த நாட்டையும் குற்றம் சொல்லாமல், வெற்றிகரமாக ஜி20 அறிக்கையை வெளியிட்டதே சாதனைதான். பொருளாதாரப் பிரச்சினைகளுக்குத்தான் முன்னுரிமை. போர் எல்லாம் அவரவர் நாட்டுப் பிரச்சனை.

ரஷ்யாவுடனான முப்பது வருட ஆயுத வர்த்தகம்; மலிவுவிலை கச்சா எண்ணெய், எரிவாயு வர்த்தகம் என உறவுகள் தொடர்கின்றன. இது அமெரிக்காவிற்கும் புரிகிறது. பெரிதாக இந்தியாவைப் பகைத்துக் கொள்வதில்லை. சீனாவைத் தலைதூக்க விடாமல் இருப்பது, இந்தியா, அமெரிக்கா இருவருக்கும் முக்கியம். அதற்காகச் சில விட்டுக்கொடுத்தல்கள் அவசியமாகின்றன. ரஷ்யாவின் நெருக்கடி நிலையில், ஆதாயம் தேடப் பார்க்கிறது சீனா. விழித்திருத்தல் அனைத்து நாடுகளுக்கும் அவசியம்.

நாடுகள் தடைவிதித்தல் போதாதென்று, குற்றம் சாட்டப்படுகிறார் ரஷ்ய அதிபர் விளாதிமிர் புதின். சர்வதேச

குற்றவியல் நீதிமன்றத்தின் (ஐ.சி.சி.) சிறப்புக் கிளை உக்ரைனில் தொடங்கியது. உக்ரைன் அதன் உறுப்பினர் கூட இல்லை. உலக நன்மைக்காக, தாமாக முன்வந்து இச்சேவையை செய்கிறது ஐ.சி.சி. போர்க் குற்றங்களை ஆதாரத்துடன் திரட்டுகிறது. முடிவு வெளியாகிறது. ரஷ்ய அதிபர் புதின், போர்க் குற்றவாளியென அறிவிக்கப்படுகிறார்.

போர் என்றவுடன் அவலம் - உயிரற்ற உடல்கள், பக்கத்தில் செய்வதறியாக் குழந்தைகள், உயிருடன் இருந்தால் வேதனை, உறுதியற்ற எதிர்காலம், ஆயுதத் தாக்குதலின் நேரடிக் காட்சிகள். இப்படித்தான் நம் மூளையின் நரம்புகளில் பதிந்திருக்கிறது. இவ்வார்த்தை. சற்றும் மிகையில்லை. சக மனிதனைக் கொன்று குவிக்கும் ஈனத்தை வேடிக்கை மட்டுமே பார்க்கிறோம். ஒன்று ஒருபக்கம் ஆதரவு. இல்லை அறிக்கை விடுவது. அவ்வளவே சாத்தியம். உறுதியாய்த் தடுக்க முடிவதில்லை. விலங்கினத்திலிருந்து நாம் அடைந்த பரிணாம வளர்ச்சிக்கான நன்மையின் தடயங்கள், பெரிதாய் ஒன்றும் தென்படுவதில்லை.

3. வீதியெங்கும் சடலங்கள்

தேதி: 04 - மார்ச் - 2022

இடம்: யப்லுன்ஸ்கா தெரு, புச்சா நகர், உக்ரைன்.

வீட்டின் இரண்டாவது மாடியிலிருந்து, கைபேசியில் படமெடுத்துக் கொண்டிருக்கிறான், இருபது வயது டீமா (டிமிட்ரோ சாபிலிஹின்). ரஷ்ய வீரர்கள் அத்தெருவிற்குள் நுழைவது தெளிவாகத் தெரிந்தது. "பாட்டி, பாட்டி, பீரங்கிகள்," என்று அலறுகிறான். 'வி' என்ற சின்னம் வரையப்பட்ட பீரங்கிகளும், டேங்கர் லாரிகளும் அணிவகுத்தன. நகரம் முழுதும் ரஷ்யர்கள் கட்டுப்பாட்டிற்குள் வந்துவிட்டது. படமெடுக்கும் டீமா மட்டுந்தான் பாக்கி. வீட்டு வாசலில் நுழைகிறார்கள்.

நடாலியா விலாசென்கோ - டீமாவின் பாட்டி, அந்த ரஷ்ய வீரனின் காலைப் பிடித்துக் கெஞ்சுகிறார். மண்டியிட்டு மன்றாடுகிறார், டீமாவை விட்டுவிடுமாறு. அவன் பாட்டியின் தோளில் துப்பாக்கியை வைத்து அழுத்தியவாறு, "நீங்களே ஒப்படைக்காவிட்டால், நாங்கள் அவனைக் கொடூரமாக இழுத்துச் செல்வதைத் தவிர வேறு வழியில்லை," என்கிறான்.

டூமா ஜன்னலில் இருந்து வாசலில் குதித்து, அவர்களிடம் சரணடைகிறான். பாட்டியைக் காப்பாற்ற வேறு வழியிருக்கவில்லை. "கவலை வேண்டாம் பாட்டி. நான் திரும்பி வந்துவிடுவேன்," என்று உற்சாகத்துடன் சொல்கிறான். அவனது கைபேசியிலிருந்த பீரங்கிப் படங்களைப் பார்த்துவிட்டு, கூட்டிச் செல்கிறார்கள்.

144, யப்லுன்ஸ்கா வீதி - புச்சா நகரப் படுகொலைத் தலைமையிடத்தில் டூமா உயிர் விடுகிறான். நாநூற்றி ஐம்பதாவது சடலமாகிறான்.

புச்சா நகரத் தெருமுழுக்க சடலங்கள் சிதறிக்கிடந்தன. போகிற போக்கில் சுட்டுத் தள்ளிவிட்டு போயிருக்கிறார்கள். கைகள் பின்னால் கட்டப்பட்ட நிலையில், ஒருவருக்கும் நல்ல சாவு அருளப்படவில்லை. கொடூரங்கள் மட்டுமே நிகழ்ந்திருக்கின்றன. ஆண், பெண், இளையவர், முதியவர் என்ற எந்தப் பாகுபாடுமின்றி, நாள் கணக்கில் செத்துக் கிடந்தனர். இறந்துகிடக்கும் அண்டை வீட்டானைப் புதைப்பதற்காக, வீட்டைவிட்டு வெளியேறியவரும் சுடப்பட்டிருந்தார். சாட்சி சொல்கிறார் அவரது மனைவி.

ஒவ்வொன்றும் போர்க்குற்றம். ஒரே தெருவில் தெருவிளக்குகள் போல, நாற்பது சடலங்கள் கிடந்தன. நகரின் முக்கியத் தொழிற்சாலைப் பகுதி அது - யப்லுன்ஸ்கா வீதி. உலகிற்கும் போர்த்தொழிலின் புறக்கணிக்க முடியாத ஈனங்களை, உணர்த்திய பகுதி.

கொடூரத்தின் தொடக்கம்

03 - மார்ச் - 2022 மதியம். புச்சா நகரின் மேற்குப்பகுதியில் நுழைகின்றன மிருகப்படைகள். மூன்று ரஷ்ய இராணுவ வாகனங்களைக் காண்கிறார், மாக்சிம் ஸ்டக்கோவ். கிரீமியப் போரில் (2014) உக்ரைனுக்காகப் போராடிய இராணுவ வீரர். உடனே காரிலேறி, "ஓடுங்கள், ஓடுங்கள்! ரஷ்யப்படை வருகிறது" என்று நகர் முழுதும் எச்சரிக்கிறார். பத்து ஆர்வலர்களை சேர்த்துக்கொண்டு, புச்சா நகரின் நுழைவாயிலில் காவலுக்கு நிற்கிறார். தங்களிடமிருந்த ஆயுதங்களை சேகரித்து வைத்துக்கொண்டனர். என்ன பயன்? அவரைத்தவிர மற்ற யாருக்கும் அவற்றைப் பயன்படுத்தத் தெரியாது.

மக்கள், அருகிலிருந்த உக்ரைன் கட்டுப்பாட்டு நகரங்களுக்கு தப்பித்து ஓடினர். பலர், பலப்படுத்தப்பட்ட அந்நகரின் தொழில்துறை வளாகத்தின் அடித்தளத்தில் தஞ்சம் புகுந்தனர். 144, யப்லுன்ஸ்கா தெரு. பின்னாளில் இது வரலாற்றுப் படுகொலைகளின் சின்னமாகும் என்று யாருக்கும் தெரிந்திருக்கவில்லை.

நகரில் இருந்த அத்தனை ஆயுதங்களையும் கொண்டு ரஷ்யப்படைகளை எதிர்த்தார்கள். போதவில்லை. உக்ரைனியப் படையினருக்கும், ஆர்வலர்களுக்கும் ரேடியோத் தகவல் வந்தது. 'ரஷ்யர்கள் பயங்கர ஆயுதங்களோடு நெருங்கி விட்டார்கள். வெளியேறுங்கள்' என்று. யாருக்கும் பின்வாங்க மனமில்லை. எல்லா ஆயுதங்களையும் தீர்த்தபின்னர், வேறு வழியின்றி உக்ரைன் கட்டுபாட்டிலிருந்த மற்ற ஊர்களுக்குத் தப்பிச்சென்றனர்.

முப்பது நிமிடம் கழித்து, குண்டுப்புகையின் நடுவே ரஷ்ய வீரர்கள் நகருக்குள் நுழைந்தனர். மீதம் இருந்தவர்களுக்கு ஒளிந்து கொள்வதைத் தவிர வேறு வழியில்லை. அன்று இரவிற்குள் ரஷ்ய வாகனங்களும், வீரர்களும் யப்லுன்ஸ்காவின் பாதைகளில் அணிவகுத்து நின்றனர். தப்பித்து ஓடும் வாகனங்கள், மனிதர்கள் எனக் கண்ணில் கண்டவற்றையெல்லாம் சுட்டார்கள். டைனோசர்கள் இரத்தவாடையைக் கொண்டு மனிதர்களைத் தின்னுமே. இங்கோ மனிதத் தலைகள் துப்பாக்கியை அழுத்தத் தூண்டின.

'ஸச்சிஸ்ட்கா' நடவடிக்கை தொடங்கியது. இதன் அர்த்தம் 'சுத்தப்படுத்துதல்' என்பதாம். சுத்தம் செய்தவர்களின் கைமுழுக்கப் படிந்தது இரத்தக்கறை. ரஷ்யர்களை எதிர்க்கும் உக்ரைனியர்களின் பட்டியலைக் கையோடு வைத்திருந்தனர். புலனாய்வு தகவலின்படி சேர்த்தது. இவர்களைக் கண்டுபிடித்துக், கொல்வதே பணி. எந்த விசாரணையும் கிடையாது. கூடவே கண்ணில் பட்டவர்களையும் கொல்லுதல், பணி உயர்வுக்கு வழி வகுக்கும்.

யப்லுன்ஸ்காவின் ஒவ்வொரு வீட்டையும் சல்லடைபோட்டுத் தேடினார்கள். பட்டியல் ஒருபுறம். அதுபோக வீட்டிலோ, கைபேசியிலோ ஆதாரங்கள் சிக்கினாலும் கைதுதான்.

துப்பாக்கி முனையில் 144, யப்லுன்ஸ்கா தெருவிற்கு கொண்டு வரப்பட்டார்கள். வரிசையாக முட்டியிடவைத்து, கேள்விகள் கேட்டனர். பதில் என்னவாக இருப்பினும், நெற்றிப்பொட்டில் சுட்டார்கள். கண்ணைவிட்டு அகலாத இந்தக் காட்சியை, நடுங்கிக்கொண்டே சாட்சி சொல்கின்றனர், அன்று உயிர் பிழைத்தவர்கள். வீட்டிற்குள் ஒளிந்து கொண்டதாலும், கடவுளின் கருணையினாலும் உயிருடன் இருப்பவர்கள்.

ஒவ்வொரு தெருவாய்ப் படுகொலையைத் தொடங்குமுன், அங்கிருந்த கண்காணிப்புக் கேமிராக்களை உடைத்தபடியே சென்றனர். உடையாதக் கேமிராக்கள் நூறு மணிக்கும் மேலான பதிவுகளோடு, ஆதாரங்கள் ஆகின. கேமிராக்கள் இல்லாவிட்டால் என்ன? உயிரற்ற சடலங்களே, பின்னாளில் இதற்குச் சாட்சிகளாகின.

மிருகங்களின் அடையாளம்

இதைச் செய்தவர்கள் யாரெனத் தெளிவான ஆதாரங்கள் உள்ளன. வீடியோ, ஆடியோ, கைபேசி அழைப்புப் பதிவுகள் என நீதிமன்றத்திற்கு தேவையான அனைத்து ஆதாரங்களும் உள்ளன. கைது செய்யத்தான் ஆளில்லை.

புச்சாவில் நுழைந்தவர்கள் - ரஷ்ய இராணுவத்தின் 234வது படைப்பிரிவின் தேர்ந்த பாராசூட் வீரர்கள். லெப்டினன்ட் கர்னல் அர்ச்சோம் கொரோடிலோவின் நேரடி மேற்பார்வையில் எல்லாம் நடந்தன. இந்த ஈனச்செயலுக்காக, இரண்டு மாதம் கழித்துக் கர்னலாக பதவியுயர்வு பெற்றார். உயரதிகாரிகள், செர்கேய் சுபாரிக்கின் மற்றும் அலெக்சாண்டர் சைக்கோ ஆகியோரின் உத்தரவுகளின்படியே எல்லாம் நடந்தேறின. சிரியா நாட்டின் மிருகத்தனத் தாக்குதல்களுக்குப் பெயர்போனவர்கள் இவர்கள்.

மரணங்கள் மட்டுமல்ல, கடத்தலும் நடந்தது. புச்சாக் குடியிருப்புகளில் இருந்த விலையுயர்ந்த பொருட்கள், லாரிகளில் ரஷ்யாவை அடைந்தன. மின் சாதனங்கள், தொலைக்காட்சிப் பெட்டிகள், நகைகள், மளிகை சாமான் என்று கிடைத்தவையெல்லாம் சுருட்டப்பட்டன. இதற்கும் சகல ஆதாரங்களும் உண்டு. பொதுமக்களையே கவலையின்றி சுட்டவர்களுக்கு, இதெல்லாம் ஒரு பொருட்டா?

இவர்களின் ஈன மனநிலைக்கு இன்னொரு சிறந்த எடுத்துக் காட்டும் உண்டு. இறந்தவர்களின் கைபேசிகள், இறந்த சிலமணி நேரங்களில் உயிர்பெற்றன. ரஷ்யப்படையின் குடும்பங்களோடு உரையாட, இவைகளே பயன்படுத்தப்பட்டன. கைபேசி அழைப்புப் பதிவு ஆதாரங்கள் இதையே உறுதிப்படுத்துகின்றன. “வீதி முழுக்க மனிதமூளை சிதறிக்கிடக்கிறது. நாங்கள் என்ன செய்ய முடியும்? திடீரென ஒருவன் எங்கள் வழியில் குதித்தால், அவனைச் சுடுவதைத் தவிர வேறு வழியில்லை” என்கிறது கைபேசிப் பதிவு.

இது முடிந்து சில வாரங்கள் கழித்துப் பதிவான அழைப்புகளும், இதே தாக்கத்தைக் கொண்டிருந்தன. “நாங்கள் குடித்துக் கொண்டே இருக்கிறோம். இல்லாமல் நிலைமையைச் சமாளிக்க முடிவதில்லை. நான் வீட்டிற்கு வரும்போது, ஆயுதங்களை மறைத்து வை. இங்கு ஏகப்பட்டோரைக் கொன்று விட்டேன். நான் என் கட்டுப்பாட்டில் இல்லை” என்கிறது இன்னொரு ரஷ்ய வீரரின் பதிவு. அங்கொன்றும் இங்கொன்றுமாய் அஜாக்கிரதையால் நடந்த படுகொலைகள் இல்லை இவை. நன்கு திட்டமிடப்பட்டு மிகச்சரியாக செய்து முடிக்கப்பட்டவை. எந்தவித மனஉறுத்தலுமின்றி.

படுகொலைகளின் தலைமையிடம்

ஆண்களும், பெண்களுமாய் வரிசையில் கொண்டு செல்லப்பட்டனர். **144**, யப்லுன்ஸ்கா தெருவிலுள்ள தொழில்துறை வளாகத்தின் அடித்தளத்தில் சேர்த்து வைக்கப்பட்டார்கள். டீமாவும் இதிலொருவர். ஆதாரமில்லாத பொதுமக்கள் உயிர்ப்பிச்சை அளிக்கப்பட்டனர். டீமாவின் கைபேசியால், அவர் உயிர் துறந்தார். ஆர்வலர்களையும் விடவில்லை. ஸ்கைபா என்ற ஆர்வலர், எல்லையைப் பாதுகாக்க முன்வந்த டாக்ஸி ஓட்டுநர். அவரது சேவைக்காக, பற்கள் சிதறுமாறு முகத்தில் குத்து விடப்பட்டார். கைகளைக் கட்டி, சுவற்றினோரம் முட்டியிட வைத்து, தலையில் வாளியைக் கவிழ்த்து அடித்தார்கள். நினைவிழக்கும் வரை அடித்தார்கள். அவரைக் கொன்று விடுமாறு ஒருவரும், அங்கிருந்து வெளியே இழுத்துப் போடுமாறு இன்னொரு வீரரும் சொல்லப், பிழைத்துக் கொண்டதாய் ஏமாந்து போனார் ஸ்கைபா.

இவரோடு சேர்த்து இன்னும் பலபேரை அவ்வளாகத்தின் வெளியே இழுத்துப்போட்டு, வரிசையாய் சுட்டார்கள். ஸ்கைபாவின் அடிவயிற்றில் குண்டு பாய்ந்தது. அனைவரும் இறந்தார்கள். ஸ்கைபா மூச்சையடக்கி இருட்டுவதற்காகக் காத்திருந்தார். குளிரில் அவரது மூச்சுக்காற்று உறைந்து, ஆவிபோல வெளிவருவதை அடக்கிக் கொண்டார். 'கொடூரமான தருணமது' என்று பின்னர் விவரிக்கிறார்.

ரஷ்யப்படை அகன்றதும், அங்கிருந்த பிணத்திலிருந்து காலணிகளைக் கழற்றி, தான் அணிந்தார். அந்த வளாகத்திற்கு அருகிலிருந்த வீட்டிற்குள் சென்று, சுருண்டு படுத்து உடலை வெதுவெதுப்பாக வைத்துக்கொண்டார். "வீட்டில் யார்?" என்று ரஷ்யர்கள் கதவைத்தட்ட, வீட்டு முதலாளி போலக்காட்டிக் கொண்டார். மறுபடியும் அதே வளாகத்திற்குக் கொண்டுவரப்படுகிறார். அடிபட்ட பொதுமக்களுள் ஒருவர் என்றெண்ணி, ஸ்கைபாவிற்கு சிகிச்சை அளிக்கப்படுகிறது. ஏற்கெனவே நூற்றுக்கும் மேலானோர் அந்த அறையில் இருந்தனர். அதன் ஒரே கழிவறையும் உடைக்கப்பட்டிருந்தது. அறை முழுக்க மனிதக் கழிவுகளின் நாற்றத்தில் மூன்று நாட்களை அனைவரும் கடத்துகின்றனர். எவரிடமும் தனது அடிவயிற்று குண்டுக் காயத்தைப் பற்றிப் பேசவில்லை. உயிர்வாழக் கிடைத்த இரண்டாம் சந்தர்ப்பத்தை அவர் இழக்க விரும்பவில்லை.

அங்கிருந்த பெரியவர்கள் பிரார்த்தனை செய்தார்கள். குழந்தைகள் அழுதார்கள். வேறெதுவும் செய்ய வழியில்லை. மூன்று நாட்கள் கழித்து 7 மார்ச் 2022, அன்று அவர்களனைவரும் விடுதலை செய்யப்படுகின்றனர். சில மாதங்கள் கழித்துப் போலந்திலிருந்து இந்த வாக்குமூலங்களைப், பகிர்ந்து கொள்கிறார் ஸ்கைபா.

பிணவறை நிறைந்து வழிகிறது

இருபத்தியேழு நாட்கள் ரஷ்யப்படை புச்சாவிலிருந்தது. நாநூற்றி ஐம்பதுக்கும் மேற்பட்டோரைப் பிணவறைக்கு அனுப்பியது. கல்லறையில் இடம் போதவில்லை. ஆண்ட்ரூ ஆலயத்திற்கு வெளியே இருந்த, இனம்சார்ந்த கல்லறைகளும் நிறைந்து வழிந்தன. கல்லறைப் பணியாளர், செர்கி மாட்யூக் மட்டுமே இருநூறு சடலங்களைத் தெருவிலிருந்து கொண்டுவந்து அடக்கம்

செய்ததாகச் சொல்கிறார். எல்லாமே கைகள் கட்டப்பட்டு, குண்டுகளால் கை, கால்களில் சுடப்பட்டு, மண்டை ஓடு உடையுமளவு அடிக்கப்பட்டுத்தான் இறுதி நிமிடங்களைக் கடந்திருக்கின்றன. இதற்கும் ஆதாரங்கள் உண்டு.

ரஷ்யப்படை விலகியபிறகு காணாமல் போனவர்கள் தேடப்பட்டார்கள். ஆங்காங்கே சவங்களாய் கிடைத்தார்கள். சாவுதான் இப்படி. அடக்கமாவது நல்ல முறையில் செய்ய முயன்றன சொந்தங்கள். அதுவும் வாய்க்கவில்லை அந்த ஆத்மாக்களுக்கு. இறந்தவர்கள் உடலில் கண்ணி வெடிகள் பொருத்தப்பட்டிருந்தன. சடலங்களைத் தொட்டாலே, குண்டுவெடிக்கும் வண்ணம் ஏற்பாடு. கிட்டத்தட்ட இருபது சடலங்களில் வெடிகள் இருந்தன.

இவையும் போர்க் குற்றங்களே. ஆதாரங்களோடு, பட்டியலிட்டு வைத்துக் கொள்ளலாம். வேறொன்றும் செய்வதற்கில்லை. மூவாயிரத்து ஐந்நூறு போர்க்குற்ற விசாரணைகள், புச்சாவில் மட்டுமே. மீதமிருப்பவர்களிடம்!

ஆரம்ப நாட்களில் மட்டும் நடக்கவில்லை இந்த மிருகத்தனம். இருபத்தியேழு நாட்களும் இதே கதிதான். வீட்டிலிருந்து வெளியே வந்தால், சாப்பாடு வாங்கச் சென்றால், பால்கனியில் நின்று சிகரெட் பிடித்தால் என்று மனிதத்தலை கண்ணில் பட்டாலே, குண்டுகள் பரிசளிக்கப்பட்டன. இந்தக் குண்டுக் காயங்களுக்கு சிகிச்சை கிடைக்கப்பெறாமல் இறந்தவர்களும் பலர். இறப்பதற்கு காரணம் தேவைப்படவில்லை. புச்சா நகரில் இருந்த ஒன்றே போதுமானது.

இத்தனை பலிகொடுத்தும், இன்னும் தலைநகர் கீவ்வை நெருங்க முடியவில்லை. பதினைந்து மைல் தூரந்தான் புச்சாவிலிருந்து. பாவக்கணக்குகள் கட்டாயம் சரிபார்க்கப்படும்.

4. கைகொடுக்கும் பாலம்

தேதி: 08 அக்டோபர் 2022
நேரம்: காலை 6 மணி
இடம்: கிரீமியாப் பாலம்

நீண்டதொரு பாலம். நெட்டநெடு ஒளிவிளக்குகள் இருபக்கமும் வரிசையில். சூரியனை இன்னும் காணவில்லை. முகப்பு விளக்குகள் வழிகாட்ட, பாலத்தின் மேல் செல்கின்றன வாகனங்கள். திடீரென வெடித்துச் சிதறுகிறது ஒரு டிரக் (சரக்குவண்டி). மஞ்சள் வெளிச்சம் பாலம் முழுக்கப் பரவுகிறது. பாலம் அதிர்கிறது. சாரல் மழைபோல மஞ்சள் பொறிகள் பாலத்தின் மேல் விழுகின்றன. எரிபொருள் பெட்டிகளுடன் அருகில் சென்ற இரயிலும் பற்றிக்கொண்டது. இன்னொரு வெடிச்சத்தம் கேட்கிறது. ஒரு தீப்பிடித்த இரயில்வண்டி, கருப்பு நிறத்தில் நீராவிப் புகையைப் பின்னோக்கிப் பரவவிட்டுக் கொண்டே செல்கிறது. டிரக் தானாக வெடித்ததா, நீண்டதூர ஏவுகணைத் தாக்குதலால் வெடித்ததா என்று தெரியவில்லை. தரைவழிப் பாலத்தின் ஒருபகுதி, கெர்ச் நீர்ப்பகுதிக்குள் சரிகிறது.

'ரஷ்ய அதிபர் புதினுக்கு பிறந்தநாள் வாழ்த்துகள்' என உக்ரைனிலிருந்து வாழ்த்துகள் குவிகிறது, சமூக ஊடகங்களில். ஒருநாள் முன்னர் தனது எழுபதாவது பிறந்தநாளைக் கொண்டாடினார் புதின். விதவிதமாக அமைந்தன பரிசுகள்.

குவித்து வைக்கப்பட்ட தர்ப்பூசணி மலை; நன்கு பயிற்சி செய்யப்பெற்ற பிறந்தநாள் வாழ்த்துப்பாடல்; 'எங்கள் அதிபர் புதின்' என்ற மக்களாலான எழுத்து உருவகங்கள். இவைகளை விடப் பெரியதொருப் பிறந்தநாள் பரிசாக இந்தப் பாலத் தகர்த்தலை, ரஷ்ய அதிபருக்கு அளித்திருக்கிறது உக்ரைன்.

கிரீமியா எனும் கௌரவம்

கிரீமியா - ரஷ்யாவின் வறட்டு கௌரவக் கிரீடம். உக்ரைனில் வெடித்த மக்கள் புரட்சியால் (பிப் - 2014), பதவியிறக்கப்பட்டார் ரஷ்ய ஆதரவு அதிபர் விக்டர் யனுகோவிச். அமெரிக்க ஆதரவு ஆட்சியும், ஆசைகளும் உக்ரைனை நிறைத்தன. அடுத்த மாதமே (மார் -2014), பழிவாங்கக் கைப்பற்றப்பட்டது கிரீமியா. ரஷ்யாவையும், கிரீமியாவையும் இணைக்கப் பாலம் ஒன்று கட்டப்பட்டது. கிரீமியாவின் ஆக்கிரமிப்பை நினைவூட்டும் இதை உக்ரைனியர்கள் சபித்து வந்தனர். சாபம் இன்று பலித்து விட்டது.

பன்னிரண்டு மைலுக்குக் கட்டப்பட்ட, ஐரோப்பாவின் பெரிய பாலம். ஒன்றல்ல, பக்கம் பக்கமாய் இரண்டு பாலங்கள். பார்ப்பதற்கு நீண்ட இரு கோடுகள் போலிருக்கும். ஒரு பாலம் வாகனங்களுக்கான நான்குவழிப் பாதையுடையது. இன்னொன்று இரட்டை இரயில் தண்டவாளங்களைக் கொண்டது. ரஷ்யா மற்றும் கிரிமீயாவிலுள்ள தீபகற்பங்களை இணைக்கும், கெர்ச் அல்லது கிரீமியா பாலம் என்று அழைக்கப்படுகிறது. யாராலும் உடைக்க முடியாதென, டைட்டானிக் கப்பல் அளவிற்கு ரஷ்யா இதில் பெருமிதம் அடைந்தது.

ஒருவித உளவியல் போர்தான் இந்தச்செயல். அலங்காரக் கொடிகளோடு ஒரு டிரக்கில் வலம்வந்து, இந்தப் பாலத்தை திறந்துவைத்தார் அதிபர் புதின். 2018-ஆம் ஆண்டு நடந்தது. உக்ரைன் மீதான முதல் ரஷ்ய வெற்றியைக் குறிக்கும் இந்நிகழ்வு. இது தகர்க்கப்பட்டிருப்பது, நிச்சயம் ரஷ்யாவிற்கு கௌரவப் பிரச்சனை.

அது மட்டுமல்ல... உக்ரைன் மீதான போரில், முக்கியத் தளவாடங்களைப் போர்க்களத்திற்குக் கொண்டு சேர்ப்பதும் இந்தப் பாலம்தான். ரஷ்யப்படைக்கு இராணுவக் கான்வாய்கள்

மூலம் தேவைப்படும் அனைத்தும் இதன் வழியாகத்தான் அனுப்பப்பட்டன. தெற்கு உக்ரைனில் சண்டையிடும் போர் வீரர்களின் அன்றாடத் தேவைகளைக் கவனித்து வந்தன. இங்கு மட்டுமின்றி, உக்ரைனின் கெர்சோன் பகுதியிலும் ரயில்வே பாலங்கள் தாக்கப்பட்டன. பாலத்தின் இருமுனைகளும் தீப்பற்றி எரிந்தன.

காட்டிக்கொடுத்த உக்ரைன் மக்கள்

அதிகாரப்பூர்வமாக உக்ரைன் இன்னும் இதற்குப் பொறுப்பேற்கவில்லை. ஆனால் மக்கள், குதூகலப்பட்டுக் காட்டிக் கொடுத்தனர். தலைநகர் கீவ்வில் அஞ்சல் தலை போன்றதோர் ஓவியம். அதில் கிரீமியா பாலம் இருபக்கமும் தீப்பிடித்து எரிவதை வரைந்திருந்தனர். மக்கள் அங்கு வந்துநின்று பெருமையோடு செல்பி எடுக்க ஆரம்பித்தனர்.

“உக்ரைனிடமிருந்து பறித்துக்கொண்ட யாவற்றையும், திரும்பப்பெற வேண்டும். இச்சம்பவமே இதன் தொடக்கம்” என்று முக்கியத் தலைவர்களே முழக்கமிட்டனர். மக்கள், பாலம் தகர்க்கப்பட்டதை வெற்றியின் தொடக்கமாக எண்ணி மகிழ்ந்தார்கள்.

“ஏவுகணைக் கப்பல் மோஸ்க்வா மற்றும் கெர்ச் பாலம் - ரஷ்யாவின் இரு கொடியவைகளும் இன்று தகர்க்கப்பட்டாயிற்று. என்ன செய்யப்போகிறீர்கள் ரஷ்யர்களே?” என்கிறார், உக்ரைனின் பாதுகாப்பு அமைச்சர். “ரஷ்யாவின் வான் பாதுகாப்பு படையினரே, தூங்கி கொண்டிருக்கிறீர்களா?” என்று ஏளனம் செய்கிறார் இன்னொரு உயரதிகாரி. அடுத்த ஒரே மாதத்தில், ரஷ்யா ஆக்கிரமித்திருந்த ஒரே பெரிய மாகாணமான, கெர்சோன் விடுதலை பெறுகிறது. கிரீமியாப் பாலம் உக்ரைனைத் தொடும் நகரம் கெர்சோன் என்பது இங்கு கவனிக்கத் தக்கது.

இதன்பின் தொடங்கியது ரஷ்யாவின் உக்கிரத் தாக்குதல். உக்ரைனின் ஆற்றல், இராணுவம் மற்றும் தகவல் தொடர்பு உள்கட்டமைப்பு பகுதிகளில் சரமாரி தாக்குதல் நடைபெற்றது. நீண்டதூர ஏவுகணைகள், ராக்கெட் தாக்குதல்கள் என்று தன் பங்குக்கு அழித்தது ரஷ்யா.

அழிப்பதில் போட்டிபோட்டுக் கொள்ளும் இரு நாடுகளும், சமரசத்திற்கு எதுவும் செய்வதில்லை. கண்துடைப்புப் பேச்சுவார்த்தைகள் நடைபெறுகின்றன. பங்கு பெறுபவர்கள், அவ்வப்போது காணாமல் போகிறார்கள். போர் நிறுத்தம் என்ற இலக்கை நோக்கிச் செல்வதில்லை. இருவருக்குள் மட்டும் நடக்கும் போராக இருந்திருந்தால் ஒருவேளை இது சாத்தியமாகி இருக்கலாம். இது இரு வல்லரசுகளின் பலப்பரீட்சை ஆகிவிட்டது. போர் ஆயுதங்களின் நேரடிக் கண்காட்சியாகி விட்டிருக்கிறது இந்தப் போர். எளிதில் தோல்விகள் ஒப்புக்கொள்ளப்பட மாட்டாது. இந்த வெடிப்பைத் தொடர்ந்து ரஷ்ய நாட்டின், உக்ரைன் போருக்கான இராணுவத் தலைவர் மாற்றப்படுகிறார். செர்கெய் சுரோவிக்கின் - சிரியாவில் ரஷ்ய இராணுவத்தை வழிநடத்தியவர்.

போரின் இரண்டாம் வருடத்திலும், இதே பாலம் மேலும் மேலும் தாக்கப்படுகிறது. பிரிட்டனின் தொலைதூர ஏவுகணை ஸ்டார்ம் ஷடோவ்களைக் கொண்டு, துல்லியமாக நடத்தப்படுகிறது. கிரீமியாவைக் கைப்பற்றுவதென சபதம் எடுத்திருக்கிறார் உக்ரைன் அதிபர் ஜெலன்ஸ்கி. ஒருவகையில் ரஷ்ய வீரர்களின் தளவாடங்களை இது வெகுவாகப் பாதிக்கும். மேலும் உளவியல் ரீதியிலும், புதினின் இறுமாப்பைச் சீண்டும். கிரீமியக் கிரீடம் முக்கியமே.

இலங்கைப் போருக்கு புதிதாய் உருவான இராமர் பாலம் கைகொடுத்தது. உக்ரைன் போருக்கு, கிரீமியாப் பாலத்தகர்ப்பு கைகொடுக்கிறது. உறவின் பாலங்கள் என்றோ மறைந்துபோய் விட்டன.

5. ரஷ்யாவால் ஏன் இன்னும் வெல்ல முடியவில்லை?

தனது பசியைத் தணிக்கத் துரத்துகிற புலி. தன் உயிரைக் காப்பாற்றிக்கொள்ள ஓடுகிற மான். ஓட்டம் நீள நீள இருவருமே களைப்படைகிறார்கள். தனது அந்தஸ்தைக் காப்பாற்றப் புலியும், உயிரைக் காத்துக்கொள்ள மானும் ஓடுவதை நிறுத்த முடியவில்லை. மானுக்குத் தூரத்திலிருந்து ஆதரவுகள் திரள, களத்தில் இப்போது புலியும் மானும் மட்டும் போட்டியிலில்லை. காடே இரண்டுபடக் காத்திருக்கிறது.

புலியிடம் மான் ஏன் இன்னும் மாட்டவில்லை?

ரஷ்யா ஆரம்பித்தது இராணுவ நடவடிக்கையே. போர்ப் பிரகடனம் அல்ல. உலகமே உற்று நோக்குகிறது உக்ரைனை. போர்ப் பிழைகளைச் செய்து, உலகின் அனுதாபத்தை உக்ரைனுக்குப் பெற்றுத் தந்துவிடக் கூடாது. ஆதலால் அதற்கேற்ற மட்டத்தில் படைகளைக் குவித்து ஆட்டத்தை ஆரம்பித்தது ரஷ்யா. நவீன ஆயுதங்கள் கைவசம் இருந்தாலும், பழைய சரக்குகளை முதலில் காலிசெய்தது. சோவியத்தில் இணைந்திருந்த உக்ரைனுக்கு இந்த ஆயுதங்கள் எல்லாம் அத்துப்படி. அதுபோக மேற்குலகின் நவீன ஆயுதங்கள் கைசேர, ரஷ்யப்படையைச் சிதறடித்தது என்றே கொள்ளலாம்.

கைப்பற்றிய கெர்சனிலிருந்துகூடப் பின்வாங்கியதென்றால், வேறு என்ன சொல்ல?

கள முன்னணியில் ஆயிரமாயிரம் வீரர்களைப் பலிகொடுத்தது ரஷ்யா. அவசரமாய்த் திரட்டப்பட்ட இந்த வீரர்களுக்கு பயிற்சி போதவில்லை. ஏதோ இராணுவப் பயிற்சி என்றுகூறித் தான் உக்ரைனுக்குள் அனுப்பப்பட்டார்கள். நடப்பதை நிதானிக்குமுன் நித்தியம் அடைந்தார்கள். போதிய இராணுவ உள்கட்டமைப்பு இல்லாததும் காரணமாகியது. மேலிடத்திலிருந்து கட்டளைகளை நிறைவேற்றும் மனித இயந்திரங்கள் ஆனார்கள் கடைநிலை வீரர்கள். களநிலைக்கேற்ப சுதந்திரமாக முடிவெடுக்கும் உரிமை கொடுக்கப்படவில்லை. வழிநடத்தும் தலைவர்களுக்கும் திறன் போதவில்லை.

பழைய போர் உத்தியான, பகுதிகளைக் கைப்பற்றி தக்கவைத்துக் கொள்வதையே ரஷ்யா முயன்றது. இதில் உக்ரைனிய இராணுவ பலத்தையும், பொது மக்களே வெகுண்டெழுந்து போர்புரிய வருவார்கள் என்பதையும் குறைத்து மதிப்பிட்டு விட்டது. தன்னிடம் இருக்கும் தரைப்படை, வான்படை, பீரங்கிகள், நவீன தொலைதூர ஆயுதங்கள் - இவற்றை ஒருங்கிணைக்கத் தவறிவிட்டது. போருக்கு சென்ற நாட்டில், உணவு, எரிபொருள், வழிகாட்டல் இல்லாமல் தாக்குப் பிடிக்கவே சிரமப்பட்டது.

கத்தியை மட்டும் தீட்டவில்லை உக்ரைன்; புத்தியையும் சேர்த்துத்தான். மேற்குலக உளவுத்துறை தகவல்களுக்கேற்ப, சொச்சமிருக்கும் ஆயுதங்களைத் தேர்ந்தெடுத்து, சரியான நேரம் பார்த்துத் தாக்குதலை அரங்கேற்றுகிறது. எல்லாவற்றையும் பிளான் பண்ணிச் செய்கிறார்கள். இந்த நவீனப் போர்முறை உலகிற்கே உதாரணமாகத் திகழ்கிறது. இனிவரப்போகும் போர்கள் எல்லாமே, வெறும் படைவீரர்களை மட்டும் சார்த்திருக்காது. உளவுச் செய்திகள், துல்லிய இலக்கைத் தாக்கும் நவீன தானியங்கி ஆயுதங்கள், இவற்றை ஒருங்கிணைக்கும் தொலைத் தொடர்பு சாதனங்கள், இவற்றில் பயிற்சி கொடுக்கப்பட்ட வீரர்கள் என்று சர்ஜிக்கல் ஸ்டரைக் அளவிற்கு இருக்கும்.

அணு ஆயுதங்கள் தயாராக இருப்பதாக அவ்வப்போது எச்சரிக்கிறார் ரஷ்ய அதிபர் புதின். உக்ரைனில் இருக்கும்

ஸாப்ரோசேஷியா அணுமின் நிலையத்தில் எப்போது வேண்டுமானாலும் அபாயச் சங்கு ஒலிக்கலாம். ஐரோப்பாவே அழிந்து போகுமளவு அபாயம் நிறைந்தது இது. இதன் அபாயத்தை உணர்ந்தே கையாள்கின்றனர் இருதரப்பும்.

ரஷ்யாவின் முக்கிய இழப்புகள்

வரலாறு அடிப்படையில் அண்டை நாடுகளுக்கான போர் இரு வகைப்படும். கிரீமியா ஆக்கிரமிப்பை போல ஒருசில வாரங்களில் முடிவது. அல்லது உக்ரைனைப் போல் வருடக்கணக்கில் நீடிப்பது. இத்தகைய நீண்ட போர்களில், தோல்வியை ஒருதரப்பு ஒப்புக் கொண்டாலொழிய போர் முடிவுக்கு வராது. ஒப்புக் கொள்ளாமல் தொடர்ந்து சிறிய அளவிலானாலும் சண்டையைத் தொடர்வர்.

மாறிக்கொண்டே இருக்கும் புதினின் இலக்குகளும் போர் என்று முடியுமென்பதைக் கணிக்க முடியாமல் செய்கிறது. உக்ரைனின் இராணுவப் படைகளையும், நாசித்தனத்தையும் அகற்றுவது; உக்ரைன் நேட்டோவில் இணைவதைத் தடுப்பது; தொழில் சார்ந்த லுஹான்ஸ்க் மற்றும் டோனெஸ்க் பகுதிகளின் விடுதலை; புதிய உலக ஒழுங்கை (வல்லரசுகளின் முடிவுகளைச் சார்ந்திராமல், சர்வதேச நலனைக் கருத்தில் கொண்டு பிரச்சினைகளைத் தீர்ப்பது) கொண்டுவருவது. இன்னும் நீளுமா?

இரண்டு லட்சம் வீரர்கள் அணிவகுத்து நின்றனர் உக்ரைனைக் கைப்பற்ற. சில நாட்களில் முடியுமென்று எதிர்பார்க்கப்பட்ட போர் இன்று ஒரு வருடத்திற்கும் மேல் நீடித்திருக்கிறது. ரஷ்யாவின் முக்கிய இழப்புகள் பின்வருவன:

- தலைநகர் கீவ்வை நோக்கிய 35 மைல் நீள இராணுவப் பரிவாரம், போரின் ஆரம்ப மாதத்திலேயே பின்னடைவு அடைந்தது - தலைமைக்கும், கள வீரர்களுக்குமிடையே நவீன தொலைத் தொடர்புகள் இல்லாதது, உக்ரைன் நிலப்பரப்பை அறியாமல் படைகள் வழி தடுமாறியது, உக்ரைன் மக்களின் சமயோசித எதிர்ப்புகள் (அடுத்த ஊரை இணைக்கும் பாலங்களை, சாலைகளைத் தகர்ப்பது) எனப் பல காரணங்களை அடுக்கலாம்

- போரில் கைப்பற்றிய ஒரே பிராந்தியத் தலைநகரான கெர்சனிலிருந்தும், நைப்பர் ஆற்றின் கரையிலிருந்தும் படைகளை பின்வாங்கியது - ஆயிரக்கணக்கான ரஷ்ய வீரர்களைப் பலிகொடுப்பதைத் தடுக்க, ரஷ்யப் படைத்தளபதி சுரோவிக்கினால் எடுக்கப்பட்ட துணிவான முடிவு
- 2023 புத்தாண்டு அன்று டொனெஸ்க் பகுதியிலுள்ள மக்கீவ்காவில் நூற்றுக்கணக்கில் ரஷ்ய வீரர்கள் கொன்று குவிக்கப்பட்டது - எரிபொருள் டேங்கர், ட்ரோன், ஹைமார்ஸ், ஜாவலின் போன்ற நவீன ஏவுகணைகளைக் கொண்டு நடத்தப்பட்ட துல்லியத் தாக்குதல் இது.
- புதின் பிறந்த நாளன்று, ரஷ்யா - கிரீமியாவை இணைக்கும் 12 மைல் கெர்ச் பாலத்தை உக்ரைன் தகர்த்தது - தெற்கு உக்ரைனைக் கைப்பற்றும் ரஷ்யப் படைக்கான உணவு, எரிபொருள், ஆயுதங்கள் என சகலமும் இவ்வழியேதான் விநியோகிக்கப்பட்டது.

போர்ப் பரிணாமங்கள்

ரஷ்யா - உக்ரைனுக்கிடையில் மட்டும் போர் நடக்கவில்லை. உக்ரைனை ஆதரிக்கும் வல்லரசான அமெரிக்காவும், நேட்டோ படைகளும் பொருளாதாரம், தொலைத் தொடர்பு, உளவுத் தகவல், ஆயுதங்கள், படை வீரர்களுக்குப் பயிற்சி எனப் போருக்கு தேவையான எல்லாவற்றையும் அளித்து வருகிறது. குழந்தைகளைப் பரிட்சைக்குத் தயார்ப்படுத்தும் பெற்றோர்களைப் போல. போர் முனையில் சண்டையிடுவது மட்டும்தான் உக்ரைனின் வேலை. முழுத் தயாரிப்பையும் நேட்டோ நாடுகள் பார்த்துக்கொள்ளும்.

உக்ரைனுக்கு உதவிகள் குவிந்து கொண்டிருக்கின்றன. பில்லியன் கணக்கில் கடனை அள்ளிவீசி வருகிறது அமெரிக்கா. தொலைதூர ஏவுகணைகளைத் தர பிரிட்டன் சம்மதித்து விட்டது. ஐரோப்பிய நேட்டோ நாடுகள் அனைத்தும் உக்ரைன் பக்கம். உக்ரைன், போரில் ஒருவேளை ஜெயித்துவிட்டாலும் என்னவாகும்? தலைமுறை தலைமுறையாய் அமெரிக்காவுக்கு கடனடைக்கவே உக்ரைன் மக்கள் உழைக்க வேண்டும். போர்ச் சமயத்தில் கூட, தங்கள் நாட்டு தானியச் சந்தை

மட்டுப்படுகிறதென்று உக்ரைன் தானியங்களை எல்லை தாண்ட அனுமதிக்காத நாடுகளா நாளை அவர்களைத் தூக்கிவிடுவர்? உக்ரைனின் வயல்களைப் பணயம் வைத்து, ஆயுதங்கள் வாங்கும் தலைவர்களா மக்களை தரமுயர்த்துவர்? போரிலிருந்து மக்களுக்கு நிம்மதி கிடைக்கும். பழைய சுதந்திரம் கிடைக்குமா?

நேட்டோ நாடுகளின் விரிவாக்கம் புதினுக்கு பயத்தை உண்டு பண்ணியது. அதே பயம் இன்று உக்ரைன் ஆக்கிரமிப்பால் ஐரோப்பிய நாடுகளை சூழ்ந்து கொண்டிருக்கிறது. நாடுகளிடையே பரஸ்பரம் நம்பிக்கையின்மையே மூலகாரணம். பரிணாம வளர்ச்சி அடைந்தும், எல்லைச் சண்டைகள் தீர்ந்தபாடில்லை. அதனால்தான் ஆக்கிரமிப்புகளை அடியோடு நிறுத்த முனைகிறார்கள். உதவிக்கரம் நீட்டும் வல்லரசுகளின் சூழ்ச்சியிலும் விழுகிறார்கள். ஏற்கெனவே இந்தச் சூழ்ச்சியில் சிக்கிச் சின்னாபின்னமானவர்கள், இன்று ஒன்றுகூடி முன்னேறப் பார்க்கிறார்கள். புதிய உலக ஒழுங்கு ரஷ்யாவின் விருப்பமாக மட்டும் தெரியவில்லை.

ரஷ்யாவை உதாரணமாகக் கொண்டு நாளை சீனாவும் இதையே தைவானுக்கு செய்யலாம். ஏற்கெனவே கருணை உள்ளத்தோடு இலங்கைக்கும், பாகிஸ்தானுக்கும் கடனை அள்ளிவீசிக் கொண்டிருக்கிறது. முக்கியப் பகுதிகளைக் குத்தகை எனும்பேரில் தன்வசம் ஆக்கிக்கொண்டும் விட்டது. தைவானைப் போல இது இந்தியாவின் தலையிலும் பிறகு விடியலாம்.

இந்நேரம் ரஷ்யாவும் போர்ப் பாடங்கள் கற்றிருக்கும். குளிர்காலத்தில் மந்தமடைந்திருந்தது போர்க்களம். இரு படைகளும் இனி தற்காப்புத் தாக்குதல் மட்டுமல்ல, கடுமையான எதிர்த் தாக்குதலுக்கும் தயாராகி விட்டார்கள். நவீன ஆயுதங்களைப் போர்க்களத்தில் இறக்கத் தொடங்கிவிட்டது ரஷ்யா. ஆயுதப் பற்றாக்குறை இருப்பினும், ஈடுகட்டத் தயாராகி வருகிறது உக்ரைன். போர் வியூகங்கள் பரிசோதிக்கப்படும் நேரம் வந்துவிட்டது. இருவரில் ஒருவர் வென்றாலும் சரி, சமாதானமாகப் போர் நிறுத்தம் செய்தாலும் சரி. இதற்குமேல் உயிரிழப்பு இல்லாதிருந்தால் போதும்.

6. விளாதிமிர் புதினைக் கைது செய்ய முடியுமா?

அமெரிக்க MQ-9 ரக ஆளில்லாத ட்ரோன் விமானம் மார்ச் 14ஆம் தேதி, கருங்கடல் பகுதியில் விபத்துக்குள்ளானது. ரஷ்யாவின் இரண்டு Su-27 ரகப் போர் விமானங்களே இந்த ட்ரோனை வீழ்த்தியதாக, அமெரிக்கா மார்ச் 16ஆம் தேதி வீடியோ ஆதாரங்களோடு குற்றம் சாட்டியுள்ளது.

ஒரு வருடத்திற்கும் மேலாக நடந்துவரும் ரஷ்யா - உக்ரைன் போர், இந்தக் குளிர்கால முடிவில் மேலும் தீவிரமடைய உள்ளது. இதனிடையே சர்வதேசக் குற்றவியல் நீதிமன்றம், ரஷ்ய அதிபர் புதினுக்கு எதிரான கைது உத்தரவைப் பிறப்பித்துள்ளது. என்னதான் நடக்கிறது?

MQ-9 ட்ரோனுக்கு என்ன நடந்தது?

பதட்டமான போர்ப் பகுதிகளில் உளவுபார்க்க, இன்று பல நாடுகளும் பயன்படுத்துபவை ஆளில்லா பறக்கும் விமானங்களே. ரஷ்யா உக்ரைன் போரையொட்டி, கருங்கடல் பகுதியின் சர்வதேச வான்வெளியில் இந்த MQ-9 ரீப்பர் வகை ட்ரோனை அமெரிக்கா பறக்க விட்டிருந்தது. இங்கிருந்து ரஷ்யக் கடற்படை நடவடிக்கைகளை கண்காணித்து உக்ரைனுக்குத் தகவல் கொடுக்கவே இந்த ஏற்பாடு.

11 மீ நீளமும், 22 மீ இறக்கை இடைவெளியும் கொண்ட இந்த ட்ரோன், 50,000 அடி உயரத்தில் பலமணி நேரம் பறக்கக் கூடியது. அடிப்படையில் தகவல் சேகரிப்புக்கு உதவினாலும், துல்லியத் தாக்குதல்களிலும் ஈடுபட முடியும். தொலைவிலிருந்தபடியே இரண்டு பேர் இதை இயக்க, உயிர்ச் சேதத்தையும் தவிர்க்கலாம். ஈராக், ஆப்கானிஸ்தான், சிரியா போர்களில் பல தீவிரதிகளைக் கொல்ல, அமெரிக்காவால் இந்தவகை ட்ரோன்கள் பயன்படுத்தப்பட்டிருக்கின்றன.

மார்ச் 14-ஆம் தேதி காலை, ரஷ்யாவின் இரு போர் விமானங்கள், இந்த அமெரிக்க ட்ரோனை முன்னும் பின்னுமாய் தொடர்ந்திருக்கின்றன. அமெரிக்க இராணுவத் தலைமையகமான பெண்டகன் இதன் வீடியோ ஆதாரத்தை ட்விட்டரில் வெளியிட்டுள்ளது. இதில் ரஷ்ய விமானங்கள் எரிபொருளை அமெரிக்க ட்ரோன் மீது தெளிப்பதும், பின்னாலிருந்து நெருங்குவதும் பதிவாகியுள்ளது. இதுபோல் இரண்டுமுறை செய்தபின், சில வினாடிகள் கேமரா செயலிழந்து மறுபடி உயிர் பெறுகிறது. அப்போது ட்ரோன் விமானத்தை உந்துவிசையால் முன்னோக்கி செலுத்தும் ப்ரொபெல்லர் பலத்த சேதமடைந்திருப்பது தெரிகிறது.

இந்தத் தாக்குதல் சுமார் 30-40 நிமிடங்கள் நீடித்ததாகக் கூறுகிறது அமெரிக்கத் தரப்பு. இறுதியில் ட்ரோன் பறக்க முடியாத நிலையில், கட்டுப்பாட்டையும் இழந்ததால் அது கடலுக்குள் விழுந்ததாகத் தெரிவித்துள்ளது. இது ரஷ்யாவின் 'பொறுப்பற்ற, நெறிதவறிய, சூழ்நிலைக்குத் தகாத' செயல் என்றும் தன் அறிக்கையில் குறிப்பிட்டுள்ளது.

இதற்கு ரஷ்யப் பாதுகாப்பு அமைச்சகம் அளித்த விளக்கம்: இந்த ட்ரோன்களின் டிரான்ஸ்பாண்டர்கள் (ரேடியோ அலைகளை அனுப்பும் கருவி) அணைக்கப்பட்டிருந்தன. இது ஒரு 'திட்டமிடப்பட்ட சூழ்ச்சி' என்பது. இந்தச் சம்பவம் ரஷ்யாவை 'வம்புக்கு இழுக்கும் செயலென' அமெரிக்காவிற்கான ரஷ்ய தூதர், அனடோலி அன்டோனோவும் கூறியுள்ளார்.

மூழ்கிய ட்ரோனின் பாகங்களை 5000 அடி ஆழத்திலிருந்து மீட்டெடுக்கும் பணிகளில் ரஷ்யா தீவிரம் காட்டி வருகிறது. அதே சமயம் முக்கியத் தரவுகள் எதுவும் ரஷ்யாவிற்கு

கிடைக்காமல் பார்த்துக்கொள்வோம் என்று அமெரிக்க இராணுவ உயரதிகாரிகளும் கூறிவருகின்றனர்.

“இது தற்செயலாக ஏற்பட்ட விபத்து எனக்கொள்வதே இப்போதைக்கு ஏற்றதாக இருக்க முடியும்”, என அமெரிக்க பாதுகாப்புச் செய்தி தொடர்பாளர் நெட் பரைஸ் தெரிவித்துள்ளார். இதே கருத்துகள் பிரிட்டனிலிருந்தும் வைக்கப்படுகின்றன. இதற்கிடையில் இரு ரஷ்ய -27 விமானிகளுக்கு , அந்நாட்டின் பாதுகாப்பு அமைச்சர் விருதுகளை வழங்கியுள்ளார். சர்வதேச வான்வெளி கட்டுப்பாடுகளை, அமெரிக்க ட்ரோன் மீறாமல் பாதுகாத்ததற்கான விருது.

உக்ரைன் - ரஷ்யா போர் நடந்து கொண்டிருக்கும் இந்த நேரத்தில், அமெரிக்காவும் ரஷ்யாவும் நேரடி மோதலில் ஈடுபடுவது இதுவே முதல்முறை. இரண்டாம் உலகப்போர் சமயத்து ‘பேர்ள் துறைமுக’ தாக்குதலின் விளைவுகள் வரலாறாகின. இந்த MQ-9 ரீப்பர் தாக்குதல் ஒருநாளும் அதைப்போன்று மாறிவிடக் கூடாதென்பதே, இச்சமயம் உலக மக்களின் ஒரே வேண்டுதலாய் இருக்கிறது.

உக்ரைன் போர்க்களம் குண்டுகள் தீர்ந்துவிட்டனவா?

ரஷ்யப் படைகள் உக்ரைனின் பாக்மூத் பகுதியை ஆக்கிரமிக்க முன்னேறிக் கொண்டிருக்கிறார்கள். ஆறு மாதங்களாக இங்கு நடந்து கொண்டிருக்கும் போரில், இரு படைகளாலும் தனித்து கோலோச்ச முடியவில்லை. புவியியல் ரீதியாக இந்த இடம் முக்கியத்துவம் வாய்ந்தது. இதைக் கைப்பற்றிவிட்டால், மாஸ்கோவிலிருந்து உக்ரைனுக்கு நேரடி தரைவழித் தொடர்பு கிடைத்துவிடும் என்று உக்ரைன் அதிபர் ஜெலன்ஸ்கியே குறிப்பிட்டுள்ளார்.

குளிர் தீர்ந்து கொண்டிருக்க, சீக்கிரமே தீவிரப்போர் தொடங்கும் காலம் நெருங்கிவிட்டது. ரஷ்யாவின் வாக்னர் படைத்தலைவர் யெவ்கேனி ப்ரிகோஷின், தனது படைகளுக்கு வெடிமருந்துகள் கிடைக்காதது பற்றி குற்றம் சாட்டியுள்ளார். ரஷ்ய ராணுவப்படை அதிபர்களுக்கும் வாக்னர் படைக்குமுள்ள உட்பகையை காரணம் காட்டியுள்ளார். இது ரஷ்யப் படைகளிடம் குண்டுகள் தீர்ந்துவிட்டதைப் போன்ற பிம்பத்தை உருவாக்கியிருக்கிறது.

மிகவும் கனமான வெடிகுண்டுகளை உக்ரைனின் ராக்கெட் லான்சர்களைத் தாண்டி விமானம் மூலம் கொண்டுசெல்ல முடியாது. ரஷ்ய ரயில் நிலையத்திலிருந்து தரைவழியாகத் தான் பாக்மூத்துக்குள் கொண்டுசெல்ல முடியும். குளிர் தீர்ந்து பனி உருகும் இக்காலத்தில், பனி உருகி மண்ணோடு கலந்து சேறும் சகதியுமாக மாறிவிடும். சாதாரண வாகனங்கள் இந்தச் சேற்றில் மாட்டிக்கொள்ளும். இதற்கெனப் பிரத்யேகமான கவச வாகனங்களே இதற்கு உதவி புரியும். இதனால் தான் ரேஷன் போன்று கொஞ்சம் கொஞ்சமாய்க் கொண்டு செல்கிறார்கள். இனிவரும் போரில் இந்தக் கவச வாகனங்களும், பீரங்கிகளுமே வெற்றியை நிர்ணயிக்கப் போகின்றன. உக்ரைனிடம் ஏற்கெனவே இவை மிக சொற்ப எண்ணிக்கையில்தான் உள்ளன.

ஆக ரஷ்யாவிடம் குண்டுகள் எதுவும் தீர்ந்துபோய் விடவில்லை. சென்றுசேரத் தாமதமாகிறது, அவ்வளவேதான். நிஜத்தில் உக்ரைனிடத்தில்தான் குண்டுகள் போதுமான அளவு இல்லை. உக்ரைன் ராணுவ வீரர்களுக்குப் போதுமான அனுபவம் இல்லாததால், ரஷ்யாவைவிட இரண்டு மடங்கு குண்டுகளை உபயோகப்படுத்தி விட்டார்கள். ஜெர்மனி, அமெரிக்கா, பிரிட்டன், பிரான்ஸ் போன்ற நாடுகள் குண்டுகளைத் தயாரித்து இனி உக்ரைனுக்குக் கொடுத்தால்தான் உண்டு. இதற்கான தயாரிப்புகள் இந்த நாடுகளில் மும்முரமாய் நடப்பதாகத் தெரியவில்லை. சமீபத்திய கள நிலவரப்படி, கிழக்கு பாக்மூத் முழுவதையும் கைப்பற்றிவிட்டதாக வாக்னர் படைத்தலைவர் அறிக்கை விடுத்துள்ளார்.

ரஷ்ய அதிபர் புதினுக்கு எதிரான கைது உத்தரவு

ஐக்கிய நாடுகளின் விசாரணை முடிவில், ரஷ்ய அதிபர் புதின் போர்க் குற்றங்கள் புரிந்துள்ளதாகக் குற்றம் சாட்டப்பட்டுள்ளார். இதனையடுத்து சர்வதேசக் குற்றவியல் நீதிமன்றம் (ஐசிசி), அதிபர் புதினுக்கு எதிரான கைது உத்தரவைப் பிறப்பித்துள்ளது. உக்ரைனின் போர்ப்பகுதிகளில் இருந்த குழந்தைகளைக் கட்டாயமாக ரஷ்யாவிற்கு நாடு கடத்திய குற்றதிற்காக.

உக்ரைனுக்கும், சர்வதேச சட்ட அமைப்பிற்கும் இது வரலாற்று முக்கியத்துவ மிக்க தீர்ப்பாக அமையும் என்று உக்ரைன் தரப்பிலிருந்து வாழ்த்து மழை பொழிகிறது. கடத்தப்பட்ட

குழந்தைகளின் எண்ணிக்கை 16,000-க்கும் மேலாக இருக்கும் என்கிறார் அந்நாட்டு அதிபர் ஜெலன்ஸ்கி.

பாதுகாப்புக் கருதியே குழந்தைகள் வெளியேற்றப்பட்டனர் என்று கூறுகிறது ரஷ்யத் தரப்பு. போரினால் சேதமடைந்துள்ள இடங்களில் குழந்தைகள் அனாதைகளாவும், ஆதரவற்றும் அங்கேயே தங்கிவிடக் கூடாதெனும் நல்லெண்ண அடிப்படையிலேயே இதை மேற்கொண்டது என்கிறது. மேலும் இந்த நடவடிக்கையை ரஷ்யா சர்வதேச ஊடகங்களிலிருந்து மறைக்கவும் இல்லை. மேலும் சர்வதேசக் குற்றவியல் நீதிமன்றத்தின் முடிவுகளுக்கு ரஷ்யாக் கட்டுப்பட்டதல்ல என்றும் தெளிவுபடுத்தியுள்ளது.

ஆனால் சர்வதேச அளவில் இது சஞ்சலத்தை உருவாகியிருக்கிறது. ஐக்கிய நாடுகள் பாதுகாப்பு அவையின் நிரந்தர உறுப்பினரான ரஷ்யாவின் தலைவர், இப்போது ஒரு சர்வதேச குற்றவாளி ஆகிறார். ரஷ்யாவுடனான பிற நாடுகளின் உறவுகள் இனி என்னவாகும்? அதிபர் புதினால், ஐசிசிக்குக் கட்டுப்பட்ட நாடுகளுக்கு எப்படிப் பயணம் செய்ய முடியும்? சர்வதேச நீதிமன்றத்தில் ஆஜர்படுத்தப்பட்ட வேண்டியவரை எப்படி நாட்டிற்குள் வரவேற்க முடியும்?

"எங்கள் நாட்டு அதிபரைக் கைது செய்வது எங்கள் நாட்டையே தாக்குவது போலாகும். இது மேற்குலக நாடுகளின் வெறித்தனத்தையேக் காட்டுகிறது", என்றெல்லாம் அதிபர் புதினுக்கு நெருங்கியவர்கள், ட்விட்டரில் காட்டமாகப் பதிவிட்டிருக்கிறார்கள். நடைமுறையில் புதின் கைது என்பதெல்லாம் நடக்காது என்றாலும், அவரை சந்திக்கச் செல்லும் மற்ற நாட்டுத் தலைவர்களின் பயணம் இனிக் கேள்விக்குறியாகும். (சீனா, வடகொரியாத் தலைவர்கள் நீங்கலாக என்பதைச் சொல்ல வேண்டாம் அல்லவா?)

எப்படிப் பார்த்தாலும் அடுத்த சில ஆண்டுகளுக்கேனும் அப்பிராந்தியத்தில் நிம்மதி இருக்கப் போவதில்லை. மேற்கே சிரியா மாட்டிக்கொண்டு சின்னாபின்னாமானது போலக் கிழக்கே இன்று உக்ரைன். யாரும் ஒன்றும் செய்வதற்கில்லை.

7. போரும் பொருளாதாரமும்

உக்ரைன் - ரஷ்யப் போர் இன்னும் முடிந்தபாடில்லை. இன்னும் நீட்டிக்கவே இருபுறமும் அணிகள் கைகோத்து உதவிபுரியத் துவங்கியுள்ளன. பகைவனுக்குப் பகைவன் நண்பன் என்கிற ரீதியில், உலக நாடுகள் ஒன்றுசேரும் முயற்சியில் பகிரங்கமாக ஈடுபட்டு வருகின்றன. இவை இந்தப் போருக்காக மட்டும் கைகோக்க நினைக்கவில்லை. பிற்காலப் பொருளாதாரச் சந்தையையும் நிர்ணயிக்கும் வாய்ப்பை ஏற்படுத்திக் கொள்ள முனைகிறார்கள்.

பொருளாதாரத் தடைகளின் விளைவுகள் என்ன?

ரஷ்யா, உக்ரைனுக்கு எதிரான சிறப்பு இராணுவ நடவடிக்கையைச் சென்ற வருடம் ஆரம்பித்தது. இன்றுவரை இதைப் போர் என்று ரஷ்யா குறிப்பிட்டதில்லை. எதிர்பார்த்தபடியே அமெரிக்கா, நேரடியாக உக்ரைனுக்கு உதவக் களத்தில் இறங்கவில்லை. மாறாக ரஷ்யாவிற்கு எதிரான பொருளாதாரத் தடைகளை உடனடியாக அமல்படுத்தியது. இது பொருளாதாரத் தடைகளின் போர் என்றும் அழைக்கப்பட்டது.

சர்வதேச நிதி நிறுவனம், ரஷ்யாவின் ஜிடிபி (மொத்த உள்நாட்டு உற்பத்தி) 15% சரியும் என்றது. ரஷ்யாவின் தொழில்நுட்ப வல்லுநர்களே இதில் 30% சரிவை எதிர்நோக்கி, புதினையும்

இதுகுறித்து எச்சரித்தனர். ஒரு வருடத்திற்குப் பின், ரஷ்யா வெறும் 2.2% பொருளாதாரச் சரிவையே சந்தித்துள்ளது. மின்னணுவியல் மற்றும் மோட்டார் வாகனத்துறைகள் பாதிப்படைந்தாலும், கட்டுமானம் மற்றும் விவசாயத்துறைகள் நல்ல வளர்ச்சி அடைந்துள்ளன. இன்னுமிரண்டு வருடங்களிலும் இது அதிகரிக்கும் என எதிர்பார்க்கப்படுகிறது. பொருளாதாரத் தடைகளின் மூலம் ரஷ்யாவை மண்டியிட வைக்கும் அமெரிக்காவின் கனவு நிறைவேறவில்லை. இன்னும் இரண்டு ஆண்டுகள் போரை நிறுத்தாமல் நடத்துவதற்கான பலம், ரஷ்யாவிடம் உள்ளது.

போரை நிறுத்த முனைகிறதா அமெரிக்கா?

அமெரிக்கா, உக்ரைன் போரை நிறுத்துவதற்கு எந்த அக்கறையும் காட்டவில்லை என்கிறார், ஈரானின் உயரிய தலைவர் அயத்துல்லா அலி காமெனி. மார்ச் 21-ஆம் தேதி ஈரானின் மாஷாத் நகரில், "அமெரிக்காதான் உண்மையில் உக்ரைன் போரைத் தொடங்கியது. நேட்டோ கூட்டமைப்பை, கிழக்குலக நாடுகளுடனும் விரிவுபடுத்தும் எண்ணத்துடனே இது தொடங்கப்பட்டது. இதன்மூலம் உக்ரைன் மக்கள் பாதிக்கப்படுகிறார்கள். எனினும் அமெரிக்க ஆயுத தயாரிப்பு நிறுவனங்கள் பெரும் லாபம் பார்க்கின்றனர். இதனால் தற்போதைக்கு போரை நிறுத்தும் எண்ணம் இவர்களிடம் இல்லை", என்று உரையாற்றியுள்ளார்.

அமெரிக்காவின் நிரந்தர இராணுவத் தளம் இதே நாளன்று போலந்தில் அமைக்கப்பட்டிருக்கிறது. சர்வதேச நாடுகளின் உதவிகளும், உபகரணங்களும் உக்ரைனுக்கு சென்றடையும் ஒரே வழியான போலந்தில், இப்போது பத்தாயிரம் அமெரிக்க வீரர்கள். "ரஷ்யாவின் ஆக்கிரமிப்பை எதிர்க்க அமெரிக்கா வாக்களிக்கிறது என்பதை நேட்டோ நாடுகளுக்கும், உலகிற்கும் பறைசாற்றவே இந்த ஏற்பாடு", என்கிறார் போலந்திற்கான அமெரிக்க தூதுவர் மார்க் ப்ரெஜின்ஸ்கி.

இதைப் போலந்தின் பாதுகாப்பு அமைச்சரும் வெகுவாய் வரவேற்கிறார். ரஷ்யாவின் ஆக்கிரமிப்பு காலத்தில் இது போன்ற நிரந்தர இராணுவப் படை மிகவும் அத்தியாவசியம் என்றும் குறிப்பிடுகிறார். "நிரந்தரம்" என்பதை இங்கு கவனியுங்கள்.

ஆப்கானிஸ்தானில் நடந்தது போலப் பின்வாங்கவிடக் கூடாதென்பதை இது உணர்த்துகிறது.

நடப்பது ரஷ்யா - உக்ரைன் போராக இருப்பினும், இதில் உக்ரைன் ஜெயிப்பது அமெரிக்காவிற்கும், நேட்டோ நாடுகளுக்கும் மிக முக்கியமான ஒன்றாகும். நூறாண்டு காலச் சரித்திரத்தையே மாற்றியெழுதத் துடிக்கும் நாடுகளைப் பற்றி இனி காண்போம்.

உக்ரைனுக்குச் சேரும் ஆயுதங்கள்

உக்ரைனுக்குப் போலந்து லெபர்ட்- 2 என்றழைக்கப்படும் பீரங்கிகளை முதல்முறையாகக் கொடுத்திருக்கிறது. இன்னும் கொடுக்கப் போகிறது. மற்ற நாடுகளுக்கும் அழுத்தம் கொடுத்து, ஜெர்மனியையும், அமெரிக்காவையும் பீரங்கிகள் கொடுக்கச் சம்மதிக்க வைத்திருக்கிறது. உக்ரைன் போர்க்களம் இனி பீரங்கிகளின் யுத்தத்தை காணப்போகிறது.

ஜெர்மனியின் தயாரிப்பான லெபர்ட்- 2 பீரங்கிகள் 1979-ஆம் ஆண்டிலிருந்து, பன்னிரெண்டிற்கும் மேற்பட்ட ஐரோப்பிய நாடுகளால் பயன்படுத்தப்பட்டு வருகின்றன. 500 கி.மீ. தொலைவெல்லையைக் கொண்டு, மணிக்கு 68 கி.மீ அதிவேகமாக செல்லக் கூடியது. அமெரிக்க தரப்பிலிருந்து உக்ரைனுக்கு ஆப்ரம்ஸ் பீரங்கிகள் செப்டம்பர் மாதம் வழங்கப்பட உள்ளன. 70 கிலோ எடையுடன் உலகின் கனமான பீரங்கிகளில் ஒன்று இந்த ஆப்ரம்ஸ். இதன் குறிப்பிடத்தக்க சுடும் திறனும், இயங்கிக்கொண்டே நகரும் திசையையும் மாற்றும் திறன் எதிரியைக் கட்டாயம் கலங்க வைக்கும். எரிபொருள் அதிகம் தேவைப்படும் இதனைப் பராமரிப்பதும் சவால் நிறைந்ததே.

பீரங்கிகள் உக்ரைனுக்குக் கொடுக்கப்படுவது குறித்த, புதினின் எச்சரிக்கையையும் மீறி இப்போது ஜெர்மனியும், அமெரிக்காவும் கூட்டுச் சேர்ந்து இதில் இறங்கப் போகிறார்கள்.

புதினின் சாகசப் பயணம்

கிரீமியா தீபகற்பத்தை உக்ரைனிடமிருந்து ரஷ்யா கைப்பற்றி ஒன்பது ஆண்டுகள் ஆகிவிட்டன. இதன் நிமித்தம் மார்ச்

19-ஆம் தேதி கிரீமியாவிற்கு வருகை தந்தார் ரஷ்ய அதிபர் புதின். அனைத்து நாடுகளும் வியக்க, அங்கிருந்து மரியுபோலுக்கும் சென்று, அங்கு புதிதாய்க் கட்டப்பட்டிருக்கும் அடுக்குமாடிக் குடியிருப்பில் வசிப்பவர்களுடன் உரையாடியுள்ளார். உக்ரைனியப் படைகளின் கடும் எதிர்ப்பைச் சமாளித்து, கடந்த மே மாதம்தான் ரஷ்யா இதைத் தன் வசப்படுத்தியது.

இவற்றின் வீடியோக்கள் புதினின் கம்பீரமான நடையையும், வாகனத்தைக்கூட அவரே ஓட்டுவதாயும் காண்பிக்கின்றன. இதன்மூலம் புதினின் உடல்நலம் குறித்தும், அவர் தீராத நோய்வாய்ப்பட்டிருக்கிறார் போன்ற வதந்திகளுக்கு முற்றுப்புள்ளியும் வைத்தாகிவிட்டது. சர்வதேசக் குற்றவியல் நீதிமன்றம் புதினுக்கு எதிரான கைது உத்தரவைப் பிறப்பித்த இரண்டே நாட்களில் நடந்துள்ளது புதினின் இந்த சாகசப் பயணம்.

சீனா எனும் அமைதித் தூதுவன்

ரஷ்ய - உக்ரைன் போர் நிறுத்தத்திற்கான 12 அம்சச் செயல் திட்டத்தோடு, சீன அதிபர் ஜி ஜின்பிங் ரஷ்யாவிற்கு மூன்று நாள் பயணம் மேற்கொண்டார். இரு நண்பர்களும் தங்கள் நாடுகளுக்கிடையேயான உறவுகளை ஆழப்படுத்திக் கொள்ள இந்த சந்திப்பு பெரிதும் உதவியுள்ளது. வர்த்தகம் மற்றும் தொழில்நுட்பத் துறைகளில் வலுவான ஒத்துழைப்பை உறுதிப்படுத்தும் பல ஒப்பந்தங்கள் முடிவாகின. சுற்றுப்பயண முடிவில், சீனாவுக்கு வருமாறு புதினுக்கு அழைப்பையும் விடுத்துள்ளார் ஜி ஜின்பிங்.

இது அமைதிக்கான பயணமல்ல, புதினுக்கு சீனாவின் மறைமுக ஆதரவை உறுதிப்படுத்தும் சந்திப்பு என்று அமெரிக்கா கண்டனம் தெரிவித்துள்ளது. சீனாவின் செயல்திட்டம் ரஷ்யப் படைகளுக்கு ஆதரவானதொரு நிலைப்பாட்டைத் தருவதாக கூறப்படுகிறது. இந்தப் போர்நிறுத்தம், ரஷ்யப் படைகளுக்கு ஓய்வையும், கள முன்னணியில் தேவைப்படும் மாற்றங்களை செய்யப் போதுமான நேரத்தைக் கொடுக்கும். இவை நடந்தபின் தனக்குச் சாதகமான நேரத்தில் ரஷ்யப் படைகள் மீண்டும் வலுக்கொண்டு உக்ரைனுக்குள் முன்னேறும் என்று கருதுகின்றனர் வாஷிங்டன் அரசியல் நிபுணர்கள்.

"100 வருடங்களாக ஏற்படாத மாற்றங்களை நாம் ஒன்றாகத் துணைநின்று முன்னெடுக்க வேண்டும்", என்கிறார் புதினுடன் கைகுலுக்கி விடைபெறும் ஜி ஜின்பிங். பொதுவான எதிரியான மேற்குலக நாடுகளை எதிர்க்க ஏற்படுத்தப் பட்டிருக்கும் கட்டாய நட்பாகவும், இது உலக அரங்கில் பார்க்கப்படுகிறது.

நான்கு மணிநேர பேச்சவார்த்தையும், அதைத் தொடர்ந்து இரவு விருந்தும், ஒருவரையொருவர் 'அன்புக்குரிய நண்பர்', என்றழைக்கும் நெருக்கமும் ரஷ்ய அதிபருடன். சமாதானத்தின் இன்னொரு கட்சியான உக்ரைன் அதிபர் ஜெலன்ஸ்கியுடன், தொலைபேசி வழியான பேச்சுவார்த்தைகூட இன்னும் உறுதி செய்யப்படவில்லை.

சீனாவின் மற்றுமொரு மத்தியஸ்தம்

ஏழு வருடங்களுக்குப் பிறகு தங்கள் உறவுகளைப் பீஜிங்கில் புதுப்பித்துக் கொண்டன ஈரானும் சவூதி அரேபியாவும். இரு நாடுகளின் உயர்மட்டப் பாதுகாப்பு அதிகாரிகளுடனான பேச்சுவார்த்தைக்கு, ஈராக் மற்றும் ஓமன் நாடுகளோடு, சீனாதான் மத்தியஸ்தராக உருவெடுத்திருக்கிறது. மேற்குலக நாடுகளை எதிர்க்கும் பிராந்தியங்களில் சீனா ஒரு முக்கிய அரசியல் சக்தியாக உருவெடுத்துக் கொண்டிருப்பதை மறுக்க முடிவதில்லை.

அமெரிக்க அதிபர் ஜோ பைடனின், கச்சா எண்ணெய் உற்பத்தியை அதிகரிக்கும் கோரிக்கையைக் கடந்த வருடம்தான் சவூதி அரேபியா நிராகரித்ததும் இங்கு நினைவில் கொள்ள வேண்டியிருக்கிறது. மேற்கத்தியர்களோடும், ஐரோப்பியர் களோடும் தங்கள் உறவுகள் வலுவிழப்பதையும், ஆசியாவுடனான வலுப்பெற்ற உறவுகள் மட்டும் நூறு சதவீதம் தொடரும் என்றும் வாக்களிக்கிறார் ஈரானின் தலைவர் காமெனி.

எதிர்வினைகள்

ஜப்பான் பிரதமர் ஃபுமியோ கிஷிடா, உக்ரைனுக்கான தனது ஆதரவைத் தரும்பொருட்டு உக்ரைனின் கீவ் நகருக்கு சென்றுள்ளார். சீனா மற்றும் ஜப்பான் நாடுகளுக்கிடையே இது மேலும் விரிசலையே உருவாக்கும். இதே போன்றே மேற்குலக நாடுகளை ஆதரிப்போர், அவர்களை எதிர்ப்போர்

என கூட்டணிகள் தெளிவாக உருவாகும் நேரமாக இது அமைகிறது. ரஷ்யப் பிரதமரின் கைது வாரண்டை எதிர்த்து, தத்தம் நாடுகளுக்குள் அனுமதிக்கும் எந்த நாடும் மேற்குலக கூட்டணியில் சேர முடியாது.

இப்படியிருக்க, ரஷ்ய அதிபரின் அடுத்த பயணம் தென் ஆப்பிரிக்காவில் நடக்கவிருக்கும் BRICS மாநாட்டிற்கானது. பிரேசில் (B), ரஷ்யா (R), இந்தியா (I), சீனா (C) மற்றும் தென் ஆப்பிரிக்கா (S) நாடுகளை உள்ளடிக்கிய இந்த வர்த்தக கூட்டணியில் சேர இன்னும் பல நாடுகள் ஆயத்தமாய் இருக்கின்றன. அப்போது இது BRICS+ஆக உருவெடுக்கும். உலக நாடுகளில் வேகமான வளர்ச்சியைக் கொண்டிருக்கும் இவை, பொருளாதார சந்தையில் வெகுவிரைவில் மேலெழும்ப உள்ளன. அப்போது டாலர் பரிவர்த்தனையில் ஏற்படப்போகும் மாற்றங்கள் குறித்தே சீன அதிபர் ஜி ஜின்பிங் முன்னர் குறிப்பிட்டிருந்தார்.

8. உக்ரைன் போர்க்களம்: எதிரெதிர் அணியில் துரோணரும் கர்ணனும்

உங்கள் இஷ்ட தெய்வத்தை வேண்டிக்கொண்டு, சீட் பெல்ட்களை இறுக்கிக் கட்டிக்கொள்ளுங்கள். நாம் நுழையப்போவது உக்ரைன் போர்களத்துக்குள்!

இடம்: உக்ரைனுக்குள் இருக்கும் ரஷ்ய இராணுவத்தளம்

ரஷ்யப்படைகளுக்கு எரிபொருள் மற்றும் வெடிகுண்டுகளின் தட்டுப்பாடு இருப்பதை முன்பே பார்த்தோம் இல்லையா? ஒருவழியாக இன்னும் சிறிது நேரத்தில், டொனெஸ்க் பகுதியிலுள்ள ரஷ்ய இராணுவத் தளத்திற்கு எரிபொருள் டேங்கர் வந்து சேர்ந்துவிடும். சத்தமில்லாமல் மிகஉயரத்தில் பறக்கும் ட்ரோன்கள், உக்ரைனியப் படைகளுக்கு இந்த உளவுத்தகவலைத் தெரிவித்து விட்டன. அவர்களும் சத்தமில்லாமல் இராணுவ நடவடிக்கைக்குத் தயாராகி விட்டனர்.

இந்த எரிபொருள் டேங்கர்கள் மிக முக்கியமானவை. இதனிடமிருந்து எரிபொருளை நிரப்பிக்கொள்ள மற்ற அனைத்து இராணுவ வாகனங்களும் இவ்விடத்திற்கு அணிவகுக்கும். இது தாக்கப்பட்டால் மிகப்பெரிதாய் வெடித்து, கசியும்

எண்ணெய் சுற்றியுள்ள அனைத்தையும் உடனே தீப்பிடித்து எரியச் செய்யும்.

டேங்கர் ரஷ்ய இராணுவத் தளத்தை நெருங்கும் சமயம், முதல் குண்டு வீசப்பட்டது. ட்ரோன் மூலம். பற்றியெரியும் டேங்கரைச் சுற்றியிருந்த ரஷ்யப் படைகள் சிதறி ஓடினார்கள். எதிர்பாராத தாக்குதல் இவர்களுக்கு யோசிக்க நேரம் கொடுக்கவில்லை. பெரும்பாலானோர் இராணுவத் தளத்திற்குள் ஒளிந்து கொண்டனர். இன்னும் சிலர் தத்தம் பீரங்கிகளில் அங்கிருந்து தப்பிச் செல்ல முயன்றனர்.

அடுத்துப் பாய்ந்தன ஹைமார்ஸ் ஏவுகணைகள், இராணுவத் தளத்தின் ஆறு இடங்களில். இதன் பெரிய தங்குமிடம், பயிற்சிப் பகுதி, ஆயுதக் கிடங்கு மற்றும் உணவுக்கூடம் என்று சகலமும் அழிக்கப்பட்டன- உள்ளிருந்த ரஷ்ய வீரர்கள் உட்பட. இந்த ஹைமார்ஸ் வி142 ஏவுகணைகள், 5 டன் எடையுடைய வண்டியின் மீது பொருத்தப்பட்டிருக்கும். அடுத்தடுத்து ஆறு இலக்குகளை தாக்கக் கூடியது. நூற்றுக்கணக்கான ரஷ்ய வாக்னர் படைகளை அழிக்க லுஹான்ஸ்க் பகுதியில் இது பயன்படுத்தப்பட்டது. அமெரிக்காவிலிருந்து கிடைக்கப்பெற்ற இந்த ஏவுகணைகள் கெர்சோன் பகுதியை ரஷ்யா நெருங்காமல் இருக்கவும், கிரீமியாவை உக்ரைனுடன் இணைக்கும் பாலத்தைச் சேதப்படுத்தவும் பயன்படுத்தப்பட்டன.

அடுத்தடுத்த சரமாரித் தாக்குதல்களால் மீண்டும் தப்பியோடினர் ரஷ்ய வீரர்கள். இவர்கள் எங்கெங்கெல்லாம் ஓடுவார்கள் என்று முன்னமே கணித்து, காத்திருந்தது 40 வீரர்கள் அடங்கிய உக்ரைன் படை. முதல் குண்டு வீசப்பட்டபோதே, இந்தத் தளத்தை நெருங்கி வந்திருந்தனர். ரஷ்ய வீரர்கள் தப்பி வெளியேறும் ஒவ்வொரு வழியிலும் காத்திருந்தவர்கள் வெளிப்பட்டுச் சுட்டு வீழ்த்தினர்.

பீரங்கிகளில் தப்பிச்செல்ல முயன்றவர்களை, அதை 93% சேதமாக்கும் சக்தியுடைய ஜாவலின் ஏவுகணைகளைக் கொண்டு மீண்டும் தாக்கினார்கள். தோளிலிருந்தே எறிய முடிகிற இந்த இலகுரக ஏவுகணை, ஈட்டிபோல மேலெழும்பி வளைந்த பாதையில் சென்று இலக்கை தாக்கும். டேங்கர்களையும், பீரங்கிகளையும் பலவீனமான பகுதியில் தாக்கி 93%

சேதமடையச் செய்ய வல்லது. கணினியில் பயன்படுத்தும் நிலை காட்டியை (cursor) ஒரு இலக்கின் மீது பொருத்தி லாக் செய்துவிட்டால், பின்பு அதுவே பார்த்துக் கொள்ளும். தாக்கும்வரை காத்திருக்கத் தேவையில்லை. எறிந்தவுடன் ஒளியவோ, அடுத்த தாக்குதலுக்கு புதிய ஏவுகணையைப் பொருத்தும் வேலையைப் பார்க்கலாம். இதன் வெப்ப ஸ்கேனர், வெப்பத்தை உமிழும் எந்த வாகனத்தையும் இரவுபகல் பாராமல் தாக்கி அழிக்கும். உக்ரைன் படைகளிடம் குறைவான அளவே இருந்தாலும், அதிநவீன ஆற்றல் வாய்ந்த ஆயுதமிது.

பாகுபலி- மகிழ்மதி படையினரின் திரிசூல வியூகத்தைப் போல, எல்லாத் திசையிலிருந்தும் நடந்த எதிர்பாராத தாக்குதல்களுக்குப்பின் ஒரு அமைதி உண்டாயிற்று. இந்த இடைவெளிக்குப் பிறகு ஒலிப்பெருக்கியில், தாக்குதலுக்குப் பொறுப்பேற்ற உக்ரைன் படைத்தலைவர் இவ்வாறு அறிவித்தார். "உங்களைச் சுற்றிவளைத்து விட்டோம், சரணடைந்து விடுங்கள். இங்கிருந்து தப்பிக்க வழியில்லை. இனியும் இறப்புகளைத் தவிர்ப்போம். சரணடையும் உங்களை உக்ரைனியப் படை கண்ணியத்தோடுதான் நடத்தும். உங்களுக்கு சரணடைய மூன்று நிமிடங்கள் தருகிறோம். அதற்குப்பிறகு எங்களது அடுத்தகட்ட நடவடிக்கையை துவங்கிவிடுவோம்."

19 ரஷ்ய வீரர்கள் கைகளை உயர்த்தியபடி, இராணுவத் தளத்தின் முன்பகுதிக்கு வந்தார்கள். மற்ற அனைவரும் இறந்து போயிருந்தனர். அவர்களையும், அங்கிருந்த ஆயுதங்களையும் தங்கள் வாகனங்களில் ஏற்றிக்கொண்டு போனார்கள். உக்ரைனுக்கு இது வரலாற்று சிறப்புமிக்க வெற்றியாக மாறியது. இவ்வகைத் தாக்குதல்களை மேலும் தவிர்க்க, ரஷ்ய எரிபொருள் டேங்கர்களில் மரக்கட்டைகளை அடுக்கி, வணிகப் போக்குவரத்து வாகனங்களாக மாற்றி அனுப்பப்படுகின்றன.

2023 புத்தாண்டு தினத்தன்று இந்த தாக்குதல் நடந்தது, உக்ரைனின் டொனெஸ்க் பகுதியிலுள்ள மக்கீவ்கா எனும் நகரத்தில். 89 ரஷ்ய வீரர்களின் மரணத்துக்கு மூலகாரணம் எது தெரியுமா? ரஷ்யபடையினர் தங்கள் குடும்பங்களுக்குப் புத்தாண்டு வாழ்த்து தெரிவிக்க, தடைசெய்யப்பட்டிருந்தும் பயன்படுத்திய அவர்களின் கைப்பேசிகள்.

பின்னணியில் இருக்கும் தளபதிகள்

வலேரி கெராஸிமோ, 2012-ஆம் ஆண்டில் ரஷ்யாவின் பாதுகாப்புப் படைகளின் தலைமைப் படைத் தலைவரானார். 2023 ஜனவரி முதல் உக்ரைனுக்கான போர்த்தளபதியாகவும் பொறுப்பெடுத்துக் கொண்டார். இவருக்குத் துணையாக இருப்பவர்கள் - "ஜெனரல் ஆர்மிகேடன்" என்றழைக்கப்படும் செர்கேய் ஸுரோவிக்கின், அலெக் சல்யுகோவ் மற்றும் அலெக்ஸி கிம் ஆகியோர்.

செச்செனிய போரிலிருந்து தொடங்கி, கிரீமியா ஆக்கிரமிப்பு, சிரியப் போருக்களித்த இராணுவ உதவி, உக்ரைன் ஆக்கிரமிப்பு திட்டமிடல் வரை, ரஷ்ய இராணுவத்தில் முக்கியப் பங்கு வகித்தவர். ரஷ்யப் படைகளின் மீது வெளிநாட்டினர் மட்டுமல்ல உள்நாட்டினரே கடும் விமர்சனங்கள் வைக்கும் காலத்தில் பொறுப்பேற்றுள்ளார். இதுவே ரஷ்ய அதிபர் புதினுக்கும், பாதுகாப்பு அமைச்சர் செர்கேய் ஷைகுவிற்கும் இவர்மீதுள்ள நம்பிக்கையைப் பறைசாற்றுகிறது.

வலேரி ஸலூஷனே, உக்ரைனியப் படைகளின் தலைமை படைத்தளபதியாக 2021-ஆம் ஆண்டு ஜூலை நியமிக்கப்பட்டார். 'இரும்புத் தலைவர்' என்று அழைக்கப்படும் இவர், ரஷ்யாவிற்கு எதிரான வெற்றிகரமான போர் வியூகங்களுக்காக பெரிதும் பாராட்டப்படுபவர்.

படிப்பையும், இராணுவப் பயிற்சியையும் திறம்பட செய்யுமிவர் பன்னாட்டு உறவுகள் துறையில் முதுகலைப் பட்டம் பெற்றவர். நேட்டோப் படைகளுடன் சேர்ந்து பயிற்சிபெறும் வாய்ப்பு பெற்ற இவர், உக்ரைனியப் படைகளையும் அதேபோன்று பயிற்றுவித்து வழிநடத்துவதே, இப்படையின் பலத்திற்கு காரணமாகிறது.

"எத்தனையோ புத்தகங்கள் படித்திருந்தும், தங்க மெடல்களைக் கல்வி நிறுவனங்களில் வாங்கி குவித்திருந்தும், உண்மையில் போர் என்றால் என்ன என்பதை 2014-ஆம் ஆண்டு கிரீமியா யுத்தம் வரை அறியாதிருந்தேன். பிறகுதான் போரைப்பற்றி நன்றாக புரிந்துகொண்டேன்", என்று வெளிப்படையாக கூறுகிறார்.

கிழக்கு மற்றும் மேற்குலகச் சித்தாந்தங்கள்

மேலிடத்திலிருந்து கீழ்மட்டத்திற்குக் கட்டளைகள் பிறப்பிக்கும் முறையே, இன்றுவரை ரஷ்ய இராணுவத்தில் பின்பற்றப்படுகிறது. இது பல அடுக்குகளைக் கொண்ட அதிகாரத் தலைமையை உடையது. ஒருங்கிணைக்கப்படாமல் சிதறுண்டு, மெதுவாக முன்னேறும், முன்தயாரிப்பில்லாத படை. ஒரு வல்லரசு நாட்டின் நவீன, ஆயத்தப்படுத்தப்பட்ட இராணுவத்தால் தனது சிறிய அண்டைநாட்டை அடிபணிய வைக்கமுடியவில்லை என்றும் இவர்கள் குற்றஞ்சாட்டப் படுகின்றனர்.

சோவியத் யூனியனிலிருந்துப் பிரிந்த உக்ரைன் இராணுவத்தை, மேற்குலக இராணுவங்களைப் போலப் பயிற்றுவித்தார் வலேரி ஸலூஷனே. தனித்தியங்கும் சிறிய குழுக்களாகச் செயல்பட்டு, கீழ்மட்ட அதிகாரிகளும் முக்கிய முடிவுகள் எடுக்கும் கலாச்சாரத்தை ஊக்குவித்தார். இதற்கான பயிற்சியும், நம்பிக்கையும், தலைமை பண்புகளும் கட்டமைக்கப் பட்டிருப்பது மிக முக்கியம். யுத்தகளத்தில் இருக்கும் வீரர்களின் முடிவுகள் சரியானவையே என்ற நம்பிக்கையும் அவசியம். இவரது வழிநடத்தலே உக்ரைனை வெற்றிப் பாதையில் நடத்திச்செல்லும் எனும் பாராட்டை, அமெரிக்க இராணுவ உயரதிகாரி மார்க் மில்லேவிடமிருந்தே ஊரறியப் பெற்றவர் ஸலூஷனே.

முரண்பாடு என்னவெனில், வலேரி ஸலூஷனே தனது இலட்சிய மனிதராக ரஷ்யப் படைத் தளபதியான வலேரி கெராஸிமோவைக் குறிப்பிட்டுள்ளார். கெராஸிமோவை மிகப் புத்திசாலி மனிதரென குறிப்பிடுகிறார். அவரது கைப்பட எழுதிய அனைத்தையுமே வாசித்திருக்கிறார், ரஷ்ய இராணுவக் கோட்பாடுகளில் வளர்ந்த ஸலூஷனே.

துரோணரும் கர்ணனும் யுத்தக்களத்தில் எதிரெதிரே!

9. நேட்டோ : புதிய இணைப்புகளும் பழைய பிரச்சனைகளும்

மன்னராட்சியோ மக்களாட்சியோ, நோக்கம் ஒன்றுதான். தத்தம் நாடுகளைப் பாதுகாத்துக் கொள்வது. வலிமையும், வாய்ப்பும் அமைந்தால் அடுத்த நாட்டையும் வளைத்துப் போட்டு விடுவது. பல்லிருக்கிறவன் பாதுஷா மட்டுமா சாப்பிடுவான்?

நேட்டோ கூட்டணியில் 31வது நாடாக இணைந்திருக்கிறது பின்லாந்து. இது ஒரு வரலாற்று முக்கியத்துவம் வாய்ந்த சம்பவம்.

பின்லாந்தும் கூட்டுச் சேர்ந்துவிட்டது

பனிப்போர் காலத்தே தொடங்கிய பின்லாந்தின் இராணுவ அணிசேரா சகாப்தம் நிறைவுற்றது. இரண்டாம் உலகப்போரில் பின்லாந்து அப்போதிருந்த சோவியத் யூனியனால் தோற்கடிக்கப் பட்டது. அதற்கு பிறகு வந்ததுதான் இந்த அணிசேரா நிலைப்பாடு. போர் முடிந்தாலும், வடு மறக்கப்படுவதில்லை.

உக்ரைன் மீதான ரஷ்யப் படையெடுப்பின் தாக்கத்தில் சென்ற வருட (2022) மே மாதம், நேட்டோவில் சேர விண்ணப்பித்தது பின்லாந்து. ஜோர்ஜியா, கசகிஸ்தான், பெலாரஸ் நாடுகள்

மீதான ரஷ்ய இராணுவ அத்துமீறல்களும் இதன் பின்னணியில் அடங்கும். ஒரு வருடத்திற்குள்ளாகவே உறுப்பினராகி விட்டது பின்லாந்து.

நேட்டோவும் ஐரோப்பிய நாடுகளும்

'நாங்க 31 பேர்; எங்களுக்கு பயம்னா என்னன்னே தெரியாது! எங்கள்ல ஒருத்தன தொட்டாலும், நாங்க எல்லாருமா சேர்ந்து அடிப்போம்.' சுருக்கமாக இதுதான் நேட்டோ.

இரண்டாம் உலகப் போருக்கு பிறகு ஐரோப்பிய நாடுகள் நாசமாகியிருந்தன. மக்கள் அகதிகளாக மட்டுமே வாழ முடிந்தது. இந்த நிலையில்தான் வட அமெரிக்கா, ஐரோப்பிய மீட்புத் திட்டங்கள் மூலம் பொருளாதாரத்தை நிலைநிறுத்த உதவி செய்து கொண்டிருந்தது. மக்களால் தேர்ந்தெடுக்கப்பட்ட அரசாங்கங்களை சோவியத் யூனியன் அப்புறப்படுத்திவிட்டு, கம்யூனிசக் கட்சிகளை ஆட்சியில் உட்கார வைத்தது. இதனால் ஐரோப்பிய நாடுகளின் பாதுகாப்பிற்கும் பெரிய அச்சுறுத்தல் இருந்தது.

இதைக் கூட்டாக எதிர்கொண்டு, ஒருவரையொருவர் பலப்படுத்திக் கொள்ளவே உருவாக்கப்பட்டது நேட்டோ. வட அமெரிக்க மற்றும் ஐரோப்பிய நாடுகளின், அரசியல் மற்றும் இராணுவக் கூட்டணி அமைப்பு. இதில் சேரும் எந்த நாடும், தனது ஜி.டி.பி.யில் (மொத்த உள்நாட்டு உற்பத்தியில்) குறைந்தது 2% இராணுவத்திற்கு ஒதுக்க வேண்டும்.

12 நாடுகளுடன் தொடங்கிய இந்தக் கூட்டணி, இன்று 31 பேரை உள்ளடக்கியிருக்கிறது. ஐரோப்பாவின் பெரும்பாலான நாடுகள் இதில் அடங்கும். இது விரிவடைவது ரஷ்யாவிற்கு பெரும் அச்சுறுத்தலாக மாறிக்கொண்டிருக்கிறது. நேட்டோவில் இணையாமல் மீதமிருக்கும் நாடுகளின் தற்போதைய நிலை பின்வருவது:

உக்ரைன் - இப்போதைக்கு நேட்டோவில் இணைய வாய்ப்பில்லை.

பெலாரஸ் - ரஷ்யாவுடன் எல்லையைப் பகிரும், ரஷ்ய ஆதரவு நாடு; நேட்டோவெல்லாம் இங்கே செல்லாது.

மோல்டோவா - உக்ரைனை தொட்டடுத்த நாடு, அடுத்த உக்ரைனாகும் சாத்தியங்கள் பெற்றது.

ஸ்வீடன் - வெகுவிரைவில் இந்த பட்டியலில் இடம்பெறாதென எதிர்பார்க்கப்படுகிறது.

அயர்லாந்து - அமைதி விரும்பி அணிசேரா நாடு.

ஆஸ்திரியா - இரண்டு உலகப்போர்களிலும் பலிகடா ஆகியதால், நடுநிலைக் கொள்கையுடைய நாடு.

சுவிட்சர்லாந்து - கொஞ்சம் நேட்டோ பக்கம் சாஞ்சு தான் பார்ப்போமே; வாங்க பழகலாம்.

செர்பியா - நடுநிலை விரும்பி. ஐரோப்பிய ஒன்றிணைப்புக்கும், அட்லாண்டிக் ஒன்றிணைப்புக்கும் நிறைய வேறுபாடுகள் உள்ளன என்று அதிபரே தெளிவுபடுத்துகிறார்; அது வேறு, இது வேறு.

போஸ்னியா மற்றும் ஹட்சகோவனா - நேட்டோவில் சேர முயற்சிக்கும் நாடு; விளைவுகள் ஜாக்கிரதை

பின்லாந்தும் ஸ்வீடனும் ஒரே நாளில்தான் நேட்டோவில் சேர விண்ணப்பித்தார்கள். துருக்கி மட்டுமே ஸ்வீடன் இணைவதை எதிர்க்கிறது. ஸ்வீடனில் பெருமளவு குடிபெயர்ந்திருக்கும் குர்தினப் பிரிவினைவாதிகளை, தீவிரவாதிகள் என்கிறது துருக்கி. இவர்களை ஒழித்துக்கட்டாமல் இடமில்லை என்கிறது. இது தற்காலிக ஓட்டு அரசியல். துருக்கி தேர்தலுக்குப் பிறகு நிலைமை சீராகி, ஸ்வீடனும் நேட்டோவில் இணையுமென்று எதிர்பார்க்கப் படுகிறது.

ரஷ்யா உக்ரைன் பின்லாந்து

2008-ஆம் ஆண்டுமுதலே உக்ரைன் நேட்டோவில் இணைவதற்கு ஆர்வம் காட்டி வருகிறது. ரஷ்யாவின் வெறுப்பைச் சம்பாதித்துக் கொள்ள விரும்பாத நேட்டோவின் ஐரோப்பிய உறுப்பினர்கள், இந்த கோரிக்கையை ஏற்கவும் இல்லை, நிராகரிக்கவும் இல்லை. அமெரிக்க அதிபர்கள் மட்டும் தொடர்ந்து, 'உக்ரனை நேட்டோவிற்குள் வரவேற்கிறோம்,' என்று உசுப்பேற்றிக் கொண்டேயிருந்தார்கள். வரும், ஆனா வராது கதைதான். கண்கெட்ட பிறகு (போர் தொடங்கிய

பிறகு), உக்ரைன் மீண்டும் கடந்த வருடம் (2022) செப்டம்பர் மாதம் விண்ணப்பித்திருக்கிறது. பின்லாந்து இவ்வளவு சீக்கிரம் நேட்டோவில் இணைந்திருப்பதும், உக்ரைன் இன்னமும் காத்திருப்பு பட்டியலில் இருப்பதும் அரசியலே!

நேட்டோவை இனிமேலும் விரிவாக்கம் செய்யக்கூடாது. இது ஆணித்தரமாக உறைக்கவே, இணைவதில் ஆர்வம் காட்டிய உக்ரைன் மீது படையெடுத்திருக்கிறது ரஷ்யா. போரின் நடுவே இந்த விண்ணப்பம் ஏற்கப்பட்டால், அடுத்த கணமே இது மூன்றாம் உலகப்போர் என்றழைக்கப்படும்.

இந்த நிலையில், பின்லாந்து இணைக்கப்பட்டிருப்பது ரஷ்யாவை பின்லாந்து பக்கம் திசைதிருப்புமா?

நேட்டோவில் இணைந்தது பின்லாந்து மட்டுமல்ல... அதன் நவீன பீரங்கிகளும், போர் விமானங்களும், பயிற்சியளிக்கப்பட்ட 280,000 படை வீரர்களும் சேர்ந்தே இணைந்திருக்கிறார்கள். கூடவே ரஷ்யாவின் 830 மைல் எல்லையும் இப்போது நேட்டோவின் கண்காணிப்பில். அவ்வளவு எளிதில் பின்லாந்து மீது கைவைத்து விடமுடியாது. உக்ரைன் போரிலிருந்து கற்ற பாடங்களை ரஷ்யா மறந்துவிடாது. இனி ரஷ்யாவால் பால்டிக் நாடுகளையும் (எஸ்டோனியா, லாட்வியா, லிதுவேனியா) நெருங்க முடியாது.

இப்போதைக்கு ரஷ்யாவுக்கும் பின்லாந்திற்கும் எல்லைப் பிரச்சினைகள் எதுவும் இல்லை. அமெரிக்காவும் இந்த கூட்டணியால், ரஷ்யாவிற்கு எந்த அச்சுறுத்தலும் இருக்காது என்றே கூறுகிறது. பின்லாந்திற்கு எந்தக் கூடுதல் இராணுவப் படைகளும் அனுப்பப்படாது என்கிறது. ஆனால் இராணுவ ஒத்திகைகள் விரைவில் எதிர்பார்க்கப்படுகின்றன. ரஷ்யாவின் படைகள் முழுதும் உக்ரைனிலிருக்க, அமெரிக்காவால் உக்ரைனுக்கு இன்னும் போதுமான ஆயுதங்களை உற்பத்தி செய்துதர முடியவில்லை. எல்லாரும் உக்ரைன் போரில் பிஸியாக இருக்கிறார்கள்!

ரஷ்ய ஆதரவு ஹேக்கர்களால் ஏற்கெனவே பின்லாந்து பாராளுமன்ற வலைத்தளங்கள் சைபர் தாக்குதலுக்கு உள்ளாகி இருக்கின்றன. பின்லாந்து நேட்டோவில் இணைந்ததற்கான

பதிலடி என்று தாக்குதலுக்கு பொறுப்பேற்று அறிவித்து இருக்கிறார்கள். அணுஆயுதங்களின் புகைப்படங்களோடு பின்லாந்திற்கு எதிரான ட்வீட்டுகளும், ரஷ்ய அதிகாரிகளிடமிருந்து வலம்வருகின்றன. வன்மையிலிருந்து தாக்குதல்களும் இப்போது மென்மைக்கு மாறிவிட்டன.

அடுத்த நகர்வுகள்

எதிரி நாடுகளைச் சுற்றிலும் தங்கள் இருப்பை பலப்படுத்திய பின்னரே, அவர்களோடு சண்டைபோட முடியும். காலங்காலமாக ஒவ்வொரு நாடும், இதைக் கருத்தில் கொண்டே தங்களுக்கான நட்பு நாடுகளைத் தேர்ந்தெடுக்கிறார்கள்.

பெலாரஸில் ரஷ்யாவின் அணுஆயுதங்கள் கொண்டு வைக்கப்பட்டுவிடும். தேவைப்படும்போது கைக்கெட்டும் தூரத்தில் இருக்குமில்லையா?

உக்ரைனின் தானிய ஏற்றுமதியை கனிவுள்ளம் கொண்டு இதுவரை அனுமதித்த வந்த ரஷ்யா, இனி அதற்கும் தடைவிதிக்கும். ரஷ்யா மீதிருக்கும் பொருளாதாரத் தடையால், அவர்களின் தானியங்களை ஏற்றுமதி செய்ய முடிவதில்லை. எதிரி நாட்டுக்கு மட்டும் என்ன சலுகை வேண்டிக் கிடக்கிறது? ஏற்கெனவே உள்நாட்டு விற்பனை அடிவாங்குவதால், ருமேனியாவும், போலந்தும் உக்ரைனின் ஏற்றுமதிக்கு எதிராக உள்ளன.

உக்ரைனிடமிருந்து பாக்மூத் நழுவிக் கொண்டிருக்கிறது. அதிபர் ஜெலன்ஸ்கி கூடுதல் போர் விமானங்களைக் கேட்க, போலந்தும் முன்வந்திருக்கிறது. முன்னர் பீரங்கிகளைக் கொடுத்து உதவியது போல, இப்பொது தன்னிடம் இருக்கும் எல்லா மிக் ரகப் போர் விமானங்களையும் உக்ரைனுக்குத் தரவிருக்கிறது. மாறாக அமெரிக்கா, போலந்திற்குத் தன்னுடைய போர் விமானங்களைக் கொடுக்கும். இந்தக் கொடுக்கல் வாங்கல்தானே ஆயுதங்கள் தொடங்கி எல்லாவற்றிலும் நடந்து வருகிறது?

இத்தனை ஆண்டுகளாய் ஐரோப்பிய நாடுகளின் பாதுகாப்புக் குறைபாட்டிற்கே கவனம் செலுத்திய அமெரிக்கா, இனி பின்லாந்து இருப்பதால் ஐரோப்பா பற்றி கவலைப்படத் தேவையில்லை. இந்தோ-பசிபிக் பக்கம் கவனம் செலுத்தலாம்.

தென் கொரியாவுடன் சேர்ந்து நடத்தப்படும் இராணுவ ஒத்திகைகள், வட கொரியாவைக் கட்டுக்குள் வைத்திருக்கும். பிலிப்பைன்ஸோடு இணைந்து தைவானுக்குத் தன் ஆதரவு கரத்தை எப்போதும் நீட்டியே வைத்திருக்கிறது. விரைவில் எதிர்பார்க்கப்படும் சீனா - தைவான் மோதலுக்கு, ஆயத்தம் செய்து கொண்டிருக்கிறது.

சமாதானத் தூதரான சீனாவும், பிரான்ஸ் மற்றும் ஐரோப்பிய முக்கிய நாடுகளுடன் பேச்சுவார்த்தைகளில் ஈடுபட்டு வருகிறது. இவை அமெரிக்க, ரஷ்ய இரண்டு வல்லரசுகளுக்கும் நெருடலையும், தொலைநோக்கு வியூகங்களை சரிபார்க்கவும் எச்சரிக்கிறது.

ஒடேசா துறைமுகம் மீதான ரஷ்ய ட்ரோன்களின் தாக்குதல், கருங்கடல் பகுதியைக் கட்டுக்குள் கொண்டுவரும் முயற்சியாகும். உக்ரைனைக் கைப்பற்றுவது மட்டுமே ரஷ்யாவின் போர் நோக்கமாகத் தெரியவில்லை. சமாதானப் பேச்சுவார்த்தைகள் உலக அரங்கில் ரஷ்யா முன்வைக்கும் சரிசமக் கொள்கைகளைச் சார்ந்து இருக்க வேண்டும். இப்போது நடைமுறையிலுள்ள (அமெரிக்காவின்) ஒற்றை ஆதிக்கத்தை முடித்துவைக்க வேண்டும் என்பதையே ரஷ்யா வலியுறுத்துகிறது.

மறைமுகமாக இன்னும் பல நாடுகளும் இதையேதான் விரும்புகின்றன. அதற்கான பொருளாதார வலிமையைப் பெறுவதற்கான காரியங்களில் ஈடுபட்டு வருகின்றன. உலகின் மற்றுமொரு அதிகாரப் புரட்சியை எதிர்நோக்கும் காலத்தில் வாழ்ந்து கொண்டிருக்கிறோம் என்பது உண்மைக்குப் பக்கத்தில் இருக்கிறது.

10. வானமே தொல்லை

ரஷ்யப் போர் விமானி: "ப்ரெஸ்ட் டவர், இது Ka-52. புறப்பட தயாராக ஓடுதளம் 27ல் உள்ளது. அவசர புறப்பாடு. அனுமதி வேண்டும்."

ப்ரெஸ்ட் டவர்: "Ka-52, புறப்பட அனுமதிக்கிறோம். ஓடுதளம் 27, 30 நாட்ஸில் காற்றின் வேகம் 90. எச்சரிக்கை, சுகோய் விமானம் தரையிறக்கத்தில் உள்ளது."

அனுமதி கிடைத்தவுடன் புறப்பட்டது ரஷ்யாவின் Ka-52. இலக்கு - உக்ரைன் தலைநகர் கீவிற்கு 10கிமீ அருகிலிருந்த ஆன்டோனோவ் விமான நிலையம். உலகிலேயே பெரிய சரக்கு விமானமான An-225 இங்குதான் நின்றிருந்தது. முதல் ஏவுகணை அங்கிருந்த நிர்வாகக் கட்டடத்தில் வெடித்திறங்கியது. தொடர்ந்து நாடெங்கும் கேட்டது வெடிச் சத்தம். தொடங்கியது ரஷ்யாவின் யுத்தம்.

தலைநகருக்கு மிக அருகில், நீளமான ஓடுதளம். இதுபோதாதா இந்த இடத்தைத் தேர்வுசெய்ய? போர் விமானங்கள், கனரக உபகரணங்கள் என சகலத்தையும் இங்கே சௌகரியமாக அணிவகுத்து, தலைநகரைக் கைப்பற்றி விடலாம். ரஷ்யாவின் நியாயமான வியூகம் இது.

தொடர்ந்து Mi-8 உலங்கூர்திகளில் (helicopters) வந்திறங்கியது ரஷ்யப் படை. சிலமணி நேர எதிர் தாக்குதலுக்குப் பின், ஆன்டோனோவ் ரஷ்யாவின் கையில். அன்றிரவே 50 வீரர்களுடன் உலங்கூர்தியில் திரும்பியது உக்ரைனியப் படை. ஓடுதளத்தைக் குண்டுகளால் தகர்த்துவிட்டுத் தப்பித்துப் போனார்கள். ரஷ்ய IL-76 விமானம் மூலம் ஆயிரக்கணக்கில் படைகளை தரையிறக்கி, கீவைக் கைப்பற்றும் கனவையும் தகர்த்தார்கள். மூன்று நாட்களில் வெற்றி என்ற கனவு, ஒரு வருடத்திற்கும் மேலாக தள்ளிப் போய்க் கொண்டிருக்கிறது.

எதிர்பாராத் தாக்குதல்களால் திகைத்திருந்தாலும், பின்னர் சுதாரித்துக் கொண்டனர் உக்ரைனியர்கள். உக்ரைனியப் படைவீரர்கள் மட்டுமல்ல, தேசமே ஒன்றுதிரண்டு ரஷ்ய ஆக்கிரமிப்பை தடுத்தது. பீரங்கிக்கு முன் நெஞ்சு நிமிர்த்தி நின்ற குடிமக்களின் புகைப்படங்கள் நிழலாடுகின்றனதானே?

ஏன் ரஷ்யா சிறகடிக்கவில்லை?

வி.கே.எஸ். (VKS) என்றழைக்கப்படும் ரஷ்ய வான்வெளிப் படைகளிடம் குறைந்தது 720 (370 மிக் மற்றும் 350 சுகோய்) அதிநவீன போர் விமானங்கள் இருந்தன. 69 போர் விமானங்களை (43 மிக்-29 மற்றும் 26 சுகோய்-27) வைத்துக் கொண்டு போர்க்களத்தில் நின்றது உக்ரைன் வான் பாதுகாப்புப் படை. ஆயுதங்களும் இவ்வாறே.

“எனக்கு 100 ஆற்றல் மிக்க இளைஞர்களைக் கொடுங்கள், நான் இந்தியாவை மாற்றுவேன்”, என்றார் விவேகானந்தர். “ஆயுதங்களையும், போர் விமானங்களையும் கொடுங்கள் போதும். உக்ரைனை நாங்கள் காப்பாற்றிக் கொள்கிறோம்”, என்கிறார் உக்ரைன் அதிபர் ஜெலன்ஸ்கி.

ஆயிரக்கணக்கில் குண்டுகளை வீசி உக்ரைனின் கட்டுமானங்களைத் தகர்த்தது ரஷ்யா. இருப்பினும், தாவீதைப் போல, கோலியாத் வீழுமளவிற்கு குறி பார்த்து அடிக்கவில்லை. உக்ரைனின் வான்வெளிப் பாதுகாப்பு மையங்களோ, அதற்கு கட்டளை பிறப்பிக்கும் மையங்களோ தாக்கப்படவில்லை. வான்வெளி மறுப்பு வியூகத்தை பின்பற்றி, ரஷ்யாவின் வான்படைகளை உக்ரைனுக்குள் வரவிடாமல் மிரட்டியது

உக்ரைன். தன்னிடமிருந்த S -300 (தொலைதூர), பக்-M1 (இடைநிலை) மற்றும் கெக்கோ (குறுகிய தூர) ஏவுகணைகளைக் கொண்டு ரஷ்யாவைப் பதம் பார்த்தன உக்ரைனின் வான்வெளிப் படைகள்.

இதைச் சமாளிக்க, ரஷ்யா மிகக்குறைந்த உயரத்தில் பறக்கும் உலங்கூர்திகளை அனுப்பியது. இவற்றையும் தரைப்படைகள் எளிதில் பயன்படுத்தும் இலகுரக ஸ்டிங்கர் (stinger) ஏவுகணைகளைக் கொண்டு உக்ரைன் சுட்டுவீழ்த்தியது.

போரில் உக்ரைனின் மின்சாரம், தொலைத்தொடர்புகள் துண்டிக்கப்பட்டன. உதவிக்கு வந்தன எலன் மஸ்கின் ஸ்பேஸ் எக்ஸ் நிறுவனம். தனது செயற்கைக்கோள்கள் மூலம் தொலைத்தொடர்பு வசதிகளை மீட்டுக் கொடுத்தன. இன்றுவரை உக்ரைனியப் படைகளின் துல்லிய தாக்குதல்களுக்கு, அமெரிக்க உளவுச் செய்திகளோடு இதுவும் பக்கபலமாய் இருந்து வருகிறது.

தங்களுக்கு அளிக்கப்பட்ட நவீன ஆயுதங்கள், தொடர்பு உபகரணங்கள், உளவுச் செய்திகளைக் கச்சிதமாக ஒருங்கிணைத்து, சாதுர்யமாகப் பயன்படுத்தியது உக்ரைன். பிரம்மாண்ட எண்ணிக்கையிலிருக்கும் தனது வான்வெளிப் படைகளை, தரைப்படைகளின் நீட்சியாக மட்டுமே உபயோகித்தது ரஷ்யா. இங்கேயும் வெளிப்பட்டது மேற்குலக மற்றும் சோவியத்தின் சித்தாந்த வேறுபாடுகள்.

வான்வெளி ஆதிக்கம் போருக்கு எவ்வளவு முக்கியம்?

இரு நாட்டிடையே போர் என்றால், முதல் பலி அதன் விமான நிலையங்களும், போர் விமானங்களும்தான். டிசம்பர் 8, 1971 இந்தியாவுடனான போரில், பாகிஸ்தான் முதலில் தகர்த்தது குஜராத்தின் பூஜ் விமான நிலையத்தை. போர் விமானங்களும், அவற்றை இயக்க ஓடுதளங்களும் இல்லையென்றால், தரைப்படைகள் சுலபமாக இந்தியாவிற்குள் நுழைந்துவிட முடியும். சொற்ப இந்தியப் போர்வீரர்களே அப்போது பூஜில் நிறுத்தி வைக்கப்பட்டிருந்தார்கள். வான்வெளித் தாக்குதல் தீவிரமான தேவையாயிற்று. தகர்க்கப்பட்ட ஓடுதளத்தை வெறும் 72 மணி நேரத்தில் சீர் செய்தார்கள், 300 மதப்பூர்

கிராம வீரப் பெண்மணிகள். தேசபக்திக்கு ஆண் பெண் பாகுபாடு உண்டோ? சமீபத்தில் திரைப்படமாக்கப்பட்டது இந்த வீர வரலாறு.

உக்ரைன் வான்வெளியில் தனது ஆதிக்கத்தைச் செலுத்த முயன்றது ரஷ்யா. உக்ரைன் முழுவதும் தடையின்றிப் பறக்க முடிவதையே இது குறிக்கும். இது கைகூடினால், போர் விரைவில் முடிவுக்கு வந்துவிடும். இதன் முதல்நிலை, போர் விமானங்கள் உக்ரனுக்குள் சுலபமாக நுழைய முடிவது. அதிநவீன ஆயுதங்களுக்கு ரஷ்யாவிடம் பஞ்சமில்லை. இருந்தாலும் முதலில் நுழைய வேண்டுமே, பிறகுதானே மற்றெல்லாம்.

உக்ரைன் கையாண்டது வான்வெளி மறுப்பு. பல அடுக்கு வான் பாதுகாப்பை அமைத்து, ரஷ்ய விமானங்கள் நுழைவதை மிரட்டலாய்த் தடுத்தது. தரைப் படைகளுக்கு இது ஒரு புது பலத்தை அளித்தது.

உக்ரைனின் கண்கட்டி வித்தை

எதிரியின் கண்ணைக் கட்டிவிட்டால், எதிர் தாக்குதலுக்கு இடமிருக்காது. அவனைத் தாக்குவது எளிதாகிவிடும் தானே?

வான்வெளியை மறுத்தது போதும். எத்தனை நாள் டொக்கு வைத்துக் கொண்டே இருப்பது? இறங்கி அடிக்கத் தொடங்கியது உக்ரைன்.

ஒரு உக்ரைன் போர் விமானம் முதலில் சென்று ரஷ்ய ரேடார்களை அழித்துவிடும். அல்லது சேதத்தை தவிர்க்க, கட்டாயமாக ரேடாரை அணைத்து விடவாவது செய்யும். இதைப் பின்தொடர்ந்து உக்ரைன் ட்ரோன்கள், ஏவுகணைகள், போர் விமானங்கள் ரஷ்ய எல்லைக்குள் புகுந்து தாக்குதலை நடத்தும். தாக்கும் விமானங்கள் வருவது தெரிந்தால் தானே, அதைத் தடுக்கும் ஏவுகணைகளை உபயோகிக்க முடியும்? அடியும் வாங்கிக் கொண்டு, எங்கிருந்து அடிக்கிறார்கள் என்பதும் தெரியாமல், ரஷ்யா படும்பாடு!

ரேடார் என்பது ரேடியோ அலைகளை பயன்படுத்தி ஒரு பொருளின் இருப்பை, அது பயணிக்கும் வேகத்தையும் கண்டுபிடிக்க உதவும் கருவி. இதைக் கொண்டு தான் கண்ணுக்குத்

தெரியா தூரத்திலிருந்து ஏவப்படும் ஏவுகணைகளையும், போர் விமானங்களையும் அடையாளம் காண்கின்றன பாதுகாப்புப் படைகள். கிட்டத்தட்ட நவீன குறிசொல்லல் போன்றது.

இதற்கு ஹாம் (HARM-Hi-Speed Anti-Radiation Missiles) எனப்படும் ஏவுகணைகளைப் போர்விமானத்தின் கீழ்ப்பகுதியில் இணைத்திருக்க வேண்டும். கயிறு போட்டு கட்டிவிடவெல்லாம் முடியாது. விமானவியல், உணரிகள் (sensor), மென்பொருள் குறியீடுகள் (coding) என இதைக் கட்டியமைக்க அமெரிக்க வல்லுநர்கள் கோடை முழுக்கப் பாடுபட்டனர். முயற்சி பெருவினையானது.

உக்ரைன் ரேடார்களை கட்டிப்போட்டுத் தாக்குதலும் நடத்தியாகி விட்டது. தங்கள் மறைவிடமும் வெளிப்படவில்லை. விலையுயர்ந்த நவீன ஆயுதங்களான S -300, ஹைமார்ஸ் மற்றும் ட்ரோன்களைச் சொற்ப எண்ணிக்கையில் வைத்திருக்கும் உக்ரைனால், இருப்பதையும் இழந்துவிட முடியுமா?

இதை எதிர்கொள்ள ரஷ்யாவிடம் நவீன ஆயுதங்கள் இல்லாமலில்லை. உக்ரைன் போரில் இதுவரை தனது சோவியத் கால ஆயுதங்களையே வெளிக் கொணர்ந்திருக்கிறது. தற்காலத் தயாரிப்புகளையெல்லாம் பத்திரமாகச் சேமித்து வருகிறது. போர் உக்ரைனுடன் மட்டும் முடிந்துவிடுமா என்ன? பின்வரும் போர்களுக்கு தயாராக இருக்க வேண்டாமா? ஐ அம் வெயிட்டிங் மோடில் உள்ளது ரஷ்யா.

ரஷ்யாவும் ஆட்டத்துக்கு தயார்

சிறு பறவையால், ஆனானப்பட்ட விமானமே நிலைகுலைகிறது இல்லையா? இப்படித்தான் தொடங்கியது ரஷ்யாவின் ஆளில்லா ட்ரோன்களின் வேட்டை. ஈரானின் ஷாஹித் 136 முதற்கொண்டு, மலிவாக கிடைக்கும் அத்தனையையும் இருப்பு வைத்துள்ளது. லான்செட்-3 வகைகள, தற்கொலை (suicide) ட்ரோன்கள் என்றே அழைக்கப்படுகின்றன. இவை உக்ரைனின் பீரங்கிகளைக் குறிபார்த்து அனுப்பி வைக்கப்படுகின்றன. இராட்சச எரிபொருள் தொட்டிகளும் ஒவ்வொன்றாய்ப் பற்றி எரிகின்றன. எரிபொருள் இல்லாமல் ஆயுதங்கள் வெறும் உலோக பொம்மைகளே!

இந்த ட்ரோன்களை எதிர்கொள்ள உக்ரைனிடம் இருப்பவை விலைமதிப்புமிக்க ஹைமார்ஸ்களும், S-300களுமே. ஒரு சிறிய ட்ரோனை அழிக்க இவைகளை? கொசுவைக் கொல்ல யானைப்படையை அனுப்பியது போலத்தான்.

ஆரம்பத்திலிருந்தே உக்ரைன் புரிந்தது தற்காப்பு தாக்குதல்களே. ரஷ்யப் பின்னடைவை உணர்ந்தபின்தான் இறங்கி அடிக்க ஆரம்பித்தார்கள். ஆனால் ரஷ்யா இறங்கி அடிக்கவே போரை ஆரம்பித்தது. அடிக்காமல் இருக்குமா? உக்ரைனின் ஹைமார்ஸ்களையும் எதிர்கொள்ளத் தயாராகிவிட்டது ரஷ்யா.

S-300 (தொலைதூர), பக்-3 (இடைநிலை) ஏவுகணைகள் மற்றும் பாண்ட்ஸிர், தோர் போன்ற (குறுகிய தூர) ஆயுதங்களும் ஒருங்கிணைந்த படைதான் இது. S -300 ஏவுகணைகள் முன்னரே ரஷ்யாவிடம் இருந்தாலும், இவைகளை ஓரிடத்திலிருந்து இன்னொரு இடத்திற்குச் சீக்கிரமாக நகர்த்திவிட முடியாது. ஒருதடவை இதிலிருந்து குண்டுகள் ஏவப்பட்டுவிட்டால், இதன் இருப்பிடங்களை ஹைமார்ஸ் கண்டுபிடித்துவிடும். உடனே துல்லியமாக அதிலிருந்து எதிர் தாக்குதலும் வந்துவிடும், அது S -300களை பெருமளவு சேதப்படுத்தும்.

இதே நிலைதானே உக்ரைனுக்கும்? ஆனால் அடித்துவிட்டு, அந்த இடத்திலிருந்து ஓடிவிடும் (shoot and scoot) யுக்தியை மிக லாவகமாகப் பயன்படுத்தியே இத்தனை நாள் தாக்குப் பிடித்திருக்கிறது உக்ரைன். ஏவுகணைகளை ஏவிய அடுத்தநொடி, அதன் ரேடார்களை அணைத்துவிட்டு அதை இடமாற்றம் செய்துவிடுவர். சொந்த நிலத்தில் போர்புரியும் அனுகூலங்களில் இதுவும் ஒன்று. அதனால்தான் இப்போது ரஷ்யாவின் முப்படையும் (தொலைதூர, இடைநிலை, குறுகிய தூர ஏவுகணைகள்) இணைந்திருக்கிறது. 300கிமீ தொலைவிலிருக்கும் ஹைமார்ஸ்களைக் கண்டறியும் S-300. தரைப்படையின் முன்னணிக்கு அடுத்த வரிசையில் நிறுத்தப்பட்டிருக்கும்.

முதல் குண்டைத் தொலைதூரத்தில் S-300 ஏவும். இதற்கு பதிலடியாக உக்ரைனின் ஹைமார்ஸ் திருப்பியடிக்கும். இது நெருங்கிவரவர, இடைநிலை ஏவுகணை பக்-3 இந்த குண்டுகளைக் கண்டுபிடித்து தாக்கியழிக்கும். இதற்குள்

ஹைமார்ஸையும், அதன் கூட்டாளிகளின் இருப்பிடங்களையும், தாக்குதல் வந்த திசையை வைத்துக் கணித்திருக்கும் ரஷ்யப்படை. இந்த இடத்தைநோக்கி S-300, பக்-3, பாண்ட்ஸிர், தோர் என்று அனைத்தும் சேர்ந்து குண்டுமாரிப் பொழிந்து தரைமட்டமாக்கும்.

இப்படி உக்ரைனின் ஆயுதக் கையிருப்பை கூண்டோடு காலி செய்து வருகிறது ரஷ்யப்படை. இதற்கு ஈடுகொடுக்கும் வேகத்தில், நேட்டோ நாடுகளின் ஆயுத உதவி இருப்பதாய் தெரியவில்லை. உக்ரைனிய வான்வெளிக்கு வழி கிடைத்துவிட்டால், ஆதிக்கம் செலுத்தி முடிவைக் கொண்டுவர சொல்லியா தரவேண்டும் ரஷ்யாவிற்கு?

11. காற்றில் விளையும் காசு

பொன்னியின் செல்வன் பூங்குழலி கதாபாத்திரம் ஓட்டும் பாய்மரப்படகு ஞாபகம் இருக்கிறதா? பஞ்ச பூதங்களில் ஒன்றான காற்றின் விசையைக் கொண்டியங்கும் அற்புதக் கண்டுபிடிப்பு (படகை சொன்னேன்). நிலக்கரி, எரிவாயு போன்று சுற்றுச்சூழலுக்குப் பங்கமின்றி, இயற்கையோடு இயைந்த தொழில்நுட்பம் கூடியது. இவைகளின் பக்கம் மும்முரமாய் திரும்புகிறது மனிதகுலம்.

ஐரோப்பாவின் முக்கியத் திட்டம்

போர் என்றாலே பதட்டம், குண்டுகள், சூழ்ச்சி, அழிவு, அழுகை என எதிர்மறை விளைவுகளையே நாம் கண்டதும் கேட்டதும் உண்டு. முதல்முறையாக கெட்டதிலும் ஒரு நல்லது நடக்கவிருக்கிறது. தன்னுடைய துணிச்சலால் உலகையே திரும்பிப் பார்க்கவைத்த சுற்றுச்சூழல் ஆர்வலர், கிரெட்டா துன்பெர்க். இவரது உரையால் முடியாதது, உக்ரைன் ரஷ்யா போரால் இன்று துளிர் விட்டிருக்கிறது.

"ஐரோப்பாவின் மிகப்பெரிய பசுமை மின் நிலையத்தை உருவாக்குவோம்" என்று உறுதி அளித்திருக்கிறார்கள், ஒன்பது ஐரோப்பிய நாடுகளின் தலைவர்கள். பெல்ஜியத் தலைநகரில் ஒன்றுகூடிய இவர்களோடு, காற்றாலை நிறுவனங்களின் தலைவர்களும் பங்கேற்றிருப்பது கவனத்தை ஈர்க்கிறது.

வடமேற்கு ஐரோப்பாவின் வடகடலோரம் காற்றாலைகள் அமைப்பது; இவற்றின் உற்பத்தியைத் திட்டமிடப்பட்ட விநியோகச் சங்கிலி மூலம், பொதுமக்கள் பயன்பாட்டிற்கு மலிவான விலையில் கொண்டு சேர்ப்பது; ரஷ்யா போன்ற பிறநாடுகளை ஆற்றலுக்காகச் சாராமல், தற்சார்பு நிலையை அடைவது, 'மேட் இன் ஐரோப்பா' -இவைதான் பிரதான தீர்மானங்கள்.

உக்ரைனில் போர் தொடங்கியதும், ரஷ்யாவிற்கெதிரான பொருளாதாரத் தடையால், ரஷ்ய எரிவாயு விநியோகம் நின்றுபோனது. இப்படியொரு நாளை ஐரோப்பிய நாடுகள் கனவிலும் எதிர்பார்த்திருக்க மாட்டார்கள். இங்கு வீட்டுக்கு வீடு தண்ணீர் குழாய் இணைப்பு இருப்பதுபோல், அங்கு எரிவாயு இணைப்பிருக்கும். இங்கு குளிரூட்டி போல அங்கு அறையை வெப்பமூட்ட எரிவாயு தேவை. அப்போதுதான் உறையாமல் உயிர்வாழ முடியும். ஐரோப்பிய, மேற்குலக நாடுகளுக்குச் சென்றால்தான், சமச்சீராக அமைந்திருக்கும் நம்மூர் வெயிலின், குளிரின் அருமை தெரியும். இதற்கு ஈடுசெய்யப் பெருமளவில் திரவ இயற்கை எரிவாயு (LNU) பயன்படுத்தப் பட்டது. இதற்கு மாற்றுசக்தியாகக் கடலோரக் காற்றாலைகள் உதவப் போகின்றன.

2030-ஆம் ஆண்டு 120 ஜிகாவாட் உற்பத்தியையும், 2050-ஆம் ஆண்டிற்குள் இதை 300 ஜிகாவாட் ஆக்கவும் இலக்கு நிர்ணயம் செய்யப்பட்டுள்ளது. ஐரோப்பிய நாடுகளின் பெரும் செலவு பிடிக்கும், முக்கிய முயற்சி என்பதால், ஒருங்கிணைந்து செயல்படுதல் மிகவும் அவசியம் என்பது உணர்த்தப்பட்டது. போரின்போது ஏற்பட்ட நோர்ட் ஸ்ட்ரீம் குழாய்களின் மீதான தாக்குதல்கள், வடக்கடலில் உலவும் ரஷ்யாவின் உளவுக் கப்பல்கள் குறித்த பாதுகாப்பு ஏற்பாடுகளின் அவசியங்களும் எடுத்துரைக்கப்பட்டது. புவிசார் அரசியல் இலக்கான இத்திட்டத்திற்கு, 800 பில்லியன் யூரோக்கள் தேவைப்படும்.

புதுப்பிக்கப்படக் கூடிய எரிசக்தி: ஏன் முக்கியம்?

காற்று, சூரிய ஒளி போன்றவை, அவற்றை நாம் பயன்படுத்தும் வேகத்தைவிட அளவுக்கதிகமாக இயற்கையில் உருவாகக் கூடியவை. இவைகளில் இருந்து தயாரிக்கப்படுவதுதான்

புதுப்பிக்கப்படக் கூடிய எரிசக்தி. அள்ள அள்ள குறையாத அட்சய பாத்திரம்போல. சூரிய சக்தி, காற்றாலை சக்தி, புவிவெப்ப ஆற்றல், நீர்மின்திறன், கடல் வெப்பஆற்றல், உயிராற்றல் போன்றவை.

இயற்கையின் படிமங்களில் இருந்து உருவாவது புதுப்பிக்க முடியாத எரிசக்தி. நிலக்கரி, எண்ணெய், எரிவாயு போன்றவற்றைப் புதுப்பிக்கப் பல்லாயிரம் காலம் எடுக்கும். இவற்றை எரிக்கும்போது வளிமண்டலத்தை மாசுபடுத்தும் வாயுக்களை எக்கச்சக்கமாக உமிழ்கிறது. இதன் விளைவாகவே பருவநிலை மாற்றங்கள் இவ்வளவு வேகமடைந்திருக்கிறது.

வருடந்தோறும் அதிகரிக்கும் வெயிலின் அளவு, எதிர்பாரா வெள்ளப் பெருக்குகள், பசுமைக்குடில் விளைவுகள், புவி வெப்பமயமாதல் என இதன் குற்றப்பட்டியல் நீண்டுகொண்டே போகும். குறைந்த செலவில், குறுகிய காலத்தில், நம்பகமான ஆற்றல் நிலக்கரி, எண்ணெய், எரிவாயு போன்றவைகளில் இருந்து கிடைக்கும். இதன் தீமைகள் உலகறிந்ததே.

மறுபுறம் பெரும் பொருட்செலவில் உருவாக்கப்படும் சூரிய மற்றும் காற்றாலை மின் நிலையங்கள், இயற்கையை நம்பி இருக்கின்றன. உலகின் எல்லா இடங்களிலும் காற்றும், வெயிலும் ஒருபோல இருப்பதில்லையே. இதனால் ஆற்றலின் உற்பத்தியும் உதைவாங்கும். உடனே எழுந்து உட்கார வைக்கும் ஆங்கில மருத்துவமா? மெல்ல திடப்படுத்தும் பண்டைய மருத்துவ முறைகளா? உடலுக்கு எதை வேண்டுமானாலும் தேர்ந்தெடுங்கள். உலகுக்கு பரிந்துரைக்கப்படுவது புதுப்பிக்கப்படக் கூடிய எரிசக்தியே!

இன்று உங்கள் ஆடம்பரத்திற்கு உதவும் எரிவாயு, நாளை கொள்ளுப்பேரனின் அத்தியாவசியத்திற்கு இல்லாமல் போகும்.

சாத்தியப்படுமா ஐரோப்பாவின் கனவு?

காலத்தின் தேவையாகிவிட்ட இத்திட்டம் நிறைவேற முக்கியமானவை:

1. தொழில்நுட்பம் - சூரியசக்தி அளவிற்கு காற்றாலைத் தொழில்நுட்பம் இன்னும் முன்னேறவில்லை. 30 ஆண்டுகளுக்கு முன்னரே தொடங்கிய சூரியசக்தியை நோக்கிய நகர்வு, இன்று

சீனா போன்ற நாடுகளை தற்சார்பிற்கு மாற்றியிருக்கிறது. காற்றாலைத் தொழில்நுட்பமும் கைகொடுக்கும் என நம்பலாம்.

2. பெருத்த முதலீடுகள் - கடலில் மிதக்கும் காற்றாலைகளை நிறுவ, அதிலிருந்து மின்னாற்றலை உற்பத்தி செய்ய என்று கட்டுமான செலவுகள் முன்னேறிய நாடுகளையே தடுமாற வைக்கும். எனினும் இதன் வருங்காலப் பயன்களை முன்னிட்டு, ஐரோப்பிய அரசுகளும், தனியார் நிறுவனங்களும் 5 முதல் 7 சதவீதம் முதலீடுகளை அதிகப்படுத்த வேண்டும் என்கிறார்கள் நிபுணர்கள். இலக்கு இடம் நகர்ந்துவிட்டால், பாதையும் பொருத்தமானதாக மாற்றியமைக்கப்படும்!

3. உட்கட்டமைப்பு - பரிமாற்ற இழப்புகளைக் குறைத்து, திறம்பட விநியோகச் சங்கிலி அமைத்தால்தான், முதலீட்டாளர்கள் லாபம் பார்க்க முடியும். மக்களுக்கு மலிவான விலையில் கிடைத்தால் மட்டுமே இத்திட்டம் வெற்றியடையும். இதற்கு மிக உறுதியான நவீன உட்கட்டமைப்புகள் மிகவும் அவசியம்.

இவற்றைச் சாதித்துக் காட்டிய முன்னோடிகளும் இருக்கிறார்களே! போர்ச்சுகல் நிலக்கரி எரிவாயு பயன்பாட்டில் இருந்து 2025-ஆம் ஆண்டு முதல் வெளியேறி விடுவார்கள். 2030 முதல் முழுமையாக பசுமை மின் நிலையத்திற்கு மாறிவிடுவார்கள்.

பிரிட்டிஷ் பெட்ரோலியம் (பிப்), டோடல் எனெர்ஜீஸ் மற்றும் ஷெல் போன்ற ஜாம்பவான்கள் ஏற்கெனவே இந்த மாற்றத்திற்குத் தயாராகி விட்டார்கள். கடலோரக் காற்றாலை மூலம் இவர்களுக்கு உலகச் சந்தை காத்திருக்கிறது. வருவாய், ஒழுங்குமுறைச் சட்டங்கள், ஊக்கத்தொகை போன்றவற்றின் அனுகூலங்களைக் கருத்தில் கொண்டு வியாபார யுக்தியைத் தெரிவு செய்வார்கள். அரசு, நிதி நிறுவனங்கள் என பலதரப்பு ஒப்பந்தங்கள் செய்துகொள்ள முடியும். வட மற்றும் லத்தீன் அமெரிக்கப் புதிய சட்டங்களான - பண வீக்கக் குறைப்புச் சட்டம், சாமானியர்களுக்கு புதுப்பிக்கப்படக் கூடிய எரிசக்தி மலிவான விலையில் கிடைக்க மகத்தான வழிசெய்யும்.

45 காற்றாலைகளைக் கொண்டிருக்கும் பிரிட்டன் 14 ஜிகாவாட்டிலிருந்து, அடுத்த ஏழாண்டுகளில் 50 ஜிகாவாட்டாக

தன் திறனை அதிகரிக்க திட்டமிட்டு வருகிறது. போலவே, ஜெர்மனி, நெதர்லாந்து, டென்மார்க், பெல்ஜியம் போன்ற நாடுகளும் வரிசையில் இருக்கின்றன.

சமீபத்தில் உலகின் ஆழமான கடலோரக் காற்றாலை, ஸ்காட்லாந்தின் ஆங்கஸ் கடற்கரையிலிருந்து 17 மைல் தொலைவில் நிறுவப்பட்டு இருக்கிறது. SSE நிறுவனத்தின் இந்த முதலீடு, பிரிட்டனை கார்பன் நடுநிலைமையில் நிகர-பூஜ்ய நிலையை சீக்கிரமே எட்டச்செய்யும். ஒவ்வொரு நாட்டின் கார்பன் உமிழ்வைக் கட்டுக்குள் வைத்திருக்கும் நிலையைக் குறிப்பது இது.

உலகின் ஒவ்வொரு நாடும் இந்த நிலையை அடைந்துவிட்டால், செயற்கை சுவாசக் கருவிகளின் உதவியோடு சுவாசிக்கும் நிலை, நம் பேரன் பேத்திகளுக்கு வராமலிருக்கும்.

இயன்றவரை இயற்கையை இம்சைப் படுத்தாமல் இருப்போம்!

12. இசை, ஆடல், பாடல் மற்றும் குண்டுவெடிப்புகள்

இதுவும் கடந்து போகும் என்று போரையும் கடக்கின்றனர் உக்ரைனியர்கள். காலங்காலமாக ஆக்கிரமிப்புகளைச் சந்தித்து வரும் இவர்களுக்கு மனோதிடத்தை கொடுக்க முயல்வது கலை. ஆம். டைட்டானிக் திரைப்படத்தில் படகு மூழ்கும் வேளையிலும், இசைக்கருவிகளை வாசித்து மக்களை உற்சாகப்படுத்துவார்களே அதுபோல.

மேடைச் சிரிப்புரை, இசை, பாலே நடனம், ஓவியம் எனப் பல்வேறு கலைஞர்களின் கூட்டுமுயற்சி நடக்கிறது. போரின் அகோரங்களைச் சிறிது நேரமேனும் மறக்கச் செய்கிறார்கள். இல்லாவிடில் இம்மக்களைக் கொள்ளுமளவு மனநல விடுதிகள் தேவைப்பட்டிருக்கும் இந்நேரம்!

அழுகை பலவீனம் என்றால், சிரிப்பு பலம்தானே?

"அமெரிக்காவின் பிரபல நகைச்சுவையாளர்களுக்குப் பிரதான நேரத்தில் தங்கள் நிகழ்ச்சியை நடத்தும் வாய்ப்புக் கிட்டும். உக்ரைனின் பிரபல நகைச்சுவையாளர்களுக்கு ரஷ்யாவை அழிக்கும் வாய்ப்புக் கிட்டும்", என்று அதிரடியாய் ஆரம்பிக்கிறார் ஆன்டன் டிமொஷென்கா. உக்ரைனிலுள்ள

கீவ் நகரின் குண்டு தாக்காத புகலிடத்தில் தனது முதல் மேடைச் சிரிப்புரையை, கடந்த ஆண்டு, ஏப்ரல் 17ஆம் தேதி இப்படித்தான் தொடங்கினார்.

இவரது வீடியோ உலகம் முழுக்க இணையத்தில் யூட்யூபிலும், ட்விட்டரிலும் பெரிதும் பகிரப்பட்டது. பல நாடுகளின் பத்திரிகையாளர்கள் இவரைத் தொடர்பு கொண்டு பேசியதாகத் தனது இரண்டாம் நிகழ்ச்சியில் நினைவுகூர்கிறார். இந்த அனுபவம் சுவாரஸ்யமாக இருந்தாலும் வருவாய் எதையும் ஈட்டவில்லை என்று நிதர்சனத்தையும் நகைச்சுவையாக்குகிறார். உக்ரைன் போருக்கு நிதிதிரட்டும் முயற்சி என்று அறிவித்து, அவரது ஆன்லைன் வர்த்தக விவரங்களையும் தருகிறார்.

போரின் நடுவே வாழும் மக்களின் யதார்த்த வாழ்க்கையிலிருந்தே பெரும்பாலும் நகைச்சுவைகள் கூறப்படுகின்றன. முதலில் சிரிப்பை வரவழைத்தாலும், பிந்தைய நொடியே போரின் கொடூரத்தை அப்பட்டமாய் கண்முன் நிறுத்துகின்றன. உதாரணத்துக்கு, உக்ரைனின் கிராமத்தில் வசிக்கிற அம்மாவும், பெரிய நகரத்தில் வசிக்கிற அவரது மகனும் பேசிக்கொள்கிறார்கள். "நம் கிராமத்தின் மேலே நிறைய ராக்கெட்டுகள் பறக்கின்றன", என்று பதட்டத்துடன் கூறுகிறார் தாய். "கவலை வேண்டாம் அம்மா, அந்த ராக்கெட்டுகள் என்னை நோக்கித்தான் வந்து கொண்டிருக்கின்றன", என்று மறுமுனையில் ஆறுதல் கூறுகிறான் மகன்.

இவர்களும் வீரர்களே! போர்க்களத்தில் எதிரிகளை எதிர்கொள்ள ஆயுதங்கள். நாட்டு மக்களின் போர்க்கால மன உளைச்சலையும், விரக்தியையும் சமாளிக்க, நகைச்சுவை எனும் ஆயுதத்தை இவர்கள் கையிலெடுத்திருக்கிறார்கள். உளவியல் சிகிச்சைக்குச் செலவழிக்க பணமில்லாதவர்கள், இந்த நகைச்சுவை மருந்தை மலிவாய் உட்கொள்கிறார்கள். இன்பத்திலும் துன்பத்திலும் உற்றதுணையாகக் கணவன் மனைவி இருப்பதுபோல, நாட்டின் வளமையையும், போரழிவையும் ஒன்றாய் எதிர்கொள்ள கூடியிருக்கிறார்கள் உக்ரைன் மக்கள்.

இவர் மட்டுமல்ல, ஜெர்மனியின் பெர்லின் நகரில்கூட இன்னும் பல உக்ரைனிய நகைச்சுவையாளர்கள் இதை பின்பற்றுகிறார்கள்.

சதா சண்டை போட்டுக்கொண்டே இருக்கும் இரு குழந்தைகளை ஒரே அறையில் தங்க வைப்பார்களே, குட்டி பத்மினி நடித்த 'குழந்தையும் தெய்வமும்' என்ற படத்தில். கிட்டத்தட்ட இங்கேயும் அப்படிதான. போர்புரியும் உக்ரைன், ரஷ்யா இரு நாட்டினரையும் கருப்புநிறச் சுவர்கள் சூழ்ந்திருக்கும் பெர்லின் நகர மா'ர்ஸ் நகைச்சுவை அரங்கிற்குள் புதன்கிழமை இரவு அடைத்து விடுகிறார்கள். புதுமுக மேடை சிரிப்புரையாளர்களான இவர்கள், ரஷ்யா அல்லது உக்ரைன் நாட்டினர். போருக்கு எதிரான தங்கள் எதிர்ப்பைத் தெரிவிக்க இவர்களின் ஆயுதமும் நகைச்சுவையே.

உக்ரைனுக்கு ஆயுதங்கள் கொடுப்பதில் தாமதிக்கும் ஜெர்மனியைக் கலாய்க்கிறார், ரஷ்ய மேடை சிரிப்புரையாளர் நிகிடா. அவர் ஆர்டர் செய்த பர்கர் வரத் தாமதமானதால் கோபமடைந்த இவர், பிறகு அதைப் பட்டுவாடா செய்யும் நபரின் பெயரைப் பார்த்ததும் புரிந்து கொண்டிருக்கிறார். ஷோல்ஸ் எனும் ஜெர்மானியர். மேடை நகைச்சுவைகளின் நவீன நீட்சியாக உருவெடுத்திருக்கும் மீம்ஸ் கலாச்சாரமும் இதையே செய்கிறது. காரசார விவாதங்களை விடுத்து, நச்சென்று நகைச்சுவையுடன் செய்தியை மக்களுக்குக் கடத்தி விடுவது. ரஷ்யருக்கு வாக்கப்பட்ட ஜனா ஜார்ஜ் எனும் ஜெர்மனியப் பெண்மணி, தங்கள் இருவருக்குள் யார் பாசிசவாதியாவது என்று தேர்ந்தெடுக்கும் உரிமை, இப்பொது இருவருக்கும் கிடைத்து விட்டதாய் நகைக்கிறார்.

இங்கு மேடைச் சிரிப்புரையாளரும் சரி, பார்வையாளர்களும் சரி, ரஷ்யா மற்றும் உக்ரைன் நாடுகளிலிருந்து படிப்புக்காக, வேலைக்காக என போருக்கு முன்னரோ, போர் தொடங்கியவுடனோ இடம் பெயர்ந்தவர்கள். போர் தொடங்கிய சில வாரங்களிலேயே இந்த நிகழ்ச்சியில் கிடைக்கும் டிக்கெட் பணமனைத்தும் உக்ரைனுக்கு உதவியாய் அனுப்பப்படும் என்று அறிவித்தார்கள். இன்னும் ஒருபடி மேலேபோய், புதின் ஆதரவாளர்களுக்கு இந்த நிகழ்ச்சிக்கு வரவேற்பில்லை என்றும் அறிவித்தார்கள்.

இப்படித்தான் போனவருடம் போர் தொடங்கிய நாள், கீவ் நகர மக்கள் குண்டுவீச்சுகளில் இருந்து பாதுகாத்துக்

கொள்ள கட்டிட அடித்தளங்களில் கூடினார்கள். அடுத்தடுத்த நாட்களில் அபாயச்சங்குகளே வாடிக்கையான பிறகு, தற்காலிக குண்டுபுகா கூடாரங்களைத் தூக்கிக்கொண்டு அடித்தளங்களில் கூடினார்கள். சமைக்கவும், படுக்கவும் போன்ற அடிப்படை வசதிகளுடன் கூடிய கூடாரங்களிவை.

அபாயச்சங்கு ஒலிகேட்டு கூடாரங்களோடு கீழ்தளங்களுக்கு ஓடியவர்களிடையே, தன் வயலினைத் பத்திரப்படுத்திக்கொண்டு ஓடினார் ஓர் இளம்பெண். பாதுகாப்பு இடங்களில் மக்கள் கூடியபிறகு, தனது பயத்தையும், கூடியிருந்தோர் பயத்தையும் போக்கத் தனது வயலினில் அனைவருக்கும் விருப்பமான பாடல்களை வாசிக்க ஆரம்பித்தாள். உணர்வுபூர்வமான தேசபக்திப் பாடல்களே மீண்டும் மீண்டும் நேயர் விருப்பமாய் இருந்தது. ரஷ்யாவைத் தடுக்கும் உக்ரைனின் சாகசத்தைப் புகழும் வண்ணம், எழுச்சியூட்டும் பாடல்களால் போரின் கோரத்தை மறக்க முயன்று கொண்டிருக்கிறார்கள்.

பாடல்கள் மட்டுமல்ல, பாலே நடனமும் உயிர்பெற்று நடக்கிறது உக்ரைனில். போரின் ஆரம்ப நாட்களில் பல்வேறு நாடுகளும் உக்ரைனின் நடனக் கலைஞர்களுக்கு குடும்பத்துடன் அடைக்கலம் கொடுத்தனர்.

நெதர்லாண்டின் ஹேக் நகரில் இப்படித் தஞ்சம் புகுந்த 60 கலைஞர்கள் கொண்ட நடனக்குழு ஒன்று உருவாகியது. வருடக்கணக்கில் கருப்பொருளுக்கு உருக்கொடுத்து, உடல்வலிமை பெற்று உருவாக்கக்கூடிய திகைப்பூட்டும் நிகழ்ச்சிகளை இவர்கள் ஒருசில மாதங்களிலேயே சாத்தியப்படுத்தி இருக்கிறார்கள். சிங்கப்பூர், ஆஸ்திரேலியா, பிரிட்டன், ஏன் வாஷிங்டனிலும் என உலகம் முழுக்க நிகழ்ச்சி நடத்துகிறார்கள். தங்கள் தாய்நாட்டை யாராலும் அடக்க முடியாதெனும் திமிரை தங்கள் நடனத்தின் மூலம் வீரியமாய்ப் புரிய வைக்கிறார்கள். தாய்நாட்டிற்கும் திரும்பி கீவ் நகரின் சர்வதேச பாலே அரங்கிலும் அபாய ஒலிகளின் சைரன்களுக்கு நடுவே நிகழ்ச்சி நடத்துகிறார்கள். கீவின் நட்சத்திர பாலே நடன இயக்குனரான அலெக்ஸி ராட்மன்ஸ்கி, உலகின் பழமையான இசைத்தொகுப்பான 'ஜிஸல்'க்கு குறுகிய காலத்தில் புத்தாக்கம் அளித்திருக்கிறார்.

இவர்கள் மட்டுமல்ல... ஓவியர் ஒலெக்ஸி சாய் என்பவரும், வீட்டின் அடித்தளத்திலிருக்கும் அவரின் ஓவிய அறையிலிருந்து, போருக்கு எதிரான பதாகைகளைத் தயாரிக்க அரம்பித்து விட்டார். 2013-ஆம் ஆண்டின் உக்ரைனின் உள்நாட்டுப் புரட்சியின் போதே இவரது வடிவமைப்புகள் லண்டன், நியூயார்க், பெர்லின் போன்ற இடங்களில் உபயோகப்படுத்தப்பட்டன. போரின் காட்டுமிராண்டித்தனங்களைப் படம் பிடித்திருக்கும் 7000 புகைப்படங்களை கொண்ட ஒரு வீடியோவை உருவாக்கி இருக்கிறார். "போரின் உக்கிரத்தைக் காண்பித்து மக்களை அச்சுறுத்துவதே என் நோக்கம். அப்போதுதான் போரின் தீவிரத்தை அவர்கள் உணர்வார்கள். செய்தி ஊடங்கங்களால் இவ்வளவு ரத்தமும் சதையுமாக போரைக் காண்பிக்க முடியாது. ஆனால் ஓவியங்களால் / தனிநபர் வீடியோப் பதிவுகளால் இது முடியும். போருக்கு எதிராக மக்களின் ஆழ்மனதில் ஒரு பயத்தையும், வெறுப்புணர்வையும் ஏற்படுத்துவதே என் நோக்கம்", என்கிறார்.

உக்ரைனின் அடையாளத்தை, கலாசாரம், வரலாற்றை அழிக்க புதின் பாடுபட்டுக் கொண்டிருக்கிறார். ஆயுதங்களை கையிலெடுப்பதற்கு பதில், கலையை கையில் எடுத்திருக்கிறார்கள் உக்ரைனிய கலைஞர்கள். கலையின் வழியே இங்கே நம்பிக்கையும், ஒருமைப்பாடும், தேசத்தின் பெருமிதமும் உயிர்ப்போடு போரை எதிர்கொள்ள வழிவகுக்கிறது.

13. அடையாளங்களை அழித்தொழிப்போம்!

ஜல்லிக்கட்டுப் போராட்டம் - உச்சநீதிமன்றத் தீர்ப்புக்கு எதிரானதா? உண்மையில் தமிழனின் கலாச்சார அடையாளத்தை மீட்டெடுக்க உருவெடுத்தது. ஊழல், விவசாயம், சுற்றுச்சூழல், இன்னபிற அதிருப்திகள் இருந்தபோதும் அமைதிகாத்த தமிழகம், நம் அடையாளத்தை அழிக்க முற்பட்டவுடன் வெகுண்டெழுந்தது அல்லவா?

ரஷ்யப் படைகளைக் கண்டு சாதாரணக் குடிமக்களும் கொதித் தெழுவதும் இதனால்தான். உக்ரைனிய அடையாளத்தைக் காத்துக்கொள்ளத் தான். உயிரையும் கொடுத்துத் தனது அடையாளங்களைக் காத்துக்கொள்ளும் அளவிற்கு, பறிக்கப்பட்டிருக்கிறார்கள். இன்று நேற்று தொடங்கியதல்ல இந்த அடையாள அழிப்பு. நீண்ட வரலாறு கொண்டது.

ஒரு வகையில் உக்ரைன் வரலாற்றையே தம் இஷ்டத்துக்குத் திருத்தி எழுதியிருக்கிறார்கள் ரஷ்யர்கள். 'வரலாறு முக்கியம் அமைச்சரே' என்று சும்மா சொல்லவில்லை. என்னதான் பிரச்சனை இருநாடுகளுக்கும்?

பகைமையின் தொடக்கம்

கீவின் ரஸ் - வரலாற்று இடைக்காலத்தின் பலம்பொருந்திய நகரம். கீவ்வை தலைநகராகக் கொண்டது. இன்றைய ரஷ்யா,

உக்ரைன், பெலாரஸ் நகரங்கள் மூன்றும் இதன் வழித்தோன்றல்கள் எனப்படுகிறது. 11ஆம் நூற்றாண்டின் தொடக்கத்தில் செழிப்புற்றிருந்த கீவின் ரஸ் சமஸ்தானங்களுக்கிடையே சண்டை வந்தது. ஒரு கட்டத்தில் விளாதிமிர்-சுஸ்டால் பகுதியை ஆண்ட ஆண்ட்ரே போகலூப்ஸ்கி கீவ்வை சூறையாடித், தீக்கிரையாக்கினார். அடுத்த முறை தோல்வியுற்று கொல்லப்பட்டார். இந்த மோதல்களே ரஷ்யா, உக்ரைன் மூதாதையர்களிடையே பகைமை துளிர்விட்ட தருணம்.

உக்ரைனில் போலந்தின் ஆதிக்கம் தலைதூக்கியது. தங்களது உரிமைகளுக்காகவும், சுதந்திரத்துக்காவும் போராட உருவானவர்களே ஸாப்ரோசேஷியன் கோசாக்கியர்கள். நிப்ரோ ஆற்றையொட்டிய மத்திய உக்ரைனின் மாவீரர்கள். ரஷ்ய ஸார்களுடன் (அரசர்களுடன்) கூட்டுச் சேர்ந்து, போலந்துப் படைகளை விரட்டியடித்து, உக்ரைனைச் சுதந்திர அரசாங்கமாக நிலைநிறுத்தினர். நட்பில் கோர்த்த கைகள், மெல்ல இறுகத் தொடங்கின. அடக்குமுறையால் உக்ரைனை கையகப்படுத்த தொடங்கினர் ரஷ்யர்கள். கோசாக்கியர்கள் 1659 கோனோடொப் போரில் ரஷ்யாவை வென்றாலும், அரசாங்கத்தைத் தக்கவைத்துக் கொள்ள முடியவில்லை. மாஸ்கோவின் அரசியல் சூழ்ச்சியால் 1654-ஆம் ஆண்டு பெரியாஸ்லவ் ஒப்பந்தம் செய்யப்பட்டு, உக்ரைனின் சுதந்திரம் வரையறுக்கப்பட்டது.

உறுதியான அரசாங்கமின்றி தடுமாறியது உக்ரைன். இவான் மாஸப்பா (1687-1708) எனும் வலிமையான தலைமை அமைந்து, உக்ரைனின் கலாசாரம் மேம்படுத்தப்பட்டது. போலந்து, லிதுவேனியா, செக் குடியரசுகளுக்கு இணையாக வளர்ந்தது. பல வரலாற்றுச் சின்னங்களும் உருவானது இக்காலமே. இது ரஷ்யாவின் கண்களையும் உறுத்தாமல் இல்லை. தனி மொழி, தனிக் கலாசாரம் போன்ற தனித்துவங்கள் வளர வளர, உக்ரைன் தனி நாடாக உருவெடுக்க விரும்பும். இது ரஷ்ய ஏகாதிபத்தியத்திற்கு ஆபத்தென உணரப்பட்டது.

முதல் இனப்படுகொலை

பால்டிக் பகுதியில் ஸ்வீடனின் ஆதிக்கத்தை ஒடுக்கியது வடக்குப் போர் (1700-1721). இதன் வெற்றி ரஷ்யாவை

அப்பகுதியின் பெரும் சக்தியாக்கியது. இப்போரில் ரஷ்யாவிற்குத் தோள்கொடுத்தனர் கோசாக்கியர்கள் (உக்ரைன் போராளிகள்). ஆனால் போலந்திடமிருந்து கோசாக்கியர்களைக் காப்பாற்ற வரவில்லை ரஷ்யப் பேரரசர் முதலாம் பீட்டர் (1682-1725). இதனால் கட்சிமாறினர் இவான் மாஸப்பாப் படையினர். போரில் ரஷ்யா வென்றபின், உக்ரைனைப் பழிதீர்க்க ஆணை பிறப்பிக்கப்பட்டது. 15,000 மக்களை (பெண்கள், குழந்தைகள் உட்பட) கொன்று குவித்தது ரஷ்யா. நடந்தேறியது உக்ரைனின் முதல் இனப்படுகொலை.

உயிர்கள் மட்டுமல்ல... அடையாளங்களும் சேர்த்தழிக்கப் பட்டன. உக்ரைனின் மொழி, மதம், புத்தகங்கள் தடை செய்யப்பட்டன. பிறகுவந்த இரண்டாம் பீட்டர் பேரரசரும், சட்ட ஒழுங்கு முறைகள், ஆணைகளை உக்ரைன் மொழியிலிருந்து ரஷ்ய மொழிக்கு மாற்றியெழுத வைத்தார்.

பிறகு வந்தார் ரஷ்யப் பேரரசி கேத்தரின் (1729-1796). கோசாக்கியர்களை முற்றிலும் அழித்த பெருமை இவரையே சேரும். வரையறுக்கப்பட்ட சுதந்திரத்தோடு ஆட்சி செய்துவந்த கோசாக்கிய அரசாங்கத்தைப் பிடுங்கி எறிந்து, ரஷ்ய ஏகாதிபத்தியத்தை கொண்டுவந்தார். பள்ளி, தேவாலயங்களில் உக்ரைனிய மொழியை விரட்டிவிட்டு ரஷ்ய மொழியைக் கொணர்ந்தார். 1770 ஓட்டோமான் சாம்ராஜ்யத்தை ரஷ்யா அழிக்க உதவிய கையோடு, கோசாக்கியர்களுக்கும் முற்றுப்புள்ளி வைக்கப்பட்டது.

உக்ரைனின் சுதந்திரப் போராட்டம்

போராடும் உயிர்களும், இன அடையாளங்களும் அழிக்கப்படுவது தொடர்கதையானது. எதிர்வினையாய் முளைத்தது உக்ரைனின் சுதந்திரப் போராட்டம்.

18-ஆம் நூற்றாண்டின் முதலாம் நிக்கோலஸ் ரஷ்ய ஆட்சி காலத்தில், உக்ரைனிய உடன்பிறப்பாளர்கள் சங்கம் மறுமலர்ச்சிப் போராட்டத்தை தொடங்கியது. போராடியவர்கள் சொர்க்கத்திற்கோ, பிற நாடுகளுக்கோ இலவசமாய் அனுப்பி வைக்கப்பட்டனர். அடையாளங்கள் - புத்தகங்கள், பாடல்வரிகள், உக்ரைனிய மேடை நாடகங்கள்,

பொது வாசிப்புகள் என அனைத்தும் தடை செய்யப்பட்டன. இவை சுதந்திரத் தீயை ஊற்றி வளர்த்தன.

ரஷ்யப் பேரரசு ஆட்டம் கண்ட போது, உக்ரைனிய மக்கள் குடியரசு (1917) அமைக்கப்பட்டது. ஈறாண்டுகளில் உக்ரைன் கைப்பற்றப்பட்டது. இதுவே பின்னர் சுதந்திரத்திற்குப் பிறகு (1991), உக்ரைனிய மக்கள் குடியரசு எனப்பெயர் கொள்ளக் காரணமானது.

சோவியத் உருவானது (1922-1991). சோவியத் நாடுகள் தங்களை சுயநிர்ணயம் செய்துகொள்ள முடியும் என்றது. உக்ரைன் மொழி கலாச்சாரத்தை வளர்க்கும் கொள்கை கொண்டுவரப்பட்டது. புத்தகங்கள், செய்தித்தாள்கள், திரைப்படங்கள் உக்ரைனிய மொழியில் அனுமதிக்கப்பட்டன.

சோவியத்தின் ஜோசப் ஸ்டாலின் (1930) இதைப் பழையநிலைக்கு மாற்றினார். உக்ரைனியக் கலைஞர்கள், ஆளுமைகள் மீது அடக்குமுறை பாய்ந்தது. உக்ரைன் கலாசாரச் சார்பாளர்கள் கொல்லப்பட்டு, அவர்கள் நிறைவேறிய மறுமலர்ச்சி என்று அழைக்கப்பட்டனர். 1953 வரை இந்த கொலைகளும், தொடர்ந்தது. ஜோசப் ஸ்டாலினும் இறந்தார். 1960-களில் உக்ரைன் கலாசாரம் தழைக்க வழிபிறந்தது.

படிக்கும் நமக்கே மூச்சு வாங்குகிறதென்றால், நூற்றாண்டுகளாய்ப் போராடிய உக்ரைன் மக்களுக்கு எப்படி இருந்திருக்கும்? தேசம், தேசபக்தி போன்றவைகளை இந்தத் தலைமுறையினர் கிரகித்துக் கொள்ள உக்ரைனைவிடச் சிறந்த எடுத்துக்காட்டு தேவைப்படாது.

1991-ஆம் ஆண்டு சுதந்திரம் கொடுத்தாலும் ரஷ்யாவிற்குத் தலையாட்டும் விக்டர் யனுகோவிச்சை அதிபராகக் கொண்டு உக்ரைனைத் தன் கட்டுப்பாட்டில் வைத்திருந்தது ரஷ்யா. இவர்களின் தேர்தல் தகிடுதத்தம் 2004-ஆம் ஆண்டின் ஆரஞ்சு புரட்சியால் புரட்டிப் போடப்பட்டது. விடாமல் மீண்டும் 2010-ஆம் ஆண்டு அதிபரானார் விக்டர் யனுகோவிச். ஐரோப்பிய யூனியனுடன் 2013-ஆம் ஆண்டு ஒப்பந்தம் செய்ய மறுத்து, சர்வாதிகாரம் செய்ய முயன்ற இவரை யூரோமைன் புரட்சி ரஷ்யாவிற்குத் தப்பியோட செய்தது.

அவரசமாக உக்ரைனைக் கட்டுப்பாட்டுக்குள் கொண்டுவர கிரீமியாவை 2014-ஆம் ஆண்டு ஆக்கிரமித்தது ரஷ்யா. இதன்மூலம் உக்ரனின் மேற்குலக கனவுகளை தகர்த்தெறியும் முயற்சி 8 ஆண்டுகளாகியும் பலிக்கவில்லை. மீண்டும் தொடங்கியது ரஷ்ய - உக்ரைன் போர் 2022 ஆம் ஆண்டு.

ரஷ்யா திருத்திய உக்ரைன் வரலாற்று பக்கங்கள்

"ரஷ்யாவின் நகரங்களுக்கு எல்லாம் தாய்நகரமாய் விளங்குவது கீவ்", என்றார் ரஷ்ய அதிபர் புதின். அப்போதைய கீவின் ரஸ்ஸின் தலைநகராக இருந்த கீவ்விலிருந்து, விளாடிமிருக்கும், பின்பு மாஸ்கோவுக்கும் தலைநகரங்கள் மாற்றப்பட்டது என்கிறார். உண்மையில் கீவின் ரஸ்ஸின் தலைநகரங்கள் மாறவில்லை. மங்கோலியப் படையெடுப்பால் (1240) தகர்க்கப்பட்டும், அடுத்தடுத்த நூற்றாண்டுகளில் கீவ் மறுபடி கட்டியமைக்கப்பட்டு முக்கியத்துவம் பெற்றது.

உக்ரைன், பெலாரஸ் என்று தனி நாடுகள் இருப்பதையே அதிபர் புதின் ஏற்றுக்கொண்டதில்லை. அனைவருமே ரஷ்யர்கள் என்றே கூறிவருகிறார். 13ஆம் நூற்றாண்டிலேயே ரஷ்ய மந்தையிலிருந்து உக்ரைன் பிரிந்து விட்டது. முறைப்படி தேர்தல் நடத்தி, அரசாங்கம் நடத்தினர் ஸாப்ரோசேஷியன் கோசாக்கியர்கள். ரஷ்யாவோ ஏகாதிபத்தியத்தைத் தேர்ந்தெடுத்தது. உக்ரைன் மற்றும் ரஷ்ய மொழிகளிடையே குறைந்தளவே ஒற்றுமை இருக்கிறது. நம் தமிழ், மலையாளம், கன்னடம் போல ஒன்றுவிட்ட சகோதரிகளாய் இருக்கவில்லை.

கிரீமியா ரஷ்யாவின் பகுதி. உக்ரைனுக்கு 1954-ஆம் ஆண்டு தவறுதலாகக் கொடுக்கப்பட்ட அன்பளிப்பு என்கிறார்கள். உண்மையில் 18ஆம் நூற்றாண்டில் கிரீமியா ரஷ்யாவால் கைப்பற்றப்படும் வரை, இருவருக்கும் சம்மந்தமே இருக்கவில்லை. உக்ரைன் சுதந்திரத்திற்கான வாக்கெடுப்பு (1991) மற்றும் 2014ஆம் ஆண்டு ரஷ்ய ஆக்கிரமிப்பை எதிர்த்தது - இவையெல்லாம் இவர்கள் உக்ரைனைச் சார்ந்தவர்கள் என்பதையே உறுதிப்படுத்துகிறது.

உக்ரைனின் ஹொலோடொமோர் பஞ்சத்திற்குக் காரணம் மோசமான அறுவடை அல்ல, திட்டமிட்ட இனப்படுகொலை

என ஏற்கெனவே நிருபிக்கப்பட்டு விட்டது. சோவியத்துடன் சேர்ந்து விவசாயம் செய்யக் கட்டாயப்படுத்தப்படுவதை எதிர்த்தார்கள் உக்ரைனிய விவசாயிகள். இதன் பரிசாகப் பெருமளவு உற்பத்தியை அரசுக்கு செலுத்திவிட்டு, தங்களுக்கெனத் தானியங்கள் வைத்துக்கொள்ளக் கூடாதெனச் சட்டம் பாய்ந்தது. தானியங்கள் பெருமளவு சேகரிக்கப்பட்டு, வெளிநாடுகளுக்கு ஏற்றுமதி செய்யப்பட்டது. உற்பத்தி செய்த உக்ரைன் விவசாயக் குடும்பங்கள் 1932-33 ஆண்டுகளில் பட்டினியால் செத்தன. ஊடகங்களில் செய்தி கசிய விடவில்லை. இதனால் இறந்தது 4-10 மில்லியன் உக்ரைனியர்கள்.

ஐரோப்பாவையும் உக்ரைனையும் நாஜிகளிடமிருந்து விடுவித்தது ரஷ்யா. இரண்டாம் உலகப்போர் வெற்றியை முழுதும் தங்களுக்கே உரித்தாக்கிக் கொள்கிறது ரஷ்யா. உண்மையில் 6 மில்லியன் உக்ரைனியர்களும், 1.3 மில்லியன் பெலாரஸ் படைகளும் போரில் பங்குபெற்று, அதிகம் வீரர்களையும் இழந்தன.

உக்ரைன் கலாசார ரீதியாக மிகவும் பின்தங்கியது - இந்த பிம்பத்தை சோவியத் திரைப்படங்களும் ஊடகங்களுமே கட்டமைக்கின்றன. உக்ரைனியர்களைப் பழங்கால, ஏளனத்திற்குரிய, அசட்டு விவசாயிகளாக சித்தரிக்கின்றன. நம் சினிமாக்களில் மஞ்சப்பையும், டிரங்கு பெட்டிகளும் கிராமத்து மக்களின் கர்ண கவசங்களாகக் காட்டப்படுமே, அதுபோல.

போர்கள், ராஜதந்திரங்கள், அடக்குமுறைகள், கட்டமைக்கப் பட்டப் பொய் வரலாறுகள் என உக்ரைனைத் துடைத்தெறியும் ரஷ்யாவின் முயற்சிகள் வெற்றி பெறுமா? எத்தனையோ நூற்றாண்டுகளாய் இவற்றை எதிர்கொள்ளும் உக்ரைனியர்கள், இனியும் பார்த்துக் கொள்ள மாட்டார்களா? இதற்கு பதிலடி கொடுக்கவும் ஆரம்பித்து விட்டனர் நவீனத் தலைமுறை உக்ரைனியர்கள்.

14. திருப்பி அடிக்கும் வழி

கீவ்வின் புறநகர் பகுதி. ஊழியர்கள் இருவர் ஆரஞ்சு நிற மேலங்கியோடு ஒரு ரஷ்ய கல்வெட்டைக் கருவியைக் கொண்டு சுரண்டிக் கொண்டிருந்தார்கள். பத்து நிமிடத்தில் கல்வெட்டு வெறுங்கல்லானது. அவசரமாய் அங்கிருந்து நகர்ந்தார்கள். இரண்டாம் உலகப்போரில் சோவியத்தின் வெற்றியை பறைசாற்றும் நினைவுச்சின்னம் அது. உண்மையில் அவர்கள் நகராட்சி ஊழியர்கள் அல்ல. உக்ரைன் கலாசார ஆர்வலர்கள்.

சோவியத் ரஷ்யா சம்பந்தப்பட்ட எல்லாவற்றையும், உக்ரைனின் இண்டு இடுக்குகளில் இருந்து களைந்துவிட வேண்டும். இதுதான் டீரஸ்ஸிஃபிகேஷன். வரலாறு, மொழி, கலாசாரம் என்று சகலத்திலும் பரவியுள்ள ரஷ்ய அடையாளங்களை, வேரோடு பிடுங்கியெறியத் தொடங்கிவிட்டது உக்ரைன். தனது நாயகர்களை மேடையேற்றி வணக்கம் செலுத்துகிறது.

மொழி

அவசரமாகத் தேய்கிறது ரஷ்யன் (ரஷ்ய மொழி) உக்ரைனில். 29 சதவீத உக்ரைனியர்களின் தாய்மொழி ரஷ்யன். ஆண்டாண்டுகளாக உக்ரைனைக் கைப்பற்றிய ரஷ்யர்கள் முதலில் தடை செய்தது உக்ரைனிய மொழியைத்தானே? உக்ரைன் இனத்தவர்கள் கூட உக்ரைனியன் (உக்ரைன் மொழி)

மொழியில் பேசுவது கிடையாது. மரியப்போல், கார்கீவ், கிரீமியா, கிழக்கு உக்ரைன், தலைநகர் கீவ்வின் பெரும்பகுதியில் கூட ரஷ்யன் தான் பேசப்படுகிறது. இவற்றின் மீதான குண்டுவீச்சுகள், நகர நாசங்கள், இம்மக்களுக்கு ரஷ்யன் மீது கசப்பையும், வெறுப்பையும் ஏற்படுத்தியுள்ளது.

உக்ரைனிய அதிபர் ஜெலன்ஸ்கியின் தாய்மொழியும் ரஷ்யன்தான். இருப்பினும் உக்ரைனியன், ஆங்கிலம் ஆகிய இரு மொழிகளிலும் சரளமாகப் பேசக் கூடியவர். "ரஷ்யன் மொழியை உக்ரைனியர்கள் கைவிடுவதற்கான அனைத்தையும் சிறப்பாக செய்கிறீர்கள். ஏனெனில் இம்மொழி இனி முழுக்க முழுக்க குண்டுவெடிப்புகள், கொலைக் குற்றங்களுடன் உங்களுடன் மட்டுமே தொடர்புடையது", என்றார் அவர்.

33 வயது யூலியா சிடோரென்கோவின், தனது பால்ய நினைவுகளோடு இணைந்திருந்த அனைத்துப் புத்தகங்களையும் ஓர் அட்டைப்பெட்டியில் கொட்டுகிறார். ஒரே காரணம் - அவை ரஷ்யன் புத்தகங்கள். இவரைப் போன்று வீட்டிலிருந்தும், நூலகத்திலிருந்தும் ரஷ்யன் புத்தகங்களைக் காலி செய்வோருக்கு உதவுகிறது சியாவோ புத்தகக்கடை. இரண்டே மாதங்களில் 25 டன் சேர்ந்தது. இவற்றை மறுசுழற்சி செய்து 2700 யூரோக்கள் திரட்டி இராணுவத்திற்கு அளித்துள்ளனர்.

உக்ரைனியப் பள்ளிகளில் ரஷ்யன் மொழிக்கு இனி இடமில்லை. ரஷ்ய இலக்கியங்களை அகற்றிவிட்டு, ரஷ்யாவுடனான நீண்டகாலப் போரைக் குறித்த பக்கங்கள் சேர்த்தாயிற்று. நவீனத் தகவல் தொழிநுட்பங்களை கொண்ட போர்ப் பாடங்கள் இனியிங்கு முக்கியத்துவம் பெறும். வரலாறும் இனி சோவியத் யூனியன் புகழ் பாடாது; ஏகாதிபத்தியத்தைச் சான்று பகரும்.

போருக்கு முன்னால் ஐரோப்பா, மத்திய கிழக்கு, ஆசியா எனப் பல்வேறு இனத்தைச் சேர்ந்த 43 மில்லியன் மக்களைக் கொண்டது உக்ரைன். இந்தியாவைப் போன்றே மொழி, கலாசாரம் போன்றவற்றில் பன்முகத்தன்மை உடையது. காலங்காலமாக வேற்றுமையில் ஒற்றுமையோடு வாழ்ந்துவந்த நாடு. புதினின் ஆக்கிரமிப்பு, ரஷ்ய அடையாளங்களை வேருடன் அழிக்க வேண்டிய கட்டாயத்திற்கு இவர்களை ஆளாக்கிவிட்டது.

இலக்கியம்

நிப்ரோ நகரில், அலெக்சாண்டர் புஷ்கினது உருவச்சிலை தூக்கிலிடப்பட்டது. சிலையின் தாடையில் பாரந்தூக்கி இயந்திரத்தின் கயிறு கட்டப்பட்டு அகற்றப்பட்டது. இவைகளுக்குச் செய்வது ரஷ்யர்களுக்கே செய்வது போன்ற பெருமிதத்தோடு நடந்தேறுகின்றன.

புஷ்கின் - ரஷ்ய நவீன இலக்கியத்தின் தந்தையாக அழைக்கப்படுபவர். இவரது பெயர் கொண்ட 594 தெருக்கள் உள்ளன உக்ரைனில். இதுவே ரஷ்ய ஏகாதிபத்தியத்திற்கு மிகச்சிறந்த சான்று. உக்ரைனின் தேசியக்கவியான தாரஸ் ஷெவ்செங்கோவிற்கும், சோவியத் விண்வெளி வீரர் யூரி ககாரியனுக்கும் அடுத்து அறியப்படும் முக்கிய வரலாற்று ஆளுமைகளில் ஒருவராகிறார். உக்ரைனின் முன்னணி இலக்கியவாதிகளைப் பின்னுக்குத் தள்ளி, இவர்தான் பிரபலமாக இருக்கிறார்.

இவரே இப்போது உக்ரைனின் கலாச்சார ஆர்வலர்களின் இலக்காகவும் மாறிவிட்டார். இவரது 30 நினைவுச்சின்னங்கள் உக்ரைனிலிருந்து அகற்றப்பட்டாயிற்று.

'நம் எதிரி புதின், புஷ்கின் அல்ல', என்றும் எழுகின்றன குரல்கள். பாரதியின் பாடல்கள் எப்படி இந்திய சுதந்திரத்திற்கோ, அவ்வாறே புதினின் பிரசாரத்திற்கு புஷ்கினின் படைப்புகளும். 2014 கிரீமியா ஆக்கிரமிப்பை ஆதரித்து ரஷ்ய நடிகர்களும், குழந்தைகளும் இவரது பாடல்களைத்தான் பாடினார்கள். "ரஷ்ய கலாசாரம் போற்றப்பட வேண்டியதுதான். ஆனால் ரஷ்ய அடக்குமுறைக்கும் அது உடந்தையாக இருந்ததைப் பூசி மறைத்துவிட முடியாது", என்கிறார் அமெரிக்காவின் யேல் பல்கலைக்கழக மொழிகள் மற்றும் இலக்கியத் துறைப் பேராசிரியர், எடிடா போஜனோவ்ஸ்கா.

கீவ்வில் இருக்கும் ரஷ்ய எழுத்தாளர் மிகைல் புல்ககோவ்வின் அருங்காட்சியகத்துக்கும் இதே நிலைதான். இங்கே பிறந்து வளர்ந்து பின்னாளில் ரஷ்யாவின் பிரபலத் தொடர்களை எழுதினார் இவர். கம்யூனிசத்தைக் கிண்டல் செய்த இவரது சில படைப்புகள் தடையும் செய்யப்பட்டன. ரஷ்யாவிலும் இவர்

பெயரில் இரண்டு அருங்காட்சியகங்கள் உண்டு. தற்போது மூடியிருக்கும் கீவ் அருங்காட்சியகம், இனி பொதுமக்களின் கருத்துகளைப் பெற்று உக்ரைனிய ஆளுமைகளோடு புனரமைக்கப்படும்.

கலைஞனும் அவனது படைப்புகளும் போருக்கு அப்பாற்பட்டவை என்பதும் சிலருக்குப் புரியாமல் இல்லை. எனினும் இப்போதைய அவசர வேலை ரஷ்யாவிடமிருந்தும் அதன் அடையாளங்களிலிருந்தும் உக்ரைனைப் பிரித்து, உக்ரைனின் தனித்துவத்தை மீட்டெடுப்பது.

அரசாங்கமே இதற்கெனச் சட்டம் இயற்றியிருக்கிறது. ஒன்று ரஷ்யப்பெயர்கள் கொண்ட தெருக்கள், பொது இடங்களுக்குத் தடை. மற்றொன்று உக்ரைனியன் மொழி கட்டாயமாக்கப்படுவது. 142 தெருக்களின் பெயர்கள் மாற்றப்படவிருக்கின்றன. இன்னும் 345 பாக்கி. அரசாங்கத்தை விட உக்ரைன் போராளிகள் இதை வேகமாய் செய்து வருகிறார்கள். உக்ரைன் போரில் உயிரிழந்த வீரர்கள், கலைஞர்கள் ஆகியோரின் பெயர்கள் புதிதாக சூட்டப்பட்டு வருகின்றன.

நினைவுச்சின்னங்கள்

மக்களின் நட்பு வளைவு - கீவ் நகரின் முக்கிய சுற்றுலாத்தலம். சோவியத்தால் பரிசளிக்கப்பட்டது. 2014-ஆம் ஆண்டு ஒரு பெரிய விரிசல் இந்த வளைவில் வண்ணம் தீட்டப்பட்டது; கிரீமிய ஆக்கிரமிப்புக்கு எதிராக. போன வருடத்திலிருந்து உக்ரைன் மக்களின் சுதந்திர வளைவு என பெயர்பெற்றுள்ளது.

கீவ்வின் பள்ளிகள், பேருந்து நிறுத்தங்கள், குடியிருப்புச் சுவர்கள் எங்கும், வண்ணமயமான மொசைக் அலங்காரங்கள் பொறிக்கப்பட்டிருக்கும். கம்யூனிசச் சின்னமான அரிவாளும் சுத்தியும் பெரும்பாலும் இடம்பெற்றிருக்கும். கார்கீவ்வின் நகராட்சி அலுவலகக் கட்டடத்தில்கூடப் பொறிக்கப்பட்டுள்ளது. இந்த மொசைக்குகளும் மொழுகப்பட்டு வருகின்றன. "என் குழந்தை இந்தச் சின்னத்தை பார்த்து வளரக் கூடாது", என்போர் பலர். "இதன் வரலாற்று மதிப்பைப் புரிந்துகொண்டு இதைப் பாதுகாப்பாய் அப்புறப்படுத்த வேண்டும்", என்போரும் சிலர் உண்டு. கெட்டாலும் மேன்மக்கள் மேன்மக்களே!

செம்படைத் தளபதி மிக்கோலா ஷோர்ஸ் குதிரை மீதமர்ந்திருக்கும் கம்பீரச்சிலை கீவ்வில் உண்டு. கம்யூனிச வீரரான இவர், இரண்டாம் உலகப்போரிலும், உக்ரைனின் சுதந்திர மக்கள் கட்சியை ஒடுக்கியதிலும் பங்கெடுத்தவர். உக்ரைனின் சிறந்த குதிரை நினைவுச்சின்னமாக இருந்தாலும், இதற்கும் நாள் குறித்தாயிற்று.

உலகின் தலைசிறந்த எழுத்தாளர் லியோ டால்ஸ்டாய்க்கும் இதே கதிதான். இவரது பெயர்கொண்ட கீவ்வின் மத்திய சதுக்கத்திற்கும், சுரங்க ரயில் நிலையத்திற்கும், புதிய பெயர்சூட்டுவிழா விரைவில் நடக்கவிருக்கிறது.

இந்த அடையாள அழிப்புகள் 2013 யூரோமைதான் புரட்சியின் போதும், கிரீமியா ஆக்கிரமிப்பும் போதும் கூட நடந்தது. இப்போது முழு வீச்சில் நடைபெறுகிறது. வரலாற்று ஆய்வாளர்கள், இந்த நினைவுச் சின்னங்களை அழிப்பதில் உடன்படுவதில்லை. சரியோ, தவறோ, வரலாறு உண்மையை உள்ளபடி காட்டவேண்டிய பொறுப்புடையது. இந்த அழிவுகள் உண்மையை மறைத்துவிடும் அபாயம் உள்ளது. குறைந்தபட்சம் இவைகளை பத்திரமாக வேறிடத்தில் பாதுகாக்க வேண்டுமென்கிற கோரிக்கையும் எழுகிறது.

இத்தனையைக் கொள்வதற்கு உக்ரைன் அருங்காட்சியகங்களில் இடமில்லை; நிரம்பி வழிகிறது. இவற்றை பாதுகாக்கவும் யாருக்கும் பெரிதாய் விருப்பமில்லை.

“ஒருவன் உலகமெல்லாம் தனதாக்கிக் கொண்டாலும், தன் ஆன்மாவை இழந்துவிட்டால் அதனால் வரும் பயனென்ன?” என்கிறது பைபிள். ஒரு நாட்டையே கைப்பற்றிக் கொண்டாலும், அம்மக்களின் மனதில் இடம்பிடிக்க முடியாமல் போனால், என்ன பயன்? பாலஸ்தீனம், ஹவாய், காஷ்மீர் போன்ற கைப்பற்றப்பட்ட பிராந்தியங்களில், ஆட்சியாளர்களோடு மக்களின் மனநிலையை பார்க்கிறோம் அல்லவா.? உக்ரைனியர்களும் சீக்கிரம் இந்த வரிசையில் இணைந்து விடுவார்கள் போலிருக்கிறது.

15.ஒரு போரும் பல ஒத்திகைகளும்

37 வயது பாவெல் - கட்டுப்போட்ட ஒரு கை கழுத்துடன் சேர்த்துக் கட்டப்பட்டிருக்கிறது. மற்றொரு கை இயந்திரத் துப்பாக்கியைப் பிடித்து ரஷ்ய வீரர்களைச் சுட்டுத் தள்ளிக் கொண்டிருக்கிறது. நான்கு பேர் கொண்ட உக்ரைனின் 206-வது படைப்பிரிவில் மீதமிருப்பது பாவெல் மட்டுமே. குண்டடிபட்ட தனது குழுவினர் தப்பிக்க, இதுதான் ஒரே வழி. மீட்புக்குழு வரும்வரை ரஷ்யர்கள் நெருங்காமல் பார்த்துக்கொள்ள வேண்டும். தன்னந்தனியாக சரமாரியாகச் சுடுகிறார். பாய்ந்த குண்டுகளைத் தடுக்கக்கூட இல்லை எதிரில் வருபவர்கள். முன்னேறி நெருங்கி வந்தார்கள்.

கிழக்கு பாக்மூத்தின் கண்காணிப்புக் குழு இது. ரஷ்ய பீரங்கிகளின் துல்லியத் தாக்குதலால் கென், சிகன் இரு வீரர்கள் முதலில் காயமடைந்தார்கள். மரத்தாலான பதுங்கு குழிக்குள் போகுமாறு உத்தரவிடுகிறார் பாவெல். இவர்களுடன் இருந்த போர் மருத்துவரும் குழிக்குள் விரைகிறார். முதலுதவி முடித்தபின் சிகிச்சைக்காக அங்கிருந்து வெளியேறுவதே திட்டம். நொடிகளில் அந்த குழியும் தாக்கப்படுகிறது. சிகன் மரக்கட்டைகளுக்கு நடுவே தூக்கி வீசப்படுகிறார். நொறுங்கிப்போயிருக்கும் அவர் காதுகளில், தூரத்தில் ஏதோ சத்தம் கேட்கிறது. பாவெல் தான் 100மீ தொலைவிலிருந்து இவர்களின் நிலைகுறித்து விசாரிக்கிறார்.

உயிருடன் இருப்பதை உணர்கிறார் சிகன். கென்னும் மருத்துவரும் கட்டைகளுக்கு நடுவே பாதி புதைந்த நிலையில் மண்ணில் கிடந்தனர். அசைய முடியாத சிகனை பாவெல் அருகிலிருந்த மற்றொரு அகழிக்குள் இழுத்துப் போட்டுவிட்டுத் தான், இயந்திரத் துப்பாக்கியை தன் வாழ்வின் கடைசி நொடிகளில் பற்றிக்கொண்டார்.

கெர்சோன் மற்றும் கார்கீவ் பகுதிகளில் ஏற்கனவே ஒன்றாய்ச் சண்டையிட்டவர்கள் இவர்கள். இருப்பினும் பாக்மூத் சண்டையின் தீவிரம் இவர்களை அதிர்ச்சிக்குள்ளாகியது. 20 அடி தூரத்தில் எதிரிகள் ஊர்ந்து கொண்டோ, நெஞ்சு நிமிர்த்தி திறந்த வெளியிலோ முன்னேறி வந்தார்கள். இவ்வளவு நெருங்கிய தூரத்தில் எதிரிகளை எதிர்கொள்வது முற்றிலும் புதிதாக இருந்தது. எந்தவித பாதுகாப்பும் இன்றி சர்வ சாதாரணமாய் நடந்து வருவார்கள். உக்ரைனின் தாக்குதலும் தொடர்ந்துகொண்டே இருக்கும். இவர்களின் திறனறிந்த உடனே, பின்னாலிருக்கும் ரஷ்யப் பீரங்கிகள் தாக்கும். முன்னால் வந்த ரஷ்ய வீரர்கள் அனைவரும் துப்பாக்கிகளுக்கு பலியானார்கள். தற்கொலைப் படையைப்போல. இவர்களைத் தான் பீரங்கிகளின் தீனி என்றழைக்கிறார்கள்.

மழை வந்தும் அசைய முடியாமல் அகழிக்குள் கிடந்தார் சிகன். மழைத் துளிகளின் விசை, காயங்களின் வலியை அதிகப்படுத்த, சத்தம் போடாமல் உயிர் பிழைத்து இருக்கிறார். போர்க்களத்தில் மழையும் தன்மேல் மனிதாபிமானம் மறந்து போனது என்கிறார். சாவை நெருங்கிய சிகன், இன்றும் கண்ணீருடன் இவற்றை நினைவுகூர்கிறார். போர்க்கள அதிர்ச்சியிலிருந்து மீள இன்னும் சிகிச்சையில் இருக்கிறார்.

வீழ்ந்தது பாக்மூத்

பத்து மாதங்கள் - இரண்டாம் உலகப் போருக்கு பிறகு ஐரோப்பாவில் நடக்கும் நீண்ட போர். பாக்மூத் நகரை ஆக்கிரமிக்க ரஷ்யாவும், பாதுகாக்க உக்ரைனும் போரிட்டன. ஆக்கிரமிக்கப்பட்டது பாக்மூத்.

"பாக்மூத் முழுதும் கைப்பற்றப்பட்டுவிட்டது", வாக்னர் படைத்தலைவர் யெவ்கெனி பிரிகோஷின் அறிவிக்கிறார்.

இப்படையின் மற்றுமொரு மைல்கல் வெற்றி. பாக்மூத்தை ரஷ்ய இராணுவத்திடம் ஒப்படைத்துவிட்டு, பின்வாங்கியது வாக்னர் படை. இனி, அவர்கள் அதைக் காவல் காத்துக் கொள்வார்கள். இதே போன்று ரஷ்யாவிற்காக பல பகுதிகளைக் கைப்பற்றி கொடுத்துவிட்டு அடுத்த இலக்கை நோக்கி நகர்வார்கள்.

யார் இந்த வாக்னர் படையினர்?

ரஷ்யாவின் இராணுவத்திற்கு கடந்த 10 ஆண்டுகளாக தோள்கொடுத்து வருகிறது - சிரியா, மாலி, மொசாம்பிக், வெனிசுலா, இப்போது உக்ரைன். இவர்களை கூலிப்படை, தனியார் இராணுவ நிறுவனம் என்றெல்லாம் வகைப்படுத்த முடியாது. அதிபர் வரை செல்வாக்கு, இரகசிய நிதித் தரகர்கள், குற்றவாளிகள்கூட வீரர்கள் என்று ஹைடெக் ஹேக்கர்களைப் போல பெரிய இடம். ஹிட்லரின் அபிமான இசையமைப்பாளர் ரிச்சர்ட் வாக்னர். இப்பெயர் கொண்டு இக்குழுவை உருவாக்கியவர் டிமிட்ரி உட்கின். ரஷ்ய இராணுவத்தில் சிறப்புப் படை அதிகாரியாக இருந்தவர்.

வாக்னர் படைத் தலைவர் - யெவ்கெனி பிரிகோஷின். சீருடை அணிந்து நேரடியாக போர்க்களத்தில் அடித்தாடும் இப்போரின் கதாநாயகன். அதிபர் புதினும், இவரும் ஒரே நகரைச் (செயிண்ட் பீட்டர்ஸ்பர்க்) சேர்ந்தவர்கள். உணவகங்களை நடத்தி வந்த பிரிகோஷினின் வாடிக்கையாளர் புதின். அதிபரானதும் அபிமான சமையல்காரர் அந்தஸ்து கிடைத்தது. இராணுவத்தின் சமையல் ஒப்பந்தம் கைக்குவர, கூடவே செல்வாக்கும், வங்கி நிதிவைப்பும், அதிகாரமும் பன்மடங்கு உயர்ந்து, வாக்னர் நாயகன் ஆனார்.

ஆப்பிரிக்காவின் வைரம், தங்கம், எண்ணெய்ச் சுரங்கங்களுக்கு பாதுகாப்பு அளித்து, இவைகளைச் சுரண்டி வணிகப்பலம் வளர்த்துக்கொண்டது வாக்னர். 2014 கிரிமீயா ஆக்கிரமிப்பில் முதன்முதலில் ரஷ்ய இராணுவத்திற்கு தோள்கொடுத்தது. இவர்கள் சென்ற இடமெல்லாம் மனித உரிமை மீறல்கள் நடந்தேறின. மக்கள் கொத்துக்கொத்தாய்க் கொன்று குவிக்கப்பட்டனர். போரின் மனித உரிமைச் சட்டங்களை பக்கம்பக்கமாய் இயற்றி வைத்திருந்தாலும், ஐ.நா.வோ, நேட்டோவோ போர்க்களத்திற்குச் சென்று, சட்டத்தை

மீறியவர்களைக் கைது செய்யவா போகிறது? தனியார் கூலிப்படைகள் சட்டத்திற்கு எதிரானவை என்றாலும், ரஷ்ய இராணுவத்தோடு இணைந்து சண்டையிடுவதாலும், புதினுடன் இருக்கும் நெருங்கிய உறவாலும் கெத்தாக வலம் வருகிறது வாக்னர் படை.

பாக்மூத் ஏன் இவ்வளவு முக்கியமாகிறது?

கீவ் நகரின் தென்கிழக்கே 400 மைல் தொலைவில் இருக்கிறது பாக்மூத். 41.5 சதுர கிலோமீட்டரே பரப்பளவு கொண்ட நகரம். சூரியகாந்தி வயல்களினூடே உப்புச் சுரங்கங்களும், ஜிப்சம் குகைகளும் கொண்ட தொழில்சார்ந்த நகரம். கிழக்கு உக்ரைனின் கிரிமீயா, கெர்சோன், மரியுபோல், லுஹான்ஸ்க், டோனெஸ்க், லிசிசான்ஸ்க் நகரங்கள் ஏற்கெனவே ரஷ்யாவின் கையில். நிப்ரோ ஆற்றின் கரையிலிருக்கும் பாக்மூத், ரஷ்யாவின் வலுவற்ற விநியோக வழிகளைப் பலப்படுத்தத் தேவைப்படுகிறது. உக்ரைன் படைகளுக்கும் இதுவொரு முக்கிய விநியோகப் பாதை.

நம்மூர் கௌரவக் கொலை போல, பாக்மூத்தின் வெற்றி, பெருமிதத்தோடு தொடர்புடையது. ‘உக்ரைனின் கோட்டை’ என்று ஜெலன்ஸ்கியால் கர்வத்தோடு அழைக்கப்படுகிறது. உக்ரைன் படைகளின் பலத்தையம், ரஷ்யாவின் கையாலாகாத் தனத்தையும் பறைசாற்றும் எடுத்துக்காட்டு இது. இதைப் பணயமாக்கி நேட்டோ நாடுகளிடம் ஆயுதங்கள் கோரப்படுகின்றன. டோன்பாஸ் பகுதியை முழுவதும் கைப்பற்ற, கிழக்கு உக்ரைனுக்குள் ரஷ்ய ஊடுருவலை தடுக்க என பாக்மூத், போரின் அன்றாட அவசியமாகிறது. ரஷ்யாவை பாக்மூத்தில் நிறுத்திவைக்க - மேற்குலக நாடுகளின் ஆயுதங்கள் வந்துசேர, எதிர்த் தாக்குதல்களுக்கு வியூகம் அமைக்க, அதற்குப் பயிற்சி பெற எனப் பன்முகக் காரணங்கள் இருந்தன உக்ரைனுக்கு.

70 ஆயிரம் மக்களைக் கொண்டிருந்த பாக்மூத், இந்தப் பத்து மாதப் போருக்குப் பிறகு சில ஆயிரம் மக்களோடு எஞ் சியிருக்கிறது. ஒட்டுமொத்தமாய் தரை மட்டமாக்கப்பட்டு இருக்கிறது.

என்ன நடந்தது பாக்மூத்தில்?

வாக்னர் படை ரஷ்யச் சிறைகளிலிருந்து ஆளெடுத்தது. போர் முடிந்து உயிரோடு திரும்பினால் இந்தக் குற்றவாளிகளுக்கு பொதுமன்னிப்பு வழங்கப்படும் என்பதே வாக்குறுதி. முறையான போர்ப் பயிற்சி இல்லாத இவர்கள், பெரும்பாலும் போர்க்களத்தின் முன்னணிப் படையில் நிறுத்தப்படுவார்கள். எதிரியின் பதுங்குமிடங்களையும், திறனையும் தெரிந்துகொள்ள, நவீன போர்க்கருவிகளின் இருப்பிடங்களைத் தெரிந்துகொள்ள என பீரங்கிகளுக்குத் தீனியாக இவர்கள் பயன்படுத்தப்பட்டார்கள்.

உக்ரைனிலிருந்து பாக்மூத் போரில் ஈடுபட்டவர்கள் உக்ரைனின் இராணுவ வீரர்கள். நேட்டோ மற்றும் மேற்குலக நாடுகளால் பயிற்றுவிக்கப்பட்ட கைதேர்ந்த படையினர். கூடவே விலை அதிகமான, கடன் வாங்கப்பட்ட ஆயுதங்களும். ரஷ்யாவைக் குறைத்து எடைபோட்டவர்கள் திடுக்கிடும் நேரம் இது. இன்ச் இன்ச்சாக பாக்மூத்தை கைப்பற்றியது ரஷ்யா. கொஞ்சம் இறங்கி அடித்தால், ரஷ்யாவை பாக்மூத்திலிருந்து விரட்டிவிடலாம் என்று உக்ரைனை நம்ப வைத்தது.

வெளியுலகம் ரஷ்யாவின் இராணுவத்தைப் பகடி செய்து கொண்டிருந்தது. ரஷ்யா தன்னாட்டுக் குற்றவாளிகளை பீரங்கிக்கு இரையாக்கி முன்னேறியது. நாய்க்கு பிஸ்கட் (புரை) போட்டு கூடவே வரச்செய்வது போல, ரஷ்யா சிறுகச் சிறுக முன்னேறி, உக்ரைனின் தேர்ந்த வீரர்களையும், நவீன ஆயதங்களையும் பாக்மூத்திலேயே தீர்த்துவிடச் செய்துள்ளது. உக்ரைன் இழந்தது பாக்மூத் எனும் நகரை மட்டுமல்ல...

பாக்மூத் கைநழுவிவிட்டது, இனி?

ரஷ்ய இராணுவத்திற்கும், வாக்னர் படைக்குமான நெடுநாள் பனிப்போர் சூரிய வெளிச்சத்திற்கு வந்துள்ளது. ப்ரிகோஷின், போர்க்களத்தில் தனது படைகளுக்கான வெடிமருந்துகளும், அத்தியாவசியங்களும் தாமதிக்கப்பட்டதாய்க் குற்றம் சாட்டுகிறார். வேண்டுமென்றே இராணுவத் தளபதி வலேரி கெரஸிமோவ் இதைச் செய்ததாக நேரடியாக ஊடகங்களில் கூறுகிறார். இவராலேயே தனது படைவீரர்களை ஐந்து பங்கு

அதிகமாய் இழக்க நேர்ந்ததாகக் கூறுகிறார். இருப்பினும் தாய்நாட்டிற்காகப் போர்புரிய வாய்ப்பளித்த அதிபர் புதினுக்கு நன்றி கூறுகிறார்.

உக்ரைனிடம் உஷாராக இருக்க வேண்டும் என்று எச்சரித்துள்ளார். போர்க்களத்தில் நேரடித் தொடர்பிலிருந்த ப்ரிகோஷினுக்குத் தெரிந்திருக்கிறது எதிரிகளின் சாதுர்யம். உக்ரைனின் இராணுவ நடவடிக்கையைக் குறைப்பதற்காகத் தொடுக்கப்பட்டது இந்தப் போர். இன்று உலகின் சிறந்த இராணுவமாக உக்ரைன் உருவெடுத்திருப்பதுதான் விளைவு என்கிறார். இவர்களை எதிர்க்கத் தேவையான திறனை ரஷ்ய இராணுவம் இன்னும் வளர்த்துக்கொள்ள வேண்டுமென்கிறார்.

டொனெஸ்க் பகுதியை மீட்டெடுக்கும் உக்ரைனின் கனவுகள் உடைந்துவிட்டது. பறிபோன பாக்மூத்தின் வளங்களால், பொருளாதாரப் பின்னடைவுகளையும் சந்திக்க நேரிடும். ஆயிரக்கணக்கில் மரணங்கள் நிகழ்ந்திருக்கலாம் என்கின்றனர். சோர்ந்துவிட மாட்டார்கள் உக்ரைனியர்கள். பாக்மூத்தைக் கைப்பற்ற நகருக்கு வெளியே முன்னணியில் காத்திருக்கின்றனர். வாக்னர் படை பின்வாங்கி, ரஷ்யப் படைகளிடம் ஒப்படைக்கப்படுகிறது. இந்த மாற்றத்தில் ஓட்டைகளைக் கண்டுபிடித்து மறுபடி பாக்மூத்தை மீட்டெடுக்கலாம்.

கடந்த 6 மாத காலமாக தனது பகுதிகளைப் பாதுகாப்பதில் ஈடுபட்டிருந்த உக்ரைன், இப்போது எதிர்த் தாக்குதலுக்கு தயாராகி விட்டிருக்கிறது. ரஷ்யாவை எதிர்ப்பதற்கென்றே தயாரிக்கப்பட்ட ஆப்ராம்ஸ் 1, லெபர்ட் பீரங்கிகளும், பேட்ரியாட் ஏவுகணைகள், மிக்-29 , எப் -16 போர் விமானங்களும், 155எம் எம் ஹோவிட்சர்கள் (குறிபார்த்து அடிக்கும் சிறிய பீரங்கிகள்), பிரம்மாண்ட ஹைமார்ஸ், ஸ்டார்ம் ஷாடோவ் என்றழைக்கப்படும் கப்பல் ஏவுகணைகள், இன்னும் ரகரகமாய் ட்ரோன்கள் எனப்பலவும் இப்போது உக்ரைனின் கைகளில்.

ரஷ்யாவும் வேடிக்கைப் பார்த்துக்கொண்டு இல்லை. மேற்குலக நாடுகளின் அதிநவீன ஆயுதங்களை, சொல்லி அடிப்பதற்கான யுக்திகளைப் பயிற்சி செய்திருக்கிறது. பேட்ரியாட் ஏவுகணைகள்

வீழ்த்தப்படுவதை ஆதாரத்தோடு உலகிற்கு வெளியிட்டு வருகிறது. இனி இவைகளை விற்க முடியுமா உலக ஆயுதச் சந்தையில்?

உலகின் எல்லா மூலைகளிலும் உற்பத்தி செய்யப்பட்ட ஆயுதங்களைப் பரிசோதித்து பார்க்கும் இடமாகிவிட்டது உக்ரைன் போர்க்களம். உலகமே போர் வியூகங்களைப் படித்துக் கொண்டிருக்கிறது இங்கிருந்து. யார்யாரோ எதற்கோ ஒத்திகை பார்த்துக் கொள்கிறார்கள். பெயர் மட்டும் ரஷ்யா - உக்ரைன் போர்.

16. மிதந்து வரும் கண்ணி வெடிகள்

வீட்டின் மேற்கூரையில் கைகளை இறுகப்பிடித்துக் கொண்டு நிற்கின்றனர் ஒரு தம்பதியினர். செல்பி எடுப்பதற்கு அல்ல. வீட்டின் உட்கூரை வரை தண்ணீர். வெள்ளம் சூழ்ந்த அப்பகுதியில் மீட்புப் படைக்காகக் காத்து நிற்கின்றனர். உயிர் முதல்பட்சமானதால், உணவும், குடிநீரும் இரண்டாம் பட்சமானது. இதுவரை 4000 பேர் வெளியேற்றப்பட்டிருக்கிறார்கள். இன்னும் பலர் கூரைகளில் உயிர் பிழைத்துக் கூவிக்கொண்டு இருக்கிறார்கள்.

மீட்புப் படகொன்றில் ஏறினர் அத்தம்பதியினர். மூழ்கி நிற்கும் வீட்டைச் சுற்றிக் கடந்து பயணப்படுகிறார்கள். துப்பாக்கிச் சத்தம் படகை அதிரவைக்கிறது. மீட்புக் குழுவினர் அவர்களுக்குத் தைரியமூட்டி வேறுவழியில் படகைத் திருப்புகின்றனர். சில நிமிட அமைதிக்குப் பிறகு மீண்டும் அதிர்வு. சத்தம் இம்முறை காதைத் துளைத்தது. படகும் கிட்டத்தட்ட தூக்கி வீசப்படுமளவு அதிர்ந்தது. இம்முறை மீட்புக் குழுவினரும் தேற்றும் நிலையில் இல்லை. வெடித்தது கண்ணி வெடி.

கஹோவ்கா அணை வெடி வைத்துத் தகர்க்கப்பட்டது. செர்னோபைல் அணுமின் நிலையப் பேரிடர் - நினைவை நெருடுகிறதா? இனி உக்ரைன் சரித்திரத்தில் கஹோவ்காவும் இடம்பெறும்.

உபயம்: ரஷ்யா-உக்ரைன் போர்.

செய்தது: உக்ரைனைக் கேட்டால் ரஷ்யா. ரஷ்யாவைக் கேட்டால் உக்ரைன்.

நோவா கஹோரூவ்கா அணை

நீப்பர் ஆற்றின் குறுக்கே சோவியத் காலத்தில் (1956) கட்டப்பட்டது கஹோரூவ்கா அணை. இதன் நீர்த்தேக்கம் 150 மைல் நீளமும், 14 மைல் அகலமுமாய்ப் பரந்து விரிந்திருக்கிறது. பல இடங்களில் மறுகரையைக் காண முடியாது. கடலைப் போலக் காட்சியளிப்பதால், 'கடலின் ஒரு கவிதை' என்று திரைப்படமொன்றில் வழங்கப்படுகிறது.

தெற்கு உக்ரைனின் தண்ணீர்ச் சுரபியாக விளங்கியது இந்த அணை. நீப்பர் ஆற்றின் தண்ணீரை 52அடி உயர்த்தியது கஹோரூவ்கா. இதன்மூலம் வறண்ட கிரீமியாவிற்கும் நீர் பாய்ச்சி விவசாயத்தை சாத்தியமாக்கியது. இதன் மூன்று கால்வாய்கள் தெற்கு உக்ரைனின் புல்வெளிகளை, சோவியத்தின் தானியக் களஞ்சியம் ஆக்கியது. இதன் ஆழம் சரக்குக் கப்பல்கள் தங்குதடையின்றி ஏற்றுமதி இறக்குமதி செய்ய வழிவகுத்தது.

கிரிமீயாவை ரஷ்யா ஆக்கிரமித்தபின் (2014), உக்ரைன் இதன் கிரீமியக் கால்வாயைத் துண்டித்தது. ரஷ்ய உக்ரைன் போர் (2022) போர் தொடங்கிய இரண்டாம் நாளே, ரஷ்யா இதை மீட்டெடுத்தது. போரின் பிற்பகுதியில் நீப்பர் ஆற்றின் வலதுகரையை உக்ரைன் மீட்டெடுத்தது. இடது கரை இன்னும் ரஷ்யாவின் கட்டுப்பாட்டில் உள்ளது.

இப்பேரழிவின் சில விளைவுகள்

குண்டுகள் சலித்துவிட, இனி வெள்ளத்தால் உயிர்விடத் தொடங்கிவிட்டனர் உக்ரைனிய மக்கள். வெள்ளத்திலிருந்து மீட்கப்படும்போதும், எதிரிப் படைகளின் குண்டுகளுக்கு உயிரிழக்கின்றனர். பாரபட்சமின்றி இரு படைகளும் மீட்புப் பகுதிகளில்கூடத் தாக்குதல்களை அரங்கேற்றி வருகின்றன.

இனிமேல்தான் நோய்த் தொற்றுகளாலும், ரசாயன நச்சுப் பொருட்களாலும் உயிரிழக்க வேண்டியிருக்கிறது. மிதக்கின்றன

கண்ணி வெடிகள். முன்னணிப் பகுதிகளில் பெருவாரியாக இரு படைகளாலும் பதிக்கப்பட்டிருந்தன. இவை தானியங்கிகளாய் பொதுமக்களை, இன்னும் பல வருடங்களுக்கு விசிறியடித்துக் கொல்லும்.

கெர்சோன் பாலைவனமாகும். 150-300 டன் எண்ணெய் கலந்துவிட்டது தண்ணீரில். மாபெரும் சுற்றுச்சூழல் பேரழிவை தெற்கு உக்ரைனில் ஏற்படுத்தப் போகிறது. சோவியத்தின் தானியக் களஞ்சியம் சுருங்கும். உக்ரைனின் விவசாய உற்பத்தி 15% குறையும். ஒரு மில்லியன் மக்களுக்குத் தண்ணீர் தட்டுப்பாடு வரும். ஆப்பிரிக்கா, மத்தியக் கிழக்கு நாடுகளில் உணவுத் தட்டுப்பாடு ஏற்படும். கிரிமீயா வறண்டு, பஞ்சத்தில் போய் முடியலாம். ஸாப்ரோசேஷியா அணுமின் நிலையத்தை குளிர்விக்கும் குளத்திற்கு ஆபத்து ஏற்படலாம். பாதுகாத்துப் பராமரிக்காமல் விட்டால், இந்தப் பேரழிவு ஐரோப்பிய சரித்திரத்திலேயே இடம்பெறும் பாக்கியம் பெறும்.

அணை எப்படி உடைந்தது?

வல்லவனுக்குப் புல்லும் ஆயுதம்; கோழைக்குத் தண்ணீர்தான் ஆயுதம்.

“தாக்குதல்களால் அணை உடையவில்லை. விசைச் சுழலி (turbine) அமைந்துள்ள பகுதிகளில் நிறுவப்பட்ட வெடிமருந்துகளால் இது அழிக்கப்பட்டது. இது ரஷ்யக் கட்டுப்பாட்டுப் பகுதி" என்கிறார் ஐரோப்பிய யூனியனின் வெளியுறவுக் கொள்கைத் தலைவர் ஜோசப் பொரல்.

இதற்கு நார்வே விஞ்ஞானிகளும் ஆதாரம் திரட்டி வருகின்றனர். ஜூன் 6ஆம் தேதி அதிகாலை 2.30 மணியளவில் நடந்தது இந்த சம்பவம். இதே நேரத்தில் 400 மைல் தள்ளியிருக்கும் ருமேனியாவில் நில அதிர்வுகள் தென்பட்டிருக்கிறது. ரிக்டர் அளவில் 1 அல்லது 2 வரை இருக்கலாம். ஆராய்ந்தால், எத்தனை டன் வெடிமருந்துகள் இதற்கு தேவைப்பட்டிருக்கும் என்றும் கணிக்கலாம்.

நீண்ட நாட்களாக நடைபெறும் போரும், அணையைப் பலவீனமாக்க வாய்ப்புண்டு என்கிறார்கள் நிபுணர்கள். அணையின் நீர்த்தேக்கப் பகுதியில் அளவுக்கு அதிகமாகத்

தண்ணீரைத் தேக்கினால், நாளடைவில் இத்தகைய தாக்கத்தை ஏற்படுத்தும் என்றும் யூகங்கள் உண்டு.

இது உலக மக்களுக்கு எதிரான ‘சூழல்கொல்லி’ என்கிறார் பருவநிலை ஆர்வலர் கிரேட்டா தன்பெர்க். இத்தகைய சூழல்கொல்லிகள் வரலாற்றிலும் உண்டு. சீனாவின் மஞ்சள் ஆற்றின் அணைகள், ஜெர்மனி மற்றும் வடகொரியாவின் அணைகள், சிரியாவின் டாப்கா அணை எனப் பட்டியலும், இதில் பாதிக்கப்பட்ட மக்களின் எண்ணிக்கையும் நீளுகிறது.

ரஷ்யாவிற்கு எதிரான ஆதாரங்கள் வலுப்பெற்று, திரட்டப்பட்டு வருகின்றன. யார் செய்திருந்தாலும் ஜெனீவா மாநாட்டின் போர் விதிகள் நேரடியாக மீறப்பட்டுள்ளன. செய்தவர் சந்தேகமில்லாமல் போர்க் குற்றவாளியாவார்.

சென்ற ஆண்டு செப்டம்பர், அக்டோபர் மாதங்களிலும் போர்க் குற்றங்கள் நடந்தன. ரஷ்யாவிலிருந்து ஜெர்மனிக்கு எண்ணெய் விநியோகிக்கும் நோர்டஸ்ட்ரீம் குழாய்கள் உடைக்கப்பட்டன. ரஷ்யாவையே சேர்த்துக் கொள்ளாமல் விசாரணைக் குழு எல்லாம் அமைத்தார்கள். கசிந்த பென்டகன் ஆவணங்கள், அமெரிக்க உளவுத்துறைக்கு இத்திட்டம் மூன்று மாதம் முன்பே தெரியும் என்கின்றன. இதை நிறைவேற்றிய 6 உக்ரைனியர்களின் பெயர்கூட ஜெர்மனிக்குத் தெரியும். அக்டோபர் மாதம் கிரிமீயா பாலம் உடைக்கப்பட்டது. இது உக்ரைனின் வீரபராக்கிரமம் என்று உலகுக்கே தெரியும்.

செய்தது ரஷ்யாவாக இருக்குமோ?

போரின் மையப்பகுதியான தெற்கு உக்ரைன் குறி வைக்கப்பட்டிருக்கிறது. இங்கிருக்கும் கெர்சோன், கிரீமியா, மெலிட்டோபோல், மரியுபோல், லுஹான்ஸ்க், டொனெஸ்க், ஸாப்ரோசேஷியா, பகுதிகள் ரஷ்யாவின் அரணாகத் திகழ்கின்றன. டோக்மாக் பகுதி முழுக்க கண்ணிவெடிப் புதையல்களைப் பதித்திருக்கிறது ரஷ்யா. தற்கொலை விரும்பிகளுக்கு மட்டுமே கிட்டும் பரிசு. இந்த முன்னணியை விட்டுக்கொடுக்க விரும்பாது ரஷ்யா.

உக்ரைன் எதிர் தாக்குதலுக்குத் தயாராகிக் கொண்டிருந்த நேரமிது. இந்த அணையின் மேலுள்ள பாதை, உக்ரைனுக்கு

முக்கியம். இதன்மூலமே படைகளும், இராணுவத் தளவாடங்களும் தெற்குப் பகுதியை அடையமுடியும். இவர்கள் முன்னேறி வருவதைத் தடுக்கவே ரஷ்யா இதைச் செய்துள்ளது என்பது ஒரு கூற்று.

செய்தது உக்ரைனாக இருக்குமோ?

மேற்கு உக்ரைனில் இயல்பு வாழ்க்கை தொடர்கிறது. நேட்டோ படைகளின் இராணுவ உதவிகள், பயிற்சிகள், இராணுவத் தளவாடங்களின் அதிகரித்துள்ள போக்குவரத்துகள் என முழுவீச்சில் எதிர் தாக்குதலுக்கு தயாராகிக் கொண்டிருக்கின்றனர். எதிர்த் தாக்குதலின் காலம், நேரம், இடம், யுக்தி எல்லாமே மர்மம் தான். சமீபத்திய உக்ரைன் இராணுவ வீரர்களின் 'உஷ் உஷ்' வீடியோவே இதற்கு சாட்சி. சென்ற ஆண்டும் இந்த யுக்தியானது பல ஆக்கிரமிப்புப் பகுதிகளை மீட்க வழிவகுத்தது.

இந்தப் பேரழிவை ரஷ்யாக் கையாளும் இந்தக் காலம், உக்ரைனுக்கு அனுகூலம். பெரும் பாதிப்புகள் ரஷ்ய ஆக்கிரமிப்புப் பகுதிகளில்தானே! ரஷ்யாவின் முன்னணியைப் பின்னுக்குத் தள்ளிவிடும் திட்டமாக இது இருக்கலாம். ஸாப்ரோசேஷியா, கெர்சோன் போன்றவை இலக்காக யூகிக்கப்படுகின்றன. குளிர்காலம் தொடங்கும் முன்பு இவற்றைக் கையகப்படுத்திவிட வேண்டும். அணையின் மேலுள்ள பாதை இன்னும் உபயோகப்படுத்தும் நிலையில் இருக்கிறது. இதன்மூலம் அசோவ் கடல் வழியாகக் கிரீமியாவை மீட்டெடுப்பதும் சாத்தியப்படும் திட்டமே என்பது மற்றொரு கூற்று.

போரை விடுத்து, மீட்புப் பணிகள் முதன்மை பெற்றிருக்கிறதா?

அணை உடைந்தது ஒருபுறமிருக்க, எதிர்த் தாக்குதல்கள் இருபுறமும் தீவிரமடைந்துள்ளன. காத்திருந்து, காத்திருந்து, உக்ரைனின் எதிர்த் தாக்குதலும் தொடங்கிவிட்டது. ஒரு பெரிய சம்பவமாக இது இருக்க வாய்ப்பில்லை. சிறுகச்சிறுக ஆனால் பரந்த பகுதிகளில் தாக்குதல்கள் இருக்குமென யூகிக்கப்படுகிறது. அங்கிங்கெனாதபடி, கெர்சோனிலிருந்து ரஷ்ய எல்லைவரை, 620 மைல் ரஷ்ய முன்னணியில் தாக்குதல்கள் தீவிரமாகியுள்ளன. எதிரியின் பலவீனங்களை

ஆய்வு செய்தல், திட்டங்களின் பாதிப்புகளை ஆராய்தல், அதே சமயம் ரஷ்யாவை யூகிப்பிலேயே வைத்திருத்தல் - இவைகளைத் தெளிவாக செய்து வருகிறது உக்ரைன் படை.

வெள்ளத்தால் ரஷ்யாவின் தற்காப்பு நிலைகள் பெரிதும் தகர்க்கப் பட்டிருக்கின்றன. ரஷ்யாவும் பதிலடி கொடுத்து, பின்னடைந்து விடாமல் பார்த்துக்கொள்கிறது. உக்ரைனின் பல பீரங்கிகள், அதிநவீன ஆயுதங்கள் துல்லியமாக அழிக்கப்பட்டு வருகின்றன. இதனை வீடியோ ஆதாரங்களோடு வெளியிட்டு வருகிறது. பாக்மூத் மற்றும் ஸாப்ரோசேஷியாப் பகுதிகளில் போர் உக்கிரமாகியிருக்கிறது.

இதுவரை இராணுவ வீரர்கள், ஆயுதங்கள், தளவாடங்கள், கட்டுமானங்கள், விளைநிலங்கள் போன்றவை போரின் இலக்குகளாக இருந்தன. இப்போது போரை நிறைவுக்குக் கொண்டுவருவதே இலக்காகி விட்டது. அதை எப்படி வேண்டுமானாலும் சாதித்துக் கொள்ளலாம் என்கிற அசாத்திய வெறி தென்படுகிறது.

17. நிற்க நிழல் வேண்டும்

21 வயது நிகிதா, முக்கிய முடிவு ஒன்றை அன்றிரவே எடுத்தாக வேண்டும். ஒன்று உக்ரைன் இராணுவத்தில் சேர்ந்து போர் வீரனாவது. மற்றொன்று அனைத்தையும் விட்டுவிட்டு பிரிட்டனுக்குச் செல்வது- அகதியாய். தேர்வு எதுவாயினும், இனி வாழ்க்கை மாறத்தான் போகிறது.

"வயலின் வாசித்த இந்தக் கைகளால், ஏ.கே.74 துப்பாக்கியேந்த முடியாது", என்றதொரு கனத்த முடிவெடுத்தான். அகதியாய் நுழைந்தான் பிரிட்டனுக்குள். இன்றும் பல இராத்திரிகளில், கைகளில் முகத்தைப் பொதிந்து அழுகிறான். தாய்நாடும் வீடும் இன்னும் கனவே. லண்டன் இசைச் சங்கத்தின் (LPMAM) முயற்சிகளால், இவரைப்போன்ற 50 இசைக்கலைஞர்கள் லண்டனில் தஞ்சம் புகுந்தனர். படித்துக்கொண்டே இசையையும் தொடர்கிறார். உக்ரைன் கலாசாரத்தை வயலின் ஏந்திப் பரப்புகிறார் நிகிதா.

இவரைப்போலவே நேசித்தவைகளை விட்டு அகதிகளாகியோர் எட்டு மில்லியன் மக்கள். இன்னும் ஆறு மில்லியன் மக்கள் உள்நாட்டிலேயே இடம் பெயர்ந்தவர்கள். "24 பிப்ரவரி 2022 அன்று முடிவுற்றது என் வாழ்க்கை. இனி அது

திரும்பாது", என்கிறார் யூலியா. நேசித்த கணவரும், வீடும், வேலையும் தற்போது அங்கில்லை. இந்தப் பயங்கர நிஜத்தை ஏற்றுக்கொள்ளும் சக்தியும் இவருக்கு இன்னும் இல்லை.

அகதிகள் ஏன் உருவாகின்றனர்?

உக்ரைனிலிருந்து வெளியேறியவர்கள் 8 மில்லியன் மக்கள். உக்ரைன் ஜனத்தொகையில் மூன்றில் ஒரு பங்கு. என்றால் காரணம்? அங்கே மனித உயிர் வாழ்தலுக்கான அடிப்படைகள் கூட அழிக்கப்பட்டு விட்டது என்பதே.

உக்ரைன் நாட்டின் உள்கட்டமைப்புகள் ஆரம்பம் முதலே ரஷ்யாவின் குறியாக இருந்தது. அனைத்தும் இப்போது தரைமட்டமாகி விட்டது. கடுங்குளிர் தேசங்களில், மின் கட்டமைப்புகள் வாழ்வாதாரங்களுள் ஒன்று. இங்கே புழுங்காமல் இருக்க மின்சாரம் வேண்டுமென்றால், அங்கே குளிரில் உறையாமல் இருக்க மின்சாரம் தேவை- வீடுகளை, வாழும் இடங்களை வெதுவெதுப்பூட்டுவதற்கு. போர்கூடக் குளிர் காலத்தில் சற்றே ஓய்ந்திருந்ததைப் பார்த்தோம் அல்லவா?

தண்ணீர், மின்சாரம், வெப்பமூட்டிகள், சுகாதாரம், கல்வி, உயிருக்கு உத்திரவாதம் - இப்படி எதுவுமே இல்லாத இடத்திலிருந்துதான் அகதிகள் உருவாகின்றனர். அகதிகளாக இடம்பெயர்ந்தவர்களுள் 90% பெண்களும், குழந்தைகளும். எளிதில் பாதிப்புக்குள்ளாகும் வயதானவர்களும், உடல் குறைபாடுள்ளவர்களும் பின்தொடர்கின்றனர்.

ஐரோப்பாவும் அகதிகளும்

உக்ரைனிலிருந்து ரஷ்யாவிற்கு 2.9 மில்லியன் அகதிகள், போலந்திற்கு 1.6மி, ஜெர்மனிக்கு 1.1மி இடம் பெயர்ந்துள்ளனர். இதனைத் தொடர்ந்து செக் குடியரசு, பிரிட்டன், ஸ்பெயின், இத்தாலி, பிரான்ஸ், ஸ்லோவாக்கியா, மோல்டோவா, ருமேனியா, ஆஸ்திரியா, துருக்கி என ஐரோப்பியா முழுவதும் வியாபித்திருக்கிறார்கள்.

போர் தொடங்கியவுடனே, தற்காலிகப் பாதுகாப்பு உத்தரவுச்சட்டத்தை ஐரோப்பிய நாடுகள் அமல்படுத்தின. வந்தாரை வரவேற்றார்கள். இதன்மூலம் புகலிடங்களுக்குக் காத்திராமல், வேலை பார்த்துப் பிழைக்கும் சலுகை மூன்று

ஆண்டுகளுக்கு உண்டு. தங்குமிடம், சுகாதாரம், கல்வி, ஐரோப்பிய ஒன்றிய வேலை போன்றவை அகதிகளின் உரிமையாகின. இதன்கீழ் 4.8 மில்லியன் உக்ரைனியர்கள் இதுவரை பதிவு செய்யப்பட்டு இருக்கிறார்கள்.

இவற்றை ஒருங்கிணைக்க ஐரோப்பிய - உக்ரைன் ஒருமைப்பாட்டு வலைத்தளம் ஒன்று உருவாக்கப்பட்டுள்ளது. இதில் ஐரோப்பிய நாடுகள், ஷெங்கன் நாடுகள்(ஆவணங்களின்றி எளிதில் எல்லை தாண்ட அனுமதிக்கும் - பிரான்ஸ், பெல்ஜியம் உள்ளிட்ட 26 நாடுகள்), புகலிடம், எல்லைப் பாதுகாப்பு, காவல்படை நிறுவனங்கள், இடம்பெயர்வுக்கான சர்வதேச அமைப்பு, அகதிகளுக்கான ஐக்கிய நாடுகளின் உயர் ஆணையம், உக்ரைன் அதிகாரிகள், தூதரகங்கள், சர்வதேசப் பங்குதாரர்கள் ஆகியோர் ஒருங்கிணைக்கப்படுகின்றனர்.

அகதி என ஒருவரைப் பதிவுசெய்வது முதல், அவருக்கான பாதுகாப்பையும், வசதிகளையும் பெற்றுத்தருவது வரை 10-புள்ளி செயல்பாட்டுத் திட்டம் வகித்து செயல்படுகிறது. அனைத்து நாடுகளும் தங்களால் இயன்ற ஆதரவுகளைத் தருகின்றனர்.

அகதிகள் எண்ணிக்கையில் முதலிடம் வகிக்கிறது ரஷ்யா. எத்தனை பேர் விருப்பப்பட்டு ரஷ்யாவுக்குச் சென்றனர் அல்லது வலுக்கட்டாயமாக அனுப்பப்பட்டனரா என்பது உலகிற்கு தெரியப்போவதில்லை. ரஷ்ய மண்ணில் காலடி பட்டவுடன், ரஷ்யர்களாக மாறிவிட வேண்டும் என்பதைக் கட்டாயமாக்குகிறது ரஷ்யா. கடத்தப்பட்ட குழந்தைகள்கூட உக்ரைனைப் பற்றி மூச்சுவிடக் கூடாது. சகலமும் ரஷ்யாவாகி இருக்க வேண்டும். ரஷ்யாவைப் புகழ்ந்து பாடுவோருக்கு அகதிகள் முகாமில் கூடுதல் சலுகைகளும் உண்டு.

அகதிகளின் தேவைகள்

உளவியல் ஆதரவு - இதுவே அகதிகளின் அவசரத் தேவையாகும். போரின் அதிர்ச்சியிலிருந்து, பாதிப்புகளிலிருந்து மீள்வதே உணவு, தங்குமிடத்திற்குப் பிறகு முக்கியமாகிறது. கலை சிகிச்சை அமர்வுகள், யோகா, வரைதல், கதை சொல்லுதல் போன்ற சமூக வகுப்புகள், காயங்களைச் சற்றே ஆற்றுகின்றன.

கல்வி - பள்ளிகளில் உக்ரைன் குழந்தைகளைச் சேர்த்துக் கொள்ளுமளவு இடங்கள் அதிகப்படுத்தப்பட வேண்டும். கல்வி மட்டும் இவர்களுக்குப் போதா. சமூக மற்றும் உளவியல் ஆதரவும் அதிகம் தேவைப்படும். ஒரு ரணத்தை உள்வைத்துக்கொண்டு, சக குழந்தைகளைப் போல சுற்றித்திரிய முடியாது. மனிதம் மறந்து போயிருக்கும் இவர்களுக்கு. அது மீண்டும் துளிர்விட, ஆழமான வேர்கள் தேவை. நாளைய சமூகம் இவர்களையும் உள்ளடக்கியது தானே?

புதிய இடம், பள்ளி, மொழி, நாடு, நண்பர்கள் என அனைத்தையும் இவர்கள் புதிதாய்ப் பழகிக்கொள்ள வேண்டும். இதுவும் எத்தனை நாட்களுக்கு/ வருடங்களுக்கு நீடிக்கும் என்ற கேள்வி அடிமனதில் இருக்கவே செய்யும். இதையும் மீறி அவர்களைப் படிக்கத் தூண்டுமளவு முன்மாதிரிகள் அமைய வேண்டும். படித்து முடிப்பவர்களுக்கு நல்ல வேலைவாய்ப்பு, மேற்கல்வி போன்றவற்றைக் கண்கூடாகப் பார்த்து நம்பிக்கை பெற வேண்டும்.

உக்ரைன் மொழிபேசும் உளவியல் ஆசிரியர்கள் இப்போது பெரிதும் தேவைப்படுகிறார்கள். சிறப்புப் பயிற்சியும் அவசியமாகிறது. எல்லோராலும் இந்தக் குழந்தைகளைப் புரிந்துகொள்ள முடியாது. இணையவழியில் உலகெங்கும் இருக்கும் வல்லுநர்கள் ஆசிரியர்களுக்குப் பயிற்சி அளிக்கிறார்கள். ஒரு போரானது உலகின் நல்லெண்ணங்களை இணைக்க முடிவதும், விசித்திரமாக உள்ளது.

நன்றிக் குறிப்புகளால் நிறைந்திருக்கும் இருப்பிடம்

உள்நாட்டிற்குள்ளேயே இடம் பெயர்ந்தவர்களும் உண்டு. கடும் தாக்குதலுக்குள்ளான டோன்பாஸ் பகுதியிலிருந்து, 60 கிமீ தொலைவில் உள்ள ஸாப்ரோசேஷியா முகாமை அடைந்தார்கள். குடும்பங்கள், வீடுகள், வீரமரணம் எய்திய பிள்ளைகள் என மன அழுத்தத்திற்கான விதவிதமான காரணங்கள் உண்டு இவர்களுக்கு. அழுது தீர்ந்துவிட்டன மாதங்கள். இனி இவர்கள் நேரத்தை வீணடிப்பதாக இல்லை. வாரம் ஆறு நாட்களும் பரபரப்பாகச் செயல்படுகிறார்கள். உக்ரைனின் தொண்டு நிறுவனப் பணிகள், பொதுமக்களுக்குச் சேர வேண்டிய அயல்நாட்டு உதவிகள் என்று அனைத்தும்

இவர்கள் மூலம் உரியவர்களுக்குச் சேர்கிறது. இராணுவ வீரர்களுக்கான குளிர் தாங்கும் உள்ளாடைகள், தோற்றம் மறைக்கும் உடைகள், தானியங்கள், உணவுகள் போன்றவற்றைப் பேக் செய்து அனுப்புகிறார்கள். போரில் இழந்த தங்கள் பிள்ளைகளின் நினைவாக, இன்னும் களத்தில் போராடும் பிள்ளைகளுக்கு அன்பையும், பிரார்த்தனைகளையும் சேர்த்தே அனுப்புகிறார்கள். இவர்களது முகாம் முழுக்க இந்த புதியப் பிள்ளைகளின் நன்றிக் குறிப்புகளால் நிறைந்து வழிகிறது.

அகதிகள் நெருக்கடி

அகதிகள் அரவணைக்கப்படுகிறார்கள், சந்தேகமே வேண்டாம். இன்னும் எத்தனை வருடங்களுக்கு? இரண்டாம் உலகப் போருக்குப்பின் உலகம் சந்திக்கும் மிகப்பெரும் அகதிகள் நெருக்கடி இது. விருந்தாளிகளே ஆனாலும் எத்தனை நாள் முகம் சுளிக்காமல் தங்க வைப்பீர்கள்? அவரவர் இருப்புக்கேற்பத்தானே ஈகை இயலும்.?

ஏற்கெனவே ஐரோப்பிய, மேற்கத்திய நாடுகளின் பண வீக்கத்தால் மக்கள் கொந்தளிக்கிறார்கள். இதில் அகதிகளுக்கு வரிப்பணம் வாரி இறைக்கப்பட்டால், போராட்டமே மிஞ்சும். செக் குடியரசிலும், ஜெர்மனியிலும் இதற்கான போராட்டங்கள் ஆரம்பித்து விட்டன. அத்தியாவசியங்களின் விலை உயர்வு, குறையும் வேலைவாய்ப்புகள், தேயும் அரசு நிதிநிலை ஆகியவை காரணிகளாகின்றன. ரஷ்யாவின் அசையாச் சொத்துகள், உக்ரைனை மறுசீரமைக்கச் செலவிடப்பட வேண்டும். உக்ரைனுக்கான இழப்பீடுகளை ரஷ்யாதான் கொடுக்க வேண்டும் என்று ஐநா சபையும் வலியுறுத்தி வருகிறது. நிகழ்ந்தால் நல்லது.

பலரது வாழ்க்கை நிறுத்தி வைக்கப்பட்டுள்ளது. என்றாவது ஒருநாள் வீடு திரும்ப ஆசைதான். வீடும் நாடும் இருக்குமா என்பதே இங்கு பிரச்சனை. இவற்றை நினைக்கத் துணிவதில்லை உக்ரைன் மக்கள். உயிரிழப்புகள் மட்டும் போரின் கொடூரங்கள் அல்லவே.

18. ஒரு பில்லியன் டாலரை ஒரு நிமிடத்தில் விழுங்குவது எப்படி?

உக்ரைனின் போர் விமானங்கள் துல்லியமாய்த் தாக்கப்பட்டன. பின்பு உலா வந்த ட்ரோன்களும் அழிக்கப்பட்டன. இதை ரஷ்ய வீரர்கள் செய்யவில்லை. அவர்கள் அறிந்திருக்கவுமில்லை. இந்த தாக்குதலை நடத்தியது S-350 விட்யாஸ்.

செயற்கை நுண்ணறிவால் (AI) முழுவதும் தானாக இயங்குகிற சக்திவாய்ந்த வான் பாதுகாப்பு அமைப்பு. ஒரே சமயத்தில் 120 கிமீ தொலைவிலிருக்கும் இலக்குகளை, 12 ஏவுகணைகளைக் கொண்டு தாக்க வல்லது. இனி எதிரியை உளவுபார்த்து, இருப்பிடத்தைக் கண்டுபிடித்து, ஆயுதங்களை ஒருங்கிணைத்து, தாக்குதலையும் தானே செய்து முடித்துவிடும் தானியங்கி ஆயுதங்கள். சண்டைபோட்டுச் சலித்து விட்டனர் மனிதர்கள்.

எதிர் தாக்குததலைத் தொடங்கிவிட்டது உக்ரைன். டீசர் போலத்தான் வெளியாகியுள்ளது. பெரிய சம்பவங்கள் எதுவுமில்லை. பாக்மூத், ஸாப்ரோசேஷியா, டோனஸ்க் பகுதிகளில் ஒருசில குடியிருப்புகளை மட்டுமே மீட்டுள்ளது. அதிபர் ஜெலன்ஸ்கியும் இதை ஒப்புக் கொண்டுள்ளார்- "எங்களின் எதிர்த் தாக்குதல் எதிர்பார்த்ததைவிட மெதுவாக நடக்கிறது" என்று. ரஷ்ய அதிபர் புதினும், உக்ரைனிடம் அமைதி தென்படுவதாகக் கூறியுள்ளார்.

ரஷ்யாவின் மூன்றடுக்குத் தற்காப்பு

தென்கிழக்கு உக்ரைனின் 620 மைல் போர்க்கள எல்லையைக் பாதுகாக்கும் பொறுப்பு ரஷ்யாவிற்கு. இதில் எங்கு வேண்டுமானாலும் தாக்கும் சுதந்திரம் உண்டு உக்ரைனுக்கு. ஸாப்ரோசேஷியா, டோனஸ்க், கெர்சோன் பகுதிகளில்

குளிர்காலம் முழுதும் தனது கோட்டையைக் கட்டியெழுப்பி யுள்ளது ரஷ்யா. சென்ற வருடம் கீவ்வை மீட்டது போல சுலபமாக உக்ரைனால் நுழைந்துவிட முடியாது. அடுக்கடுக்காய் விதவிதமாய் தடைகள்.

i) டிராகன் பற்கள்: வெள்ளைநிறக் கான்கிரீட் முக்கோணங்கள் வரிசையாய் மண்ணில் பாதி புதைந்திருக்கும். குறுக்கும் நெடுக்குமாக இணைந்த உலோகக் கட்டைகளும் உண்டு. அருகிலேயே குண்டுவெடித்தால்கூட, இவைகளைத் தாண்டி பீரங்கிகள் கடந்துவிட முடியாது. இரண்டாம் உலகப்போர் முதல் தவறாது பலனளித்த தற்காப்பு உத்தி இது

ii) அகழிகள்: கனமான பீரங்கிகளைத் தடுத்து நிறுத்த, தாண்ட முயன்றால் அதிகனத்தால் 2.5மீ ஆழ அகழிக்குள் சிக்கிக்கொள்ளும்.

iii) பதுங்கு குழிகள்: கம்பியாலான வேலிகளுக்குப் பின்னால் ஒளிந்திருக்கும் வீரர்களின் இருப்பிடம்.

இவைபோக ஆங்காங்கே கண்ணி வெடிகள். எதிரி கால்வைத்தால் மட்டுமே வெடிக்கும். ரஷ்யப்படை முன்னேறிச் செல்ல வேண்டுமானால், பட்டனைத் தட்டிச் செயலிழக்கும்படி செய்துவிடலாம். தொழில்நுட்பம் வளர்ந்துவிட்டது அல்லவா..? இதற்குப் பின்னால் பீரங்கிகள், வான் தாக்குதல் படைகள் என ஆயுத அணிவகுப்பும் தேவைக்கேற்ப இருக்கும்.

கிரீமியக் கடலோரங்கள், டோக்மாக் (இதற்காகவே இந்நகர மக்களைக் காலி செய்தார்கள்), அதன் மேற்கே ஈ105 நெடுஞ் சாலை, மரியுபோல் எனக் கிரீமியாவிற்கு செல்லும் எல்லா வழிகளிலும் இந்த ஏற்பாடு செய்யப்பட்டிருக்கிறது. உக்ரைனின் அதிரடி இலக்கு கிரீமியா என்பது ரஷ்யாவுக்கும் தெரிந்ததே. மனக்கோட்டை கட்டாதே என்பார்களே... ரஷ்யா கட்டியது

இரும்புக்கோட்டை ஆயிற்றே. இரண்டாம் உலகப்போரில் பிரான்ஸும் இப்படித்தான் கோட்டை கட்டியது. மஜினோ லைன் எனப்பட்ட இவைகள், பீரங்கிகளையே எதிர்க்கும் தயாரிப்புகளோடு, குளிர்சாதன வசதிகளைக்கூடக் கொண்டிருந்தது. ஆனால் பாடி ஸ்ட்ராங், பேஸ்மெண்ட் வீக்! என்ன செய்ய? படைவீரர்களுக்குத் தயாரிப்பு போதவில்லை. பலவீனமான தரைப்படையைக் கொண்டிருந்த பிரான்ஸ், 1940ல் ஜெர்மனியால் கைப்பற்றப்பட்டது.

இதே நிலை ரஷ்யப் படைகளுக்கும் வரலாம். கட்டாய இராணுவம், குற்றவாளிகளைக் கொண்ட, பயிற்சி குறைந்த படைகள், போர்ச் சோர்வுடன் இருக்குமிவர்கள் உக்ரைனுக்கு இன்னும் வாய்ப்புத் தரலாம். அதிக எண்ணிக்கையில் இடம் பெயர்ந்து செல்கின்ற படைகள் ரஷ்யாவிடம் குறைவே. இதனால் தான் வீரர்களுக்கு கைகொடுக்க அடுக்குநிலைத் தற்காப்பு அவசியமாகிறது. கிரீமியா, டோனஸ்க் போன்ற வலுவான பாதுகாப்பிருக்கும் முக்கியப் பகுதிகளைத் தாக்குவதா? பாதுகாப்பு குறைந்த லுனஸ்க் பகுதிகளைத் தாக்குவதா? ஸாப்ரோசேஷியாவின் உட்பகுதிகள் அல்லது நிப்ரோ ஆற்றைக் கடப்பதா? எங்கும் உக்ரைனுக்கு ஆபத்துதான். ஆயுதங்களோடு ஆயத்தமாக காத்துக் கிடக்கிறது ரஷ்யப்படை. பலத்த அடி நிச்சயம். ரஷ்யாவின் பலவீனப் பகுதிகளைக் கண்டுபிடிக்க முயன்று வருகிறது உக்ரைன்.

பிரம்மாண்டமாக தோற்றமளிக்கும் தற்காப்புகள், இம்சை அரசன் 23ஆம் புலிகேசியைக் கட்டியிருந்த சங்கிலிகள் போலிருந்து விட்டால்? உதாரணத்திற்கு டிராகன் பற்கள். ஒன்றோடொன்று மண்ணுக்கடியில் இணைக்கப்பட்டு, மண்ணில் பாதி புதைந்திருந்தால்தான் உறுதி. இப்படியிருப்பதாகப் பல புகைப்படங்களில் தெரியவில்லை. பரந்த நிலப்பரப்பும் ரஷ்யாவிற்கு நல்லதல்ல - வடகிழக்கில் முதல் கருங்கடல் வரை நீள்கிறது இந்த தற்காப்புகள். தராசுமுள் இருபக்கமும் அவ்வப்போது சாய்ந்து ஆட்டம் காட்டுகிறது.

வான்வெளியும், வண்ண ட்ரோன்களும்

குளிர் முடிந்ததும் ரஷ்யா முதலில் தாக்கியது - உக்ரைனின் தொடர்பு மையங்கள் மற்றும் இராணுவ வெடிமருந்துக்

கிடங்குகள். இந்தத் துல்லியத் தாக்குதல் சாத்தியமானது, ரஷ்யாவின் கோன்டோர் FKA ரேடார் கண்காணிப்பு செயற்கைகோள் மூலம். தினமும் இரண்டுமுறை உக்ரைனை முழுதாக ஸ்கேன் செய்கிறது. தரையிலிருந்து 1மீட்டர் வரை துல்லியமாக. உக்ரைனால் இனி ஓடவும் முடியாது, ஒளியவும் முடியாது.

சென்ற வருடம் இதைத்தான் உக்ரைனுக்குச் செய்தது எலான் மஸ்கின் செயற்கைக் கோள். தொழில்நுட்பம் பாகுபாடு அறியாதது அல்லவோ? ரஷ்யாவின் படைகளும் இன்று நவீனமயமாகி விட்டது. 18 மாதப்போர் கற்றுத் தந்திருக்கும் பாடமிது. படித்துத் தேர்ந்து மீண்டும் அடிக்க வந்திருக்கிறது ரஷ்யா.

கண்ணி வெடிகளை அகற்றத் தேவையான சாதனங்கள் இருப்பினும், கண்காணிப்பு ட்ரோன்கள் இதைச்செய்ய அனுமதிப்பதில்லை. எந்நேரமும் வானில் உளவுபார்க்கும் இவைகள், ரஷ்யாவுக்கு நல்ல காவலாளிகளாக உருவெடுத்திருக்கின்றன என்கின்றனர் உக்ரைனியப் படைகள். தாக்குதல்களையும் நடத்திப் படைவீரர்களுக்கு ஓய்வும் கொடுக்கின்றன இவை.

மே மாதம் தொடங்கி கீவ் நகரில் தொடர்ந்து வான் தாக்குதல்களை நடத்தி வருகிறது ரஷ்யா. தன்னிடமிருந்த BUK, S-300, கெப்பார்ட் போன்ற ஏவுகணைகளைக் கொண்டு சமாளித்து வந்தது உக்ரைன். எப்படி என இனிப் பார்ப்போம்.

உக்ரைன் ரேடார்கள், மின்காந்த அலைகளை வான்பரப்பில் எப்போதும் பரவவிட்டுக் கொண்டே இருக்கும். எதிரி ட்ரோன்களோ, ஹெலிகாப்டர்களோ உள்ளே நுழையும்போது, இவ்வலைகள் அவற்றில் பட்டு எதிரொலிக்கும். உஷாராகும் ரேடார்கள் படைகளுக்குத் தகவல் அனுப்பும். வானில் துப்பாக்கிச் சூடு நடக்கும். 3.5 மைல்கள் வரை தாக்கும் திறன் கொண்டவை கெப்பார்ட் ஏவுகணைகள். எதிரியின் பாதையைக் கண்டுபிடிக்கக் கோடுகள் போல சுட்டு வானத்தில் வெளிச்சம் உண்டாக்கும். கூடவே குண்டுகளும், குறிபார்த்து எதிரி ட்ரோனை சுட்டு வீழ்த்தும். இவைகளைக்கொண்டு குறைந்த

உயரத்தில் பறக்கும் ஏவுகணைகளையும், ட்ரோன்களையும் துல்லியமாகத் தாக்க முடியும்.

பேட்ரியாட்டுகளும் கின்சால்களும்

வெகு தொலைவிலிருந்து ஏவப்படும் பாலிஸ்டிக் ஏவுகணைகளை மேற்சொன்னவற்றால் கண்டுபிடிக்க முடியாது. பலமடங்கு குண்டுகளைச் சுமந்து வரும்; ஏவியவுடன் வளிமண்டலத்திலிருந்து வெளியேறி, இலக்கை நெருங்கியவுடன் வளிமண்டலத்திதிற்குள் நுழைந்து தாக்கும். இவைகளை ரேடார்கள் கண்டறிய முடியாது. வளிமண்டலத்திலேயே பயணிக்காது அல்லவா?

இவைகளைச் சமாளிக்கத்தான் அமெரிக்காவின் பேட்ரியாட் ஏவுகணைகள் தேவைப்படுகின்றன. உலகின் முதல்தர வான் பாதுகாப்பு அமைப்பு என்ற பெருமைக்குரியன.

இவற்றால் 43 மைலுக்கு அப்பாலிருந்து வருபவற்றையும் கண்டறிய முடியும். நொடிகளில் அந்த இலக்குகளைச் சுட்டு வீழ்த்தவும் முடியும். ஒவ்வொரு ஆயுதமும் அதன் குறிபார்க்கும் தூரம், தாக்கும் வேகம், குண்டுகளின் எண்ணிக்கை இவற்றின் மூலம்தான் வேறுபடுகிறது. அடிப்படை அனைத்திற்கும் ஒன்றுதான். தற்பாதுகாப்பும், இலக்கைத் தாக்கி அழிப்பதும். வேறெதுவும் இல்லை.

பேட்ரியாட்டுகளை அமெரிக்கா உக்ரைனுக்கு வழங்கக்கூடாது என்றது ரஷ்யா. மீறினால் அதைத் தகர்த்துக் காட்டுவோம் என்றது. இதற்காக ரஷ்யாவால் களமிறக்கப்பட்டது தான் கின்சால். இது ஒலியின் வேகத்தை விட பத்து மடங்கு வேகமிக்க (மேக் 10) ஹைப்பர்சோனிக் ஏவுகணை. உலகிலேயே அதிவேகமிக்கது. 4 டன் எடையுடன், 12000கிமீ வேகத்தில், ஆகாயத்திலிருந்து தரையை நோக்கிப் பாயும். 18கிமீ உயரத்தில் பறக்கும் மிக்-31 விமானத்திலிருந்து இது ஏவப்படும். பிறகு பூமியின் புவியீர்ப்பு சக்தியும் இதன் வேகத்தை இன்னும் அதிகரிக்கும். இந்த வேகம் தான் மற்ற எந்த வான் பாதுகாப்பு அமைப்புகளையும் உடைத்தெறிந்து, இலக்கை வெற்றிகரமாய் அழிக்க உதவுகிறது.

இந்தக் கின்சால்தான் கீவ் நகரில் இருக்கும் பேட்ரியாட் ஏவுகணைக்கு சேதம் விளைவித்ததாகக் கூறப்படுகிறது.

1 பில்லியன் டாலர் அனாமத்தாய்ப் போய்விட்டது. அமெரிக்கா, பிரிட்டன், ஜெர்மனி நாடுகளின் அதிநவீன ஆயுதங்களை உக்ரைனில் களமிறக்கும் போதே, அதைக் குறிபார்த்து சொல்லியடித்துக் கொண்டிருக்கிறது ரஷ்யா. நீங்கள் கொடுப்பதனைத்தும் அழிக்கப்படும் என்றே சொல்லி வருகிறது ரஷ்யா.

Ka-52M ஹெலிகாப்டர்கள்:

ட்ரோன்கள், ஆளில்லா ஏவுகணைகள் என்று நவீனமாகிக் கொண்டிருக்கும் வேளையிது. இருப்பினும் உக்ரைனில் பறக்கும் ராஜாவாக வலம் வருகின்றன இந்த Ka-52க்கள்.

அலிகேட்டர் என்பது இதன் செல்லப்பெயர். 2 இருக்கைகள், 14கிமீ வரை துல்லிய தாக்குதல் சாத்தியம். எல்லாப் பருவநிலையிலும், இரவுபகல் பாராமல் பறக்கும். 6 ஏவுகணைகளைக் கொண்டு செல்லும். இலக்குகளை கண்டறிந்து, எதை முதலில், இரண்டாவது என வரிசைப்படுத்தி தாக்கும். 12 நொடிகள் - தாக்குதலுக்கு எடுத்துக் கொள்ளப்படும் நேரம். இவை நூற்றுக்கணக்கில் உள்ளன ரஷ்யாவிடம்.

கண்ணில் படும் போர்க்கருவிகள் அனைத்தையும் பந்தாடுகிறது. உக்ரைன் வான் பாதுகாப்பு அமைப்புகள், Ka-52 வைக் கண்டுபிடிக்கும் முன்னரே, இது அவைகளைக் கண்டுபிடித்து அழித்துவிடுகிறது. பீரங்கிகள் உட்பட உக்ரைனில் பலவற்றையும் வீழ்த்தியுள்ளது. இரவொன்றில் வரிசையாகச் சென்றுகொண்டிருந்த லெப்பர்ட்-2 மற்றும் M2 ப்ராட்லி பீரங்கிகளை, Ka-52 ஹெலிகாப்டர்கள் அழித்ததை வீடியோ ஆதாரங்களோடு வெளியிட்டுள்ளது ரஷ்யா.

தற்கொலை ட்ரோன்களும் லெப்பார்ட் பீரங்கிகளும்

ஆளில்லா லான்செட் ட்ரோன்களைத் தான் தற்கொலை ட்ரோன்கள் என்கிறோம். ஏவுகணை மற்றும் ட்ரோன் இரண்டின் தன்மையையும் கொண்டது. ஒரு பகுதியில் நிதானமாக பறந்து, இலக்கைக் கண்டுபிடித்தபின் தன்னையும் இலக்கையும் சேர்த்து வெடிக்கவைத்து அழித்து, தானும் அழிகிறது. 80-110 கிமீ வேகத்தில் 40 நிமிடங்கள் வரை பறக்கக்கூடியவை.

ஜெர்மனியின் லெப்பார்ட் 2 A6 பீரங்கிகள், 62 டன் எடையுள்ளவை. 4 பேருடன் மணிக்கு 68கிமீ வேகமாய்ச் செல்லும், உலகின் அதிவேக பீரங்கிகள். 500கிமீ தொலைவின் இலக்கை தாக்கும். 42 ரவுண்டுகள் சுடக்கூடிய 120மிமீ துப்பாக்கியைக் கொண்டது. இதுபோக ஒரு மெஷின் துப்பாக்கி மற்றும் விமான எதிர்ப்புத் துப்பாக்கிகளை உடையது.

இந்த இராட்சசனின் வலுக்குறைந்த பகுதியில், குறிபார்த்து 2.5 கிலோ வெடிபொருளை இறக்கியிருக்கிறது தற்கொலை ட்ரோன்கள். ரஷ்யாவின் துல்லியத் திட்டமிடும் திறனை உலகிற்கு நிரூபித்துள்ளது.

காத்திருக்கும் சார்மாட்

சார்மாட் எனும் சாத்தான் - 208 டன், 112 அடி உயரம் கண்டம் விட்டு கண்டம் பாயும் பாலிஸ்டிக் ஏவுகணை. 10 வெடியுளைகளை ஏந்திச்செல்லக் கூடியது. 18,000 கிமீ தொலைவிலிருக்கும் இலக்கையும் அழிக்கக்கூடியது. ஒட்டுமொத்த பிரான்ஸ் நாட்டையும் ஒரே தாக்குதலில் அழித்துவிட முடியும். கூடிய சீக்கிரம் உக்ரைனில் பயன்படுத்தப்படும் என்கிறார் புதின். நிலம், கடல், வான்வெளி என மும்முனையிலும் போர் முற்றுகிறது.

உக்ரைனின் ஜோசியம் என்ன சொல்கிறது?

ஐரோப்பிய நாடுகள் ரஷ்யாவிற்கு எதிராக 11வது தடவையாக பொருளாதாரத் தடை விதித்துள்ளன. சென்னை ஏர்போர்ட் மேற்கூரை இடிந்துவிழுந்த கணக்கை எட்டிவிடும்போல. 2027 வரை உக்ரைனின் 45 சதவீத நிதித் தேவைகளை, ஐரோப்பிய ஒன்றியம் பூர்த்தி செய்யும். இதை வாக்களித்திருப்பவர் ஐரோப்பிய ஆணையத்தின் தலைவர் உருசுலா. இதுவரை ஐரோப்பிய ஒன்றியம் 30 பில்லியன்(பி) யூரோக்களையும், பிரிட்டன் 3பி டாலர்களையும், அமெரிக்கா 1.3 பி டாலர்களுமென மக்கள் வரிப்பணத்தை உக்ரைனுக்குத் தாரை வார்த்திருக்கிறது.

அப்படியே உக்ரைன் இவற்றைக் கொண்டு ரஷ்யப்படையைப் பின்வாங்கச் செய்தாலும், எத்தனை நாட்களுக்கு? ஒரு பகுதியிலிருந்து எதிரியை விரட்டுவது மட்டுமல்ல வெற்றி.

அதைத் தக்கவைத்துக் கொள்வதே நிலையான வெற்றி. போன வருடம் ரஷ்யா எதிர்த் தாக்குதல் நடத்தியது, உக்ரைன் தற்காப்பில் ஈடுபட்டது. உள்ளே வரும் படைகளை வியூகம் அமைத்து விரட்டியது. இந்த வருடம் நிலைமை தலைகீழ். எவ்வளவு முயன்றும் உக்ரைனின் அதிகபட்ச முன்னேற்றம் 2கி.மீ.க்கு மேலில்லை. உக்ரைனுக்கு இப்போதைய படைகள், ஆயுதங்கள், குண்டுகள் எல்லாவற்றிலும் பற்றாக்குறையே. சொல்லப் போனால் காலியாகி விட்டது என்றும் கொள்ளலாம்.

கிரீமியாவையும் உக்ரைனையும் இணைக்கும் தரைப்பாலம் தாக்கப்பட்டிருக்கிறது. இருந்தும் சேதம் பெரிதாய் இல்லை. ஏற்கெனவே மாற்று வழிகளைத் தயார்படுத்தி இருந்தது ரஷ்யா. இப்போதைக்கு கிரீமியா கௌரவ இலக்காகப் பார்க்கப்படுகிறது.

உக்ரைன் தாக்காவிட்டால் என்ன? ரஷ்யாவிற்கு உள்நாட்டிலேயே கலகங்கள் முளைத்துக்கொண்டே இருக்கின்றன. ரஷ்ய இராணுவத் தலைமைக்கு எதிராக வாக்னர் படைத்தலைவர் ப்ரிகோஷின் களமிறங்கி உள்ளார். இறந்த தனது 2000 வீரர்கள் சாந்தியடைய, ரஷ்யச் சாலைகளில் ஆங்காங்கே பீரங்கிகள் வலம் வருகின்றன. 'நீதிக்கான அணிவகுப்பு' என்கிறார். மாஸ்கோவை நோக்கிப் பயணிக்கிறது இந்தப் படை. புதினும் இதை வரவேற்கவில்லை. நிலைமை உன்னிப்பாகக் கவனிக்கப்பட வேண்டியது.

முடிந்தளவு முயன்றுவிட்டு, பேச்சுவார்த்தைக்கு உக்ரைன் தயாராகும் என்று கணிக்கப்படுகிறது. ஐரோப்பிய, மேற்குலக நாடுகளும் இதை மனதார வரவேற்கும். வெளியே மட்டும்தான் சொல்லிக்கொள்ள முடியாது. இன்னும் எவ்வளவு மேற்குலக உதவிகள் வந்தாலும், ரஷ்யாவை முழுதுமாய் விரட்டிவிட முடியாது. வெற்றிபெற முடியாது என்பது உக்ரைனுக்கு மட்டுமல்ல... உலகத்திற்கே இப்போது விளங்கிவிட்டது.

செய்வன சீக்கிரம் செய்தால் அனைவருக்கும் துண்டு ரொட்டியாவது மிஞ்சும்.

19. ஒரு திடீர் தாதாவின் கதை

'2022ஆம் ஆண்டில் பால்மைரா' என்ற தலைப்பிலோர் ஓவியம். சிரியாவின் சிதைக்கப்பட்ட பண்டைய பால்மைரா நகரின் நிலப்பரப்பைக் காட்சிப்படுத்தியது. செயிண்ட் பீட்டர்ஸ்பர்க் நகரின் முக்கிய மாவட்டத்தில் நடந்தது இந்த ஓவியக் கண்காட்சி. நடத்தியது 83 வயது, வியாலியெட்டா ப்ரிகோஷினா. சிரியா நாட்டுப்போரின் போது வாக்னர் வீரர்களின் படைத்தளமாக விளங்கியது இந்நகரம். பேரன் பாவேல் ப்ரிகோஷின், 'கருஞ்சிலுவை' எனும் வாக்னர் படையின் வீரவிருதை வாங்கியதும் இங்குதான். இப்பகுதியைக் கைப்பற்றியது வியாலியெட்டாவின் மகன் எவ்கேனி வீக்தரவிச் ப்ரிகோஷின்.

ரஷ்யாவைக் காப்பாற்றிய மன்னிப்பு

உலகின் கலாசாரத் தலைநகரான செயின்ட் பீட்டர்ஸ்பர்க்கின், இரு முக்கிய ஆளுமைகளில் ஒருவர் ப்ரிகோஷின். வாக்னர் எனப்படும் ரஷ்யாவின் தனியார் இராணுவப் படைத்தலைவர். இன்னொருவர் இவரது நண்பர் - ரஷ்ய அதிபர் விளாதிமிர் புதின். தமிழ்த் திரையுலகில் ஒரே பகுதியிலிருந்து வந்த ராஜாக்கள் இசையிலும், இயக்கத்திலும் கோலோச்சினார்களே? அது போல, ரஷ்யாவின் அதிகாரத்தை உலகளவில் நிலைநாட்டியது இந்த ஜோடி.

யாரும் இருக்குமிடத்தில் இருந்திருந்தால் எல்லாம் சௌக்யமாக இருந்திருக்கும். உக்ரைன் போர்க்களத்தில், சீருடையில் எதிரிகளை துவம்சம் செய்தவர் வாக்னர் நாயகன் ப்ரிகோஷின். உக்ரைன் பகுதிகளைக் கைப்பற்றியதும் இவர் படையே. ரஷ்ய இராணுவத் தலைமைக்கும் இவருக்குமிருந்தப் பனிப்போர், கோடையில் உருகியது.

பாக்மூத்தின் வெற்றிக்குப் பிறகு வாக்னர் படையை ரஷ்ய இராணுவத்துடன் இணைக்கும் வேலைகள் தொடங்கின. தனது கண்டிப்பான கட்டுப்பாட்டில் உருவான படையை, ஒப்பந்தம் என்ற பேரில் இராணுவத்திற்குத் தாரை வார்க்க ஒப்பவில்லை ப்ரிகோஷின். இராணுவத் தலைமையை எதிர்த்து 'நீதிக்கான அணிவகுப்பை' முன்னெடுத்தார்.

இராணுவம் மட்டுமே எதிர்த்தது. ஊர்மக்கள் இதைப் பயன் படுத்திக் கலவரம் செய்யவில்லை. ஆரவாரத்தோடு வரவேற்று செல்பி எடுத்துக் கொண்டனர். பீரங்கிகள் ஒருபக்கம் நின்றிருக்க, சாலையைப் பெருக்கினார்கள் துப்புரவுத் தொழிலாளர்கள். இவர்களது எதிரி மக்களில்லை, ஆளும் அதிகார வர்க்கம் தான் என்று தெளிவாகப் புரிந்து வைத்திருந்தார்கள்.

அதிகார மோதலில் நட்பு விரிசலடைந்தது. அதிபர் புதின் இவர்களை தேசத்துரோகிகள் என்றார். வாக்னர் படையை இராணுவத்தால் தடுக்க முடியவில்லை. தடுத்த விமானிகள்தான் சுடப்பட்டார்கள். சொந்த நாட்டில் துப்பாக்கிச் சூடுகளைத் தவிர்க்கப், பின்வாங்கினார் ப்ரிகோஷின். சாகும்வரை போராட்டம் என்று இங்குபோல் அரசியல் செய்யவில்லை. இருவருக்கும் நண்பரான பெலாரஸ் அதிபர் அலெக்சாண்டர் லுகாஷென்கோ, சமாதானப்படுத்தினார். மன்னிப்பு வழங்கினார் புதின். கண்ணியமாய் நாட்டை விட்டு வெளியேறினார் ப்ரிகோஷின். முதிர்ச்சியடைந்த இரு நண்பர்கள் இச்சூழலைக் கையாண்ட விதம் வேறெந்த நாட்டிலும் காணக் கிடைக்காதது.

யார் இந்த ப்ரிகோஷின்?

விக்டர் ப்ரிகோஷின் மற்றும் வியாலியெட்டாவின் ஒரே செல்ல மகனாக, 1961 ஜூன் முதல் தேதி பிறந்தார் எவ்கேனி ப்ரிகோஷின். சிறுவயதில் தந்தையின் இழப்பு, ஒருவேளை அவரது

விடலைப்பருவத் திருட்டு குணத்தை உருவாக்கியிருக்கலாம். தாய் மருத்துவமனை ஊழியர். வளர்ப்புத் தந்தை சாமுவேல் ஸர்கோஃப், பனிச்சறுக்கு பயிற்சியாளர். இளம்வயதில் மணிக்கணக்கில் மேற்கொண்ட பனிச்சறுக்குப் பயிற்சி, உடல் வலிமை மற்றும் பொறுமையைக் கற்றுக்கொடுத்தது. 18 வயதில் பத்து வருடச் சிறை தண்டனை பெற்றார். கழுத்தை நெரித்து ஒரு பெண்ணை மயக்கமடைய செய்து, அவளது தங்கக் காதணிகளைத் திருடியதற்காக. தன் சகாக்களோடு சேர்ந்து நள்ளிரவில் இதுபோன்ற பல சம்பவங்களில் அவர் ஈடுபட்டது தெரிய வந்தது.

இன்று சிறைக்கைதிகளை வாக்னர் படைக்கு அழைப்பு விடுக்கும் அவரை, அவர்களுள் ஒருவராகவே காண்கின்றனர் கைதிகள். அவர்மேல் மிகுந்த நம்பிக்கை கொண்டிருந்தார்கள். 38,000 கைதிகளை அவர் பின்னால் வரவைத்தது சும்மாவா? போரிட்டு வெளிவந்த சிறைக்கைதிகளுக்கு பணமும், படிப்பும், ஏன் அரசியல் பதவிகளும் கூடக் காத்திருந்தன. அவர்கள் சமூகத்திற்குத் திரும்ப ஆவன செய்தார்.

அவர் சிறையிலிருந்து வெளிவந்த நேரம், 1990 சோவியத் யூனியன் சரிந்துகொண்டு இருந்தது. ஊரே கொள்ளையடித்துக் கொண்டிருக்க, இவர்மட்டும் ஒழுக்க சீலனாக ஹாட் டாக் விற்றார். "மாதம் 1000 டாலர் சம்பாதித்தோம். ரூபிள் நோட்டுகளில் இந்தத் தொகையை என் தாயால் எண்ணக்கூட முடியவில்லை" என்று ஒரு பேட்டியில் அவரேக் கூறியிருக் கிறார்.

ஹாட் டாக் என்பது யாதெனில் - நீளமான பன்னை அதன் நீட்டவாக்கில் அறுத்து, வேகவைத்த இறைச்சி, இன்னபிற மசாலாக்களைத் திணித்துப், பிறகு ஒன்றுமே தெரியாத நல்லபிள்ளை போல மறுபடி மூடிவிட வேண்டும். மேலிருந்து பார்த்தால் சற்றே உப்பிப்போன பன் போலத்தான் தெரியும். பக்கவாட்டில் பார்த்தால் தான் உள்ளே திணிந்திருக்கும் இரத்தக்களரி தெரியும். ஹாட் டாக் விற்றதாலோ என்னவோ ப்ரிகோஷின் கூட இப்படித்தான். மேலாகப் பார்த்தால் வாக்னர் படைத்தலைவர். உற்றுப் பார்த்தால் தான் அவரது விஸ்வரூபம் தெரியும்.

ஹாட் டாக் விற்கும் தொடர் வணிகக்கடைகளில் பங்குதாரராக இருந்தபின், **1995**-ஆம் ஆண்டு சொந்தமாக உணவகம் தொடங்கினார். லண்டனில் வேலை கற்றவர்களை நிர்வாகத்திற்கு நியமித்து, உணவகத்தை பிரபலப்படுத்தினார். நகரின் முக்கியப்புள்ளிகள் ஒன்றுகூடும் இடமானது. நீவா ஆற்றில் நீந்தியபடி இருந்த அவரது 'நியூ ஐலாண்ட்' உணவகம் தான் துணை மேயராக இருந்த புதினை சந்திக்க வைத்தது. அதிபரானதும், இராஜாங்க விருந்தாளிகளை அங்கே அழைத்துச் சென்றார் புதின்.

"உணவகத்தின் அதிபராக இருந்தபோதும், விருந்தாளிகளுக்கு நானே பரிமாறினேன். இதுவே புதினை என்பக்கம் ஈர்த்தது" என்கிறார் ப்ரிகோஷின். ஜப்பான் அதிபர் யோஷிரோ மோரி, ஜார்ஜ் புஷ், இளவரசர் சார்லஸ், செல்லோ இசைக்கலைஞரான ரோஸ்ட்ரோபோவிச், ஸ்பெயின் நாட்டு ராணி என இவரது விருந்தோம்பல் பட்டியல் மிக இராஜரீகமானது. புதினின் நட்பு அவருக்குப் பல அரசாங்க உணவு ஒப்பந்தங்களைப் பெற்றுத்தந்தது. "தனக்குக் காரியம் ஆகவேண்டுமெனில், மற்றவர்களை திருப்திப்படுத்துவதில் கைதேர்ந்தவர்", என்கிறார்கள் இவரது பழைய சகாக்கள்.

அதிபர் புதினுக்கு இராணுவ பினாமி தேவைப்பட்டது. கிரிமீயா, சிரியா, ஆப்பிரிக்கா, பிரான்ஸ், உக்ரைனின் டோன்பாஸ் என நேரடி இராணுவத்தைப் பயன்படுத்த முடியா இடங்களில், தனியார் இராணுவம் தேவைப்பட்டது. ஹிட்லரின் அபிமான இசையமைப்பாளர் ரிச்சர்ட் வாக்னரின் பெயர் கொண்டது வாக்னர் படை. உருவாக்கியவர் டிமிட்ரி உட்கின் - ரஷ்ய இராணுவத்தில் சிறப்பு படை அதிகாரியாக இருந்தவர். வாக்னர் படைத் தலைவர் - யெவ்கெனி பிரிகோஷின், **2014** முதல். போன வருடந்தான் இதை பகிரங்கமாக வெளியுலகில் ஒப்புக்கொண்டார்.

அரசாங்கமே இப்படைக்கு பயிற்சிதளம் அமைத்துக்கொடுத்தது. ரஷ்யாவின் கைக்கூலியாக, காட்டுமிராண்டித்தனத்துக்கு பெயர்போனது வாக்னர் படை. சிக்கியவர்களை சம்மட்டியால் சிதைப்பது இவர்களின் பொழுதுபோக்கு. சென்ற இடமெல்லாம் மனித உரிமை மீறல்.

ரஷ்ய இராணுவ உணவகங்களின் ஒப்பந்தம் ப்ரிகோஷினுக்கு கிடைத்தது. கிட்டத்தட்ட 12 மில்லியன் டாலர் மதிப்புடையது. அவரது மனைவி லுபோவ் ப்ரிகோஷினாவுடன் இணைந்த கான்கார்ட் குழுமம் தான், இவரது வர்த்தக மையமானது. கேட்டரிங், நிர்வாகம் மற்றும் ஆலோசனைக் குழுமம் எனப் பல்வேறு நிறுவனங்கள் அடங்கியது இது.

உக்ரைன் போருக்கு முன், ஸ்பெயின் நகரில் நடைபெற்றது குதிரைகளுக்கான தடகளப் போட்டி. வரிசையாக இருக்கும் தடைகளைத் தாண்டி குதிரையைச் செலுத்த வேண்டும். சாம்பல் நிறத்தொரு குதிரையைச் செலுத்தி, நான்காம் இடத்தைப் பிடித்தவர் - வெரோனிக்கா ப்ரிகோஷினா. வாக்னர் நாயகனின் இளைய மகள். அக்கா பலீனா ப்ரிகோஷினாவுடன் சேர்ந்து, ஜெர்மனி, பிரான்ஸ், போர்ச்சுகல், இத்தாலி, பெல்ஜியம், ஸ்பெயின் எனப்பல நாடுகளில் குதிரைப் போட்டிகளில் கலந்து கொண்டுள்ளனர். ப்ரிகோஷினுக்கு மட்டுமே தடை விதித்திருந்த மேற்குலக மற்றும் ஐரோப்பிய நாடுகள், அவரது குடும்பத்தைக் கண்டுகொள்ளவே இல்லை. தாய், மனைவி, ஒரு மகன், இரு மகள்கள் என எல்லாருமே இவர் சாம்ராஜ்யத்தில் இராஜாங்க வாழ்க்கை வாழ்ந்து வந்தனர்.

ப்ரிகோஷினின் இந்த அசுர வளர்ச்சி இராணுவத்தின் உயரதிகாரிகளை உறுத்தியது. இவரது சொத்துக் குவிப்புகளை வெளிக்கொணர்ந்தார் ரஷ்ய எதிர்க்கட்சி அரசியல் பிரமுகர் சோபோல். இவரது கணவர் கொல்லப்பட்டார். இன்னமும் இவர் எல்லா இடங்களிலும் பின்தொடரப்படுகிறார். 2018-ஆம் ஆண்டு ப்ரிகோஷினின் சொத்துக்களைக் குடைந்த பத்திரிகை அலுவலகத்திற்கு, வெட்டப்பட்ட ஆட்டின் தலை அனுப்பப்பட்டது. அவர்களது வீடுகளுக்கு இறுதிச் சடங்கின்போது வைக்கப்படும் மலர்வளையம் அனுப்பப்பட்டது. சம்மட்டிகளுக்கு இது எவ்வளவோ பரவாயில்லை. இன்றைய சைக்கோ திரைப்படங்களில் வரும் காட்சிகள், ஒருவேளை இவரது வாழ்விலிருந்து தான் எடுக்கப்பட்டனவோ?

போர்க்களத்தில் மட்டுமல்ல, இணையத்திலும் பினாமி வேலைகளைச் செய்துவந்தார் ப்ரிகோஷின். இவரது 'ட்ரோல் பண்ணைகள்' அமெரிக்க தேர்தலையே தன்வசப்படுத்தியது.

2016-ஆம் ஆண்டு அமெரிக்கத் தேர்தலில் அதிபர் டிரம்ப்பின் வெற்றிக்குத் துணைபுரிந்தார். அதைச் சூசகமாக ஒப்புக் கொண்டும் உள்ளார். "ஆமாம். நாங்கள் தலையிட்டோம், இனியும் தலையிடுவோம். கவனமாக, துல்லியமாக, எங்கள் வழியில் தலையிடுவோம்" என்கிறார். இதை தனது செயின்ட் பீட்டர்ஸ்பர்க் - இணைய ஆராய்ச்சி நிறுவனம் (IRA) மூலம் செய்தார்.

செய்வன சரியென்றும், தவறென்றும் பிரித்துப் பார்த்ததே இல்லையிவர். தவறையும் மிகச்சரியாய் மாட்டிக் கொள்ளாமல் செய்தார். மாட்டினாலும் தண்டிப்பதற்காய் இவரை யார்தான் நெருங்கிவிட முடியும்? இவரைப்பற்றிய பயமே, இவருக்கு மூலதனம். அதிபர் புதினுக்கும் இது வசதியாகப் போயிற்று. அரசாங்க ரீதியாகச் செய்ய முடியாததை, இவரது தனிப்படையைக் கொண்டு செய்துகொள்ள முடியும். பினாமி போல. மாட்டிக்கொண்டால், உலகத்தின் முன் சுலபமாகக் கைகழுவிவிடலாம்.

'ரஷ்யாவின் ஜார்ஜ் சோரோஸ்' என்று புதினால் பெயர்சூட்டப்பட்டவர் ப்ரிகோஷின். அவரது செயல்கள் அவரது தனிப்பட்ட விஷயம், ரஷ்ய அரசாங்கத்துக்கும் அவருக்கும் எந்த சம்பந்தமும் இல்லை என்றே கூறி வந்தார் புதின். இன்றைய கலவரத்திற்குப்பின், வாக்னர் படைகளுக்கு அவர் செலவிட்ட கணக்கை அறிக்கையாய் வெளியிட்டார். படையினரை சரிபார்த்துக் கொள்ளச் சொல்கிறார். பணம் சரியாகப் பட்டுவாடா செய்யப்படாமல் இருப்பின், அது வாக்னர் தலைமையின் குற்றமே என்றும் பழி போடுகிறார்.

பணம் பதவிக்காக மட்டும் சண்டையிடுபவர் அல்ல ப்ரிகோஷின். இவைகளையும் குவித்துதான் வைத்திருக்கிறார். இருந்தாலும் போர்க்களத்தில் எதிரியை விரட்டியடிக்கும் போது கிடைக்கும் கிளர்ச்சியே அவருக்கு உந்துசக்தியாகிறது. ஒரு சாமானியன், ஊழலில் திளைத்துப்போன மேட்டுக்குடியை எதிர்க்கும் போராட்டமாக இதைப் பார்க்கிறார். போரில் ஈடுபட்டவர்களைப் போற்றியும், மற்றவர்களைத் தூற்றியும் தன் நிலைப்பாட்டில் தெளிவுடன் இருந்தார். புதினை ஒருபோதும் தொட்டதில்லை. மேல் பதவிகளில் சொகுசாக

இருப்பவர்ளையே தனது வீடியோப் பதிவுகளில் தாக்கி வந்தார். மேல்தட்டு மக்களுக்கு எதிரான புரட்சி வீரனாகவே எப்போதும் தன்னை நிறுத்திக்கொண்டார். முரண் என்னவெனில், இந்தப் போக்கில், அவரும் மேல்தட்டு அளவுக்கு சொத்துச் சேர்த்து, ஆடம்பரமாக வாழ்ந்தார்.

ப்ரிகோஷினின் ஓய்வுக்காலம்

பெலாரஸுக்கு இடம்பெயரும் ப்ரிகோஷின் இனி செய்திகளில் காணப்பட மாட்டார். ஒரு ஓரமாக இரங்கல் செய்தி என்றாவது வந்தால் வரும். அதிபர் புதின் நாட்டின் இறையாண்மையைக் காக்கவே முனைவார். அதுவே அதிபரின் கடமையும் கூட. இராணுவத்தின் செயல்கள் அவரது கட்டளைக்கு உட்பட்டனவே.

இராணுவம், வாக்னர் படை, இதரப்படைகள், மக்கள், உலகத் தலைவர்கள் என அனைவரையும் சமநிலையில் கையாள வேண்டும். ஒருபக்கம் சாய ஆரம்பித்துவிட்டால், மற்றவைகள் எல்லாம் ஒன்று சேர்ந்து புதினை பதம் பார்த்துவிடும். தேர்தல் வரும் சமயம் வேறு அல்லவா? இதைச் செய்யாவிடில், பாகிஸ்தான், மியான்மார் போல எப்போதோ இராணுவ ஆட்சிக்குப் பெயர்ந்திருக்கும் ரஷ்யா.

ஒருநாள் ரஷ்யாவில் உள்நாட்டுக் கலவரம் என்றவுடன் எத்தனை நாடுகள் கூடிக்கூடிப் பேசின? அடுத்தக் கட்டத்தை எதிர்நோக்கிக் காத்திருந்தார்கள்? வல்லரசே ஆனாலும், வீழும்போது விழுங்கக் காத்திருக்கின்றன திமிங்கலங்கள்.

அதிகாரத்திற்கு எதிரான தனிமனிதப் போர்களில், கல்லறைகள் ஏராளம். போர்க்களத்திலேயே வாழ்ந்தவனுக்கு, உள்நாட்டுப்போர் ஒன்றும் புதிதல்ல. இரத்தக் கறை உள்நாட்டிலும் வேண்டாம் என்றே மன்னித்தும், வெளியேறியும் முடித்துக்கொண்டனர். அரசியல் சாணக்யத்தனமும்தான் இருந்து விட்டுப் போகட்டுமே. ரஷ்யாவின் வீழ்ச்சிக்குக் காத்திருந்தவர்களை ஏமாற்ற முடிந்தது இவர்களால்.

வெற்றி மட்டுமே வீரனுக்கு அழகல்ல. அர்த்தமுள்ள தோல்வியும் தகும்.

20. ஒரு பெண், ஒரு நாடு, ஒரு யுத்தம்

ஜூன், 2022.

இடம்: புனித சோபியா பேராலயம், கீவ், உக்ரைன்.

நிகழ்வு: போரில் பலியான 200 உக்ரைனியக் குழந்தைகளுக்கு நினைவேந்தல்

"உங்கள் குழந்தைகளுக்கு, நீங்கள் மிக முக்கியமானவர்கள். ஆதலால் உங்களைத் தேற்றிக் கொள்ளுங்கள். இறந்துபோன அவர்களும் இதையே விரும்புவார்கள்" என்கிறார் ஒலெனா ஜெலன்ஸ்கா - உக்ரைனின் முதல் பெண்மணி. அதிபர் வொலோதிமிர் ஜெலன்ஸ்கியின் மனைவி. ஒவ்வொரு குழந்தைக்கும் ஒன்றாக, அங்கிருந்த மரங்களில் மணிகளைத் தொங்க விடுகிறார்கள். "இறந்துபோன அப்பாவிக் குழந்தைகளின் குரல்களாய், இம்மணிகள் என்றென்றும் ஒலித்துக்கொண்டே இருக்கும்" என்று துக்கத்தில் ஆழ்ந்திருந்த பெற்றோருக்கு ஆறுதல் கூறுகிறார்.

44 ஆண்டுகளாகப் பெற்றோர், காதல், கணவன், குழந்தைகள், நண்பர்கள், திரைக்கதை எழுத்துப்பணி, செல்லப் பிராணிகள் என்றதொரு அழகான நீரோடை போன்றதொரு வாழ்க்கை. உக்ரைன் போரின் முதல் நாளே மாறியது. பயத்தில் ஆரம்பித்தது

பயணம். மக்கள்படும் துயரம் அவரை உருமாற்றியது. பாவேந்தரின் 'தன் பெண்டு தன் பிள்ளை', என்று கடுகளவு உள்ளம் கொண்ட எவரும் இல்லை உக்ரைனில். ஒலெனா, இன்று உலகெங்கும் போராடும் பெண்களுக்குத் துணிவின் உருவமாய் திகழ்கிறார்.

ஒலெனா கியாஷ்கோ - ஒல்ஹா கியாஷ்கோவிற்குப் பிறந்த ஒரே செல்ல மகள். அப்பா தொழில்நுட்பப் பள்ளியில் பேராசிரியர். அம்மா கட்டுமான நிறுவனத்தில் பொறியாளர். கிரிவீரீய நகரிலுள்ள உயர்நிலைப் பள்ளியில் படித்தார். இது தென்கிழக்கு உக்ரைனிலுள்ளது. உக்ரைனின் அதிபர் வொலோதிமிர் ஜெலன்ஸ்கியும் இங்குதான் படித்தார். ஒரே பள்ளியில், ஜென்மப் பகை கொண்ட இருவேறு வகுப்புகளில் பயின்றார்கள். ஒரே ஊரினர் என்பதால், ஒருவரையொருவர் அறிந்து மட்டும் இருந்தனர்.

இவர்களை ஒன்றுசேர்த்த பெருமை கிரிவீ ரீய தொழில்நுட்பக் கல்லூரியைச் சேரும். இங்கு ஒலெனா கட்டிடக்கலையும், ஜெலன்ஸ்கி சட்டமும் கற்றனர். காதலை இருவரும் சேர்ந்தே கற்றனர். ஒரே ஊர்க்காரர்கள் என நட்பு மலர்ந்தது. ஒலெனாவின் கண்களும், உதடுகளும் தன்னை ஈர்த்ததை நினைவுகூர்கிறார் ஜெலன்ஸ்கி. இருவரின் நகைச்சுவை உணர்வும், ஈர்ப்பைக் காதலாக்கியது. இருவருக்கும் பொதுவான இயல்பு இது ஒன்றுதான். மற்றவையெல்லாம் காந்தத்தின் வடக்கு, தெற்குத் துருவங்கள். ஜெலன்ஸ்கி பள்ளி முதலே நல்ல நடிகர், நகைச்சுவையாளர். அனைவரையும் தன் பக்கம் ஈர்ப்பவர். ஒலெனா நிதானமாகப் பேசும், கூச்ச சுபாவமுள்ளவர்.

கல்லூரி முடித்து இருவருமே நையாண்டி நகைச்சுவைக்குள் வந்துவிட்டனர். ரஷ்யத் தொலைக்காட்சியில் ஜெலன்ஸ்கி நண்பர்களுடன் களமிறங்கினார். மேடைக்குப்பின் திரைக்கதை எழுத்தாளராக ஒலெனா. "பெண்களை விட ஆண்களைக் கையாள்வதே எனக்கு எளிதாக இருக்கிறது", என்கிறார். அன்றைய காலத்தின் ஒரே பெண் திரைக்கதை எழுத்தாளர். இன்று மட்டும் என்ன? ஊடக, திரைத்துறைகளில் பெண்களின் எண்ணிக்கை கைவிரல்களுள் அடங்குமளவுதானே உள்ளன.

எட்டு வருடக் காதலுக்குப் பிறகு, 2003-ஆம் ஆண்டு ஒலெனா கியாஷ்கோ - ஒலெனா ஜெலன்ஸ்கா ஆனார். கீவ் நகரில் குடியேறினார்கள். அதே ஆண்டு பள்ளிப்பருவ நண்பர்களுடன் இணைந்து 'கவர்டால் 95' தொடங்கப்பட்டது. கீவ் நகரில் அமைந்த தொலைக்காட்சிப் பொழுதுபோக்குத் தயாரிப்பு நிறுவனம். இங்கும் மேடையில் ஜெலன்ஸ்கி. மேடைக்குப்பின் ஒலெனா ஜெலன்ஸ்கா. பியானோ இசைக்கருவியிலும் பட்டதாரி இவர். விளையாட்டு மற்றும் புத்தகம் படிப்பதிலும் ஆர்வமுண்டு. இரு குழந்தைகள் - 19 வயது மகள் ஒலெக்ஸாந்தரா, 10 வயது மகன் கிரிலோ. நாய், பூனை, கிளி, கினிப் பன்றி (நீண்ட காதுகள் நீங்கலான முயல் போன்ற முசுமுசு ஜீவன்) என்று ஐந்தறிவுக் குழந்தைகளும் உண்டு.

அவரது திருமணத்தை இன்றும் மகிழ்வுடன் நினைவு கூர்கிறார் ஒலெனா. "அவர் உற்ற துணையாக இருப்பாரென எனக்குத் தெரியும். என் குழந்தைகளுக்கும் அருமையான தகப்பனாக இருக்கிறார். நாட்டு மக்களிடமும் அவ்வாறே நடக்கிறார். அவர் மாறவில்லை. எனது கண்கொண்டு இன்றுதான் மக்கள் அவரது குணத்தைக் காண்கிறார்கள்" என்கிறார் காதலுடன்.

உக்ரைனின் முதல் பெண்மணி: ஒலெனா ஜெலன்ஸ்கா

அரசியல் நையாண்டி நிகழ்ச்சியான 'மக்களின் சேவகன்', ஜெலன்ஸ்கியின் உண்மை வாழ்க்கையானது. நாடகத்தில் ஒரு வரலாற்று ஆசிரியர், நாட்டின் அரசியல்வாதிகளுக்கு எதிராகக் கொதித்தெழுகிறார். நிஜ உக்ரைனின் பொருளாதாரம் ஸ்தம்பித்துப் போகவே, 'மக்களின் சேவகன்' என்ற பெயரில் தனது அரசியல் கட்சியைப் பதிகிறார் ஜெலன்ஸ்கி.

பதிந்த பின்புதான் ஒலேனாவுக்கு விஷயமே தெரிய வந்தது. அதுவரை இருவரும் விவாதிக்க மட்டுமே செய்திருந்தனர். ஜெலன்ஸ்கியின் அரசியல் கனவுகளை ஒலெனா முதலில் ஆதரிக்கவில்லை. அரசியல் நுழைவு அவர்கள் வாழ்வையே மாற்றிவிடும், பழைய நிம்மதியான வாழ்வு திரும்பாது என்பதை அறிந்தே மறுத்து வந்தார். கணவருக்காய்ப் பொது வாழ்வின் முதற்படி எடுத்துவைத்தார். உக்ரைன் அதிபரானார் ஜெலன்ஸ்கி. முதல் பெண்மணியானார் ஒலெனா. அதிபருடன் பிற

நாடுகளுக்கு சுற்றுப்பயணம் மேற்கொண்டார். குழந்தைகளின் நலன், உக்ரைனிய மக்களிடையே சமவாய்ப்புகள், கலாசாரப் புரிதல்கள் போன்றவற்றை முன்னிலைப் படுத்தினார்.

போர் தந்த உருமாற்றம்

நேரம்: உக்ரைன் போர் தொடங்கிய காலை (24-02-2022)

இடம்: உக்ரைன் அதிபர் மாளிகை

வெடிச்சத்தம் கேட்டு ஒலெனா தூக்கம் கலைகிறார். அருகில் ஜெலன்ஸ்கியைக் காணவில்லை. சூட் அணிந்துக் கிளம்பிக் கொண்டிருந்தார். "தொடங்கிவிட்டது. நானே அழைக்கிறேன். அடுத்தகட்ட நகர்வுகளைச் சொல்கிறேன்." என்றபின் அதிபர் அலுவலகம் விரைகிறார். இராணுவ ஆட்சியை மக்களுக்கு அறிவிக்கிறார்.

பிறகு இராணுவ உடையில், தலைநகரில் தாம் இருக்கும் வீடியோப் பதிவுகளை வெளியிடுகிறார். "எனக்கு ஆயுதங்கள் வேண்டும், நாட்டை விட்டு ஓட சவாரி வேண்டாம்", என்று. அடுத்த ஆறு மாதங்கள் இருவரும் சந்தித்துக் கொள்ள முடியவில்லை. குரல்கள் மட்டுமே சந்தித்துக்கொண்டன.

குழந்தைகளும் ஒலெனாவும் பாதுகாப்பான இடங்களுக்கு மாற்றப்பட்டார்கள். மாற்றப்பட்டுக் கொண்டே இருந்தார்கள். "எனது வாழ்வின் பயங்கரமான மாதங்கள் அவை. உக்ரைனியக் குடிமக்களுக்கும் அப்படியே. நாங்கள் உணர்வுப்பூர்வமாகப் போரை எப்படிக் கையாண்டோம் என்பது யாருக்கும் தெரிந்திருக்க வாய்ப்பில்லை." என்றுப் பத்திரிக்கைப் பேட்டியொன்றில் குறிப்பிடுகிறார்.

குழந்தைகளைக் கையாள்கிறார் ஒலெனா. எல்லாம் புரிகிறது அவர்களுக்கு. எதையும் மறைக்க வழியில்லை. கண்முன்னே பறக்கின்றன போர் விமானங்கள். தூங்கவிடா வெடிச்சத்தங்கள். சத்தம் நின்றபின் ஒவ்வொரு முறையும், நாமும் நம்மைச்சுற்றி உள்ளோரும் முந்தைய நிலையில் உள்ளனரா எனப் பார்ப்பது அனிச்சையாக மாறிவிட்டது. உண்மையை எதிர்கொண்டு, தைரியம் என்ற அடுத்தக் கட்டத்திற்குக் குழந்தைகளை நகர்த்துகிறார். நாட்டு மக்களையும் வழிநடத்தத் தயாராகிறார்.

திரைக்குப் பின்னால் இருந்த ஒலெனா, ஒரே நாளில் உக்ரைனியப் பெண்களின் குரலாக மாறினார். போர் ஆரம்பித்ததும், ஜோ பைடன் அல்லது போரிஸ் ஜான்சன் அல்லது புதின் இவ்வாறு கூறினார், என்றுதான் செய்திகள் வந்தன. இராணுவம், படை, கள முன்னணி, பொருளாதாரம், ஆயுதங்கள் போன்றவை பேசப்பட்டன. முதல்முறை ஒலெனாவின் குரல் உக்ரைன் நாட்டு மக்களுக்காக ஓங்கி ஒலித்தது. கணவர் இராணுவப் போராளிகளை வழிநடத்த, மனைவி நாட்டு மக்களின் உணர்வுகளை மறைவிடத்தில் இருந்தபடியே பிரதிபலித்தார்.

"போர்க்காலத்தில் எப்படிச் செயல்பட வேண்டும், எப்படி வாழ வேண்டும்" என்று ஆலோசனைகள் வழங்கும் டெலிகிராம் குழு ஒன்றை உருவாக்கினார். மருத்துவ சிகிச்சைக்காகக் கேன்சர் நோயாளிகள், போலந்திற்கு அனுப்பப்பட்டனர். "இந்த உலகத்தின் எந்தப் போரும், கேன்சர் நோய்க்கெதிரான போரில், இவர்கள் வெல்வதைத் தடுக்க முடியாது" என்று பதிவிட்டார். போரில் உயிரிழந்த, வீடிழந்த குழந்தைகளுக்காகக் குரல் எழுப்பினார். போர்க்களத்தில் பணிபுரியும் பெண்களுக்காகப் பேசினார். உக்ரைன் மக்களின் உயிர் வாழும் உரிமையைப் பேசினார்.

உலகம் போரை இராணுவம், அதிகாரம் என்ற கண்ணோட்டத்தில் அணுகியது. ஒரு தாயாக, மனைவி, சகோதரியாகப், போர்க்களத்திற்குக் குடும்பத்தினரை அனுப்பிவிட்டு, வீட்டிலிருப்போரைப் பாதுகாக்கும் ஒரு பெண்ணின் நிலையை உலகிற்கு உணர்த்தினார். அந்தப் பெண்ணிற்கும் இவற்றையெல்லாம் தாங்கும் மனோவலிமையை, தன்னிடமிருந்து பகிர்ந்தளித்தார்.

அமெரிக்க முதல் பெண்மணி ஜில் பைடனுடன், கிழக்கு உக்ரைனில் வெளியுலகிற்கு வந்தார் ஒலெனா. 8-மே-2022 அன்னையர் தினத்தன்று. அதற்குப் பிறகு உலகமுழுக்க உள்ள நாடுகளுக்குச் சென்று போர்க்கால உதவிகளைச் சேர்த்து வருகிறார். "நான் ஆயுதங்களைக் கேட்கிறேன். இதுவரை நான் கேட்கத் துணியா ஒன்றை. மற்ற நாட்டின் மேல் போர் தொடுக்க அல்ல. எங்கள் நாட்டில் நாங்கள் உயிருடன் வாழ்வதற்காகக் கேட்கிறேன்", என்று அமெரிக்க காங்கிரஸ் கூட்டத்தில் உதவி கோரினார்.

போருக்குப் பின்: துணிவின் உருவம்

2022 ஜூலை, வோக் பேஷன் பத்திரிக்கையின் கட்டுரைக்காக கம்பீரமாய் தயாரானார் ஒலெனா. மணல் மூட்டைகளினூடே, படிக்கட்டில் அமர்ந்திருப்பார். 'துணிவின் உருவப்படம்' எனப் பெயர்பெற்றது இந்தப் புகைப்படம். கண்ணியத்தின் வெளிப்பாடு. அழிக்கப்பட்ட விமான உதிரிகள், மணல் மூட்டைகளுடன் தனது கணவருடன் இருக்கும் இன்னொரு புகைப்படமும் உண்டு. இவரை இன்ஸ்டாகிராமில் பின்பற்றுபவர்கள் மட்டும் 3 மில்லியன் மக்கள்.

ஒளிரும் முகம், பச்சை-பழுப்பு நிறக் கண்கள் - உக்ரைனின் உணர்வுகளை உலகிற்குக் கடத்தின. "நாங்கள் வெற்றியை எதிர்நோக்கியுள்ளோம். மேம்பட்டு வருவோம் என்பதில் எந்த சந்தேகமும் இல்லை. இந்த நம்பிக்கைதான் எங்கள் உந்துசக்தி" என்று பெருமிதத்தோடு முழங்குகிறார் ஒலெனா.

"பில்லியன் கணக்கில் நாங்கள் உக்ரைனுக்கு பணத்தை இறைக்க, அதிபரின் மனைவிப் பத்திரிகைகளுக்குப் போஸ் கொடுத்துக் கொண்டிருக்கிறார்", என்று ஊர் வாயில் விழாமல் இல்லை. 'சதாம் உசைன் மனைவியெல்லாம் இப்படிப் பேட்டி கொடுக்கவில்லையே' என்றனர். வோக் கட்டுரை மூலம் உக்ரைனில் நடக்கும் இனப்படுகொலைகளை வெளிப்படுத்த முடிந்தால் சரி. இதை அசட்டுத்தனமாக பலரும் விமர்சிப்பதும் நன்றே. நல்ல விளம்பரமாவது ஆகும். தங்களுக்குச் சாத்தியமான எந்த வாய்ப்பையும் விட்டுவைக்கவில்லை உக்ரைன்.

"ஏற்கெனவே வலிமையான ஆளுமை கொண்டவர் ஒலெனா. போர் அவளை இன்னும் வலுப்படுத்தியிருக்கிறது", என்கிறார் ஜெலன்ஸ்கி. குழந்தைகளையும், நாட்டையும் ஒலெனா போர் சமயத்தில் வழிநடத்துவது பற்றிப் பெருமிதம் கொள்கிறார். அவளைக் காதலி என்பதை விட, சிறந்த நண்பர் எனக் கொள்கிறார்.

இந்த வருடப் பெண்கள் தினக் கொண்டாட்டத்தில் கலந்து கொண்டார் ஒலெனா. ஐக்கிய அரபு நாடுகள் சார்பாக அபுதாபியில் நடந்தது இந்நிகழ்வு. "நமது சக்தியால் தொடர்ந்து இவ்வுலகை மாற்ற முடியும்" என்கிறார். இப்பயணம் 4 மில்லியன்

டாலர் நிதியுதவியைப் பெற்றுத்தந்தது. உக்ரைனில் அனாதை இல்லங்கள் எழுப்புவதற்கு. அமெரிக்க முதல் பெண்மணி, ஜில் பைடனையும் சந்தித்தார் ஒலெனா. “கொல்லப்படாமல், கொடுமைக்காளாகாமல் சுதந்திரமாக உயிர் வாழ எங்களுக்கும் (உக்ரைனியர்களுக்கும்) உரிமை உண்டு” என்று ஐநா சபையில் உரையாற்றினார்.

உக்ரைன் போர்க்களத்தில் முன்னணியில் பணியாற்றும் தொண்டர்கள், மருத்துவ உதவியாளர்கள், சமூக சேவகர்கள், ஆசிரியர்கள், காவலாளர்கள் என அனைவருக்கும் மனநல ஆலோசகப் பயிற்சி கொடுக்கிறார். போரில் உயிர் பிழைப்பது மட்டுமல்ல, மனநலனுடன் வாழ்வதும் முக்கியம் என்று முந்தையப் பகுதிகளில் பார்த்தோமே... இங்கு ஒலெனாவும் நாட்டு மக்களின் மனநலத்தையே மேம்படுத்த முனைகிறார். மக்களிடம் தைரியத்தையும், போரை எதிர்கொள்ளும் மனோ வலிமையையும் விதைக்கிறார். ஒருவிதத்தில் தனக்கே இவைகளைச் செய்து கொள்கிறார். போரிலிருந்து தப்பியோட

வழியிருந்தது இவர் குடும்பத்துக்கு. இருந்தும் நாட்டு மக்களோடே நின்று போரிடத் தேர்ந்து கொண்டதும், இதே மனோ வலிமையினால் தான்.

ஒலெனாவிற்கு “சுதந்திர ஜோதி” விருது வழங்கப்பட்டது. அமெரிக்க முன்னாள் முதல் பெண்மணி ஹில்லாரி கிளின்டன் கைகளால். “எங்கள் நாட்டின் மீது தொடுக்கப்பட்டிருக்கும் போர், ஒட்டுமொத்த மனித இனத்தின் ஆசைகளுக்கு எதிரானது. பின்னேற்றத்தையும், சாவையும் கொடுக்கிறது. பயத்தால் மூடியிருந்த எங்கள் கண்கள் திறந்தபின் கண்டது, பெண்களின் புதிய சக்தியை,” கண்ணீர் மல்க விருதைப் பெற்றுக் கொண்டார். இன்னும் பல விருதுகளும், சாதனைப் பெண்மணிகள் பட்டியலிலும் ஒலெனா இடம் பிடிக்கிறார். அவர் கனவுகள்தான் வேறொன்று. உக்ரைனிய மக்களின் கனவையொத்தது.

தெளிந்த நீரோடை போன்ற வாழ்க்கை, இன்று பரபரப்பிற்குப் பஞ்சமில்லாமல் உருமாறி விட்டிருக்கிறது. ‘ஏரோஸ்மித் மற்றும் பீட்டில்ஸ்’ ஒலிச்சுவடுகள் ஒலெனாவுக்குப் பிடித்தவை. குடும்பத்துடன் அமர்ந்து படம் பார்ப்பது மிகவும் பிடிக்கும்.

"Forrest Gump" படத்தைக் கணக்கில்லாமல் பார்த்திருக்கிறார்கள் ஜெலன்ஸ்கி குடும்பத்தினர். இயல்பு வாழ்க்கைக்கு மீண்டும் திரும்பும் நாளை, எதிர்நோக்கி இருக்கிறார் ஒலெனா. உக்ரைனிலுள்ள எல்லோரையும் போல.

21. தொலைந்து போன கனவுகள்

பால்முகம் மாறா, சிரித்த முகம் கொண்ட கிலியெப் (8 வயது). சுருட்டை முடியுடன் சற்றே வளர்ந்த எவோர் (10 வயது). இருவருக்கும் கிடைத்த பொறுப்பான அண்ணன் டிமஃபி (11 வயது). மூவருக்கும் ஓயாமல் சண்டை, கைபேசிக்காக. பப்ஜி விளையாட அல்ல, படிப்பதற்கு. போரின் உபயத்தால் பள்ளிப்பாடங்கள் அனைத்தும் இதன்மூலமே. சண்டையும், வீட்டுப் பாடங்களும், அவ்வப்போது முற்றத்து நாயுடன் விளையாட்டும்தான் இவர்களின் பொழுதுபோக்கு. இன்னொன்றும் உண்டு.

தாக்குதலை எச்சரிக்கும் சைரன் சத்தம். கேட்டவுடன் கடைக்குட்டி கிலியெப், பயத்தில் இரு கைகளாலும் முகத்தை மூடிக்கொள்வான். எவோரும், டிமஃபியும் அவனை விளையாட்டில் திசைதிருப்ப முயல்வார்கள். விமானம் பறந்துவரும் சத்தம் கேட்கும். அதன் அருகாமையை வைத்து குண்டு விழப்போகும் இடத்தை யூகித்து விடுவர் இருவரும். பழக்கத்தில் கற்றுக்கொண்டதுதான். பின்பு பட்டாசு வெடிப்பதைப் போலவோ, இடி விழுவதைப் போலவோ அவர்களின் பிராப்தத்தைப் பொறுத்து சத்தம் கேட்கும். இது ஆரம்பிக்குமுன், மூவரும் கைகோர்த்துப் பதுங்குவர். விளக்கை அணைத்து, தரையில் குப்புறப்படுத்து, கம்பளிகளைத் தங்கள்

மேல் போர்த்திக் கொள்வார்கள். முடிந்துவிட்டது என்று மூவருக்கும் எப்போது தோன்றுகிறதோ, அப்போது மற்ற பொழுதுபோக்குகளுக்குத் திரும்புவர்.

கொரோனாவில் இரண்டுவருட வாழ்க்கை ஸ்தம்பித்தது. அடுத்து வந்தது போர். போரில் அழிந்தவை இராணுவத் தளவாடங்களும், வீடுகளும் மட்டுமல்ல... பள்ளிகளும், கல்லூரிகளும் சேர்ந்து. தகர்ந்தவை உக்ரைனியக் குழந்தைகளின் பள்ளிப்பருவமும், எதிர்காலக் கனவுகளும்தான். நூறு, ஆயிரம் என்றல்ல, ஐந்து மில்லியன் கனவுகள் தொலைந்த கதை இது.

"எங்கள் பள்ளியின் ஜன்னல் கண்ணாடிகள் உடைந்து விட்டன. பக்கத்திலிருக்கும் பேக்கரி தரை மட்டமாகிவிட்டது. அங்குதான் பள்ளி முடிந்ததும், அம்மா ருசியான வாழைப்பழ பன்களை வாங்கித் தருவார்கள். இரண்டுமே இப்போது இல்லை." என்கிறான் அண்ணன் டிமஃபி. ஆயிரக்கணக்கில் கல்வி நிறுவனங்கள் தரைமட்டமாக்கப் பட்டிருக்கின்றன. குழந்தைகள் மற்றும் பதின்ம வயதினரின் கல்வியை இது வெகுவாகப் பாதித்திருக்கிறது. அகதிகளாகப் பக்கத்து நாடுகளில் குடியேறியவர்களுக்கும் இதே கதிதான். கண்முன் கண்ட போர் பயங்கரங்கள், புதிய இடம், மொழி, மக்கள் என்று வாழ்க்கையே தலைகீழான நிலை. இதில் மனதூன்றிப் படிப்பது எங்கிருந்து சாத்தியம்?

உக்ரைனின் அடையாளங்களுள் ஒன்றான கல்வியையும் சேர்த்தே அழிக்கிறது ரஷ்யா. அப்போதுதானே சொன்னதற்கெல்லாம் தலையாட்டும், எதிர்கால சந்ததி உருவாகும்? ஆக்கிரமித்த பகுதிகளில் உக்ரைன் மொழிக்குத் தடை. வரலாற்றுத் திருத்தம். உக்ரைனிய மொழிப் புத்தகங்களை வீடுபுகுந்து தேடி அழிப்பது. ரஷ்யப் பாடத்திட்டம் அமல்படுத்தல். இதில் உக்ரைனிய ஆசிரியர்கள் பயிற்சியும் தேர்ச்சியும்பெற வலியுறுத்தல். எதையும் விட்டு வைக்கவில்லை ரஷ்யா. பீரங்கிகளுக்கு நெஞ்சை நிமிர்த்திய உக்ரைனியர்களுக்கு இது எம்மாத்திரம்?

போரிலும் புதுமை காண்

நூலகங்கள், கலைக்கூடங்கள், சற்றே இடமிருக்கும் அனைத்தும் பள்ளிகளாயின. கோடை விடுமுறையில் இதற்குள் குண்டுபுகா

இடங்கள் அமைக்கப்பட்டன. இடம் போதவிலையென்றால் சுழற்சி முறையில் வகுப்புகள் நடந்தன. செப்டம்பர் மாதம் பள்ளிகள் மீண்டும் திறந்தன. கிட்டத்தட்ட 51% குழந்தைகள் நேரடிப் பள்ளிகளுக்கு வரிசையில் வந்தனர். போர்க் கதைகள் பேசிக்கொண்டு. விடுமுறையில் போர் மட்டும்தானே நடந்தது.?

குழந்தைகள் பாதுகாப்பாக உணர வேண்டும். இதுவே ஆசிரியர்களின் ஆகப்பெரிய சவால். படிப்பெல்லாம் பின்னர்தான். கதவுகள், ஜன்னல்கள் மூடப்பட்ட பள்ளிகள். வகுப்புக்கிடையில் சைரன் சத்தம் கேட்டால், என்ன செய்ய வேண்டும்? பள்ளியின் குண்டுபுகா இடத்துக்குள் பதட்டப்படாமல், துரிதமாகச் செல்ல வேண்டும். தாக்குதல் முடிந்தப்பின் ஆசிரியர் அறிவுறுத்த, வகுப்புகளுக்குத் திரும்பலாம். ஒரு நாளில் 3-4 முறை இது நடப்பது தான் கொடுமை.

அன்றாட வாழ்வின் பாடங்கள் கற்றுத் தரப்படுகின்றன. அவசர முதலுதவி, குண்டு தாக்குதலைக் கையாளும் முறைகள், அவசர இடமாற்றத்திற்குத் தேவையான பொருட்கள் எனப் பலவும். போரைத் துணிவுடன் எதிர்கொள்ளத் தயாராகினர் குழந்தைகள். என்னவொன்று... பரீட்சையினூடே பாடம் நடத்தப் படுகிறது. தேறினால் உயிர்பிழைக்கலாம்.

கொரோனா நம்மை எதற்கும் தயார்ப்படுத்தி வைத்திருக்கிறது. தடையின்றி இணையம் - தடையின்றிக் கல்வி, எங்கிருந்தும் பெற முடியும். போர் தொடங்கிய ஒரே மாதத்தில், அரசாங்கம் உக்ரைனின் இணையவழிக் கல்வி வலைத்தளத்தை உருவாக்கியது. பள்ளிகள் இயங்கமுடிந்தால் நேரடிக் கல்வி. இல்லையேல் இணையவழிக் கல்வி. எலன் மஸ்க் புண்ணியத்தில் இணையம் கிடைக்கிறது. இணையம் இல்லாத பகுதிகளில், உள்ளூர்த் தொலைக்காட்சியில் பாடங்கள் ஒளிபரப்பப்படுகின்றன.

மின்சாரக் கட்டமைப்புகள் போரில் தகர்த்தெறியப்படுகின்றன. உக்ரைன் குழந்தைகள் என்ன ஏவுகணை வெளிச்சத்திலா படிக்க முடியும்? ஊருக்குப் பொதுவான அவசரகால ஜெனரேட்டர்கள் உதவின. குழந்தைகளுக்கு ஒளி உண்டாயிற்று. 2 மில்லியன் குழந்தைகள் இணையவழிக் கல்வியில்; இன்னொரு 1.3

மில்லியன் நேரடி மற்றும் இணையம் கலந்த வழிகளில். கல்வியைத் தொடர ஆர்வம் கூடிக்கொண்டே தான் போகிறது.

இணையவழிக் கல்விக்குக் கைபேசியோ, மடிக்கணினியோ இருக்க வேண்டுமே? யூனிசெப் (ஐக்கிய நாடுகளின் சர்வதேசக் குழந்தைகள் அவசர நிதியம்) வழி காட்டியது. கெர்சோனைச் சேர்ந்த 10,000 குழந்தைகளுக்கு கைக்கணினிகள் அல்லது மடிக்கணினிகள் வழங்கப்பட்டுள்ளன. ஐரோப்பிய ஒன்றியம் மற்றும் கொரியக் குடியரசின் நிதியுதவியில்.

இனி கிலியெப், எவோர், டிமஃபி சகோதரர்களிடையே ஒற்றைக் கைப்பேசிக்குச் சண்டை வராது. "என் ஆசிரியரை இனிமேல் தினமும் இதன் வழியே பார்க்க முடியும். பள்ளிக்காய்க் காத்திருக்க அவசியமில்லை. 12 மணிநேரம் இதன் பேட்டரி வேலை செய்கிறது. எங்களுக்கு புதிய வாய்ப்புகள் கிடைக்குமென நம்புகிறேன்", என்கிறான் டிமஃபி.

யுனெஸ்கோ நிறுவனமும் உக்ரைன் கல்வித்துறையும் இணைந்து செயல்படுகின்றன. கணினிகள் கிடைக்கப்பெறுவது, டிஜிட்டல் கல்வித் தளங்களை உருவாக்குவது, உயர்கல்வி மின்னணுத் தேர்வு முறைகள், உளவியல் ஆதரவை மேம்படுத்த, எனப்பல திட்டங்களை நடத்தி வருகின்றன. உலகின் பல நிறுவனங்களும் உதவுகின்றன. உதாரணமாக, முன்னணி இணையவழிக் கல்வி நிறுவனமான கோர்செரா. இதன் ஐந்தாயிரத்திற்கும் மேலான இணையப் பாடங்கள் இலவசம் - உக்ரைன் கல்லூரி மற்றும் பல்கலைக்கழக மாணவர்களுக்கு. கல்லூரி இறுதியாண்டுத் திட்டப் பணிகளுக்கும் உதவுகிறார்கள். போர்காலத்திலும் பட்டதாரிகள் உருவாகிக் கொண்டுதான் இருக்கிறார்கள் உக்ரைனில்.

படைப்பாளிகளின் உருவாக்கம்

"படைப்புத்திறன், கடின காலங்களில் நாம் தாக்குப்பிடிக்க உதவும். கசப்பான அனுபவங்களை உருமாற்றி, புதிய படைப்பாக்கும். அலைக்கழிக்கும் எண்ணங்களில் இருந்து நம்மைத் திசைதிருப்பும். ஆகையால், இன்று நம்மைப் படைப்பாளிகளாக்கப் போகும் போட்டிகள் என்னென்வென்று பார்ப்போமா?" இப்படித்தான் விரிகிறது

உக்ரைனின் இணையவழிக் கல்வித்தளம் ஒன்று. கல்வியை சுவாரஸ்யமாக்குவதே இவர்களின் குறிக்கோள். இதுபோல பல இணையதளங்கள், செயலிகள், யூட்யூப் சேனல்கள் இயங்கி வருகின்றன.

வினாத்தாள், இங்க் பேனா, மனப்பாடப் பகுதி, முக்கிய குறியிட்ட (இருப்பினும் படிக்காத) வினாக்கள், பக்கம் பக்கமாய் யாருக்கும் புரியாதக் கட்டுரைகள் - இவற்றை ஓரங்கட்டுவோம். நிறைய அளவளாவி, கல்வியின்பால் இயல்பான ஆர்வத்தைத் தூண்டுவோம். தங்கள் திறமைகள் மீது சுய நம்பிக்கையை வளர்க்கும் கல்விமுறைதான் இங்கே பிரதானம்.

புத்தகப் பாடத்தின் நடைமுறைப் பயன்பாடுகள்; ஒவ்வொரு பாடத்தின் சாராம்சத்தை, சுவாரஸ்ய விளையாட்டாய்த் தொகுப்பது - இவையெல்லாம் ஒரு பள்ளி ஆசிரியர் இத்தளத்தில் இணைவது மூலம், அவர் வகுப்பிறகே செயல்படுத்த முடியும். செயல்முறைக் கல்விக்கும் செயல்மாதிரிகள் உண்டு. குழந்தைகளின் சொப்புச் சாமான்களும், ஒருவித சமையல் கற்றல் பயிற்சிதானே!

பொதுவெளிக்கு உன்னை விளம்பரப்படுத்தும் காணொளி, போர் ஏற்படுத்திய பேரழிவைப் பற்றிய நேர்காணல், உன்னைப் பற்றிய புரிதல் வரிகள், அணு ஆற்றல் பற்றிய ஆய்வுக் கட்டுரை, கலை - வரைதல், புகைப்படம் எடுத்தல், கதை, கவிதை, கட்டுரை எழுதுதல் - இவைதான் படைப்புத்திறன் போட்டிகள். ஜெயிப்பவர்களுக்கு 500 முதல் 1000 ஹரீவ்னியகள் (உக்ரைனியப் பணம்) பரிசு. என்ன... போட்டிக்குத் தயாரா?

இவை உக்ரைனுக்கு மட்டுமல்ல, உலகிற்கே வழிகாட்டும் கல்விமுறைகள். போரின் பயனாக, உக்ரைனாவது இவற்றை நடைமுறைப் படுத்தட்டும். பிறநாடுகளில் இருக்கும் அகதிகளும் இவற்றை பின்பற்றலாம். ஏனெனில் அங்கிருக்கும் மூன்றில் இரண்டு குழந்தைகள் பள்ளிகளுக்குச் செல்வதில்லை.

மொழி, பொருளாதாரம் எனத் தடைகள் பல. இவர்களையும் ஒருங்கிணைக்கிறது உறுதியான இந்த இணையவழிக் கட்டமைப்பு. அங்கிருந்த படியே உக்ரைனின் பள்ளி இறுதி

தேர்வை எழுத முடியும். பயிற்சி வகுப்புகளும், தேர்வு மையங்களும் தயார் போலந்தில். அங்கிருக்கும் உக்ரைனிய ஆசிரியர்களே, உதவிக் குழுக்களாய் இணைந்து இவற்றை சாத்திய மாக்குகிறார்கள்.

உக்ரைனின் எதிர்காலக் குடிமக்கள்

பதின் பருவத்தாரைப் போர் சமயத்தில் வழிநடத்துதல் மிகமிக முக்கியமானது. போர் முடிந்தபின் உக்ரைனைக் கட்டியெழுப்பப் போகும் வருங்காலக் குடிமக்கள் ஆயிற்றே. "உயிரைக் காப்பாற்றிக் கொள்வதைவிட, நாளை வாழ்வில் என்ன செய்ய போகிறோம்? படிக்கப் பள்ளிகள் இயங்குமா? பல்கலைக் கழகங்களுக்குச் செல்ல முடியுமா? என்ற குழப்பமே பெரிதாய் இருக்கிறது" என்கிறார்கள். இந்த நிலையின்மையே போரினும் கொடியது.

"வயதுக்கு மீறியப் பக்குவத்தை இவர்கள் அடைய வேண்டிய நிலை தற்போது. நாடு மீண்டெழும்போது இவர்கள் துடிப்புள்ள இளைஞர்களாக வேண்டும். பின்தங்கிவிடக் கூடாது என்பதே எங்கள் கவலை" என்கிறார் உக்ரைனின் முன்னாள் கல்வித்துறை அமைச்சர். இவர்களைக் கட்டமைக்கப், பலநாட்டு உதவியோடு குடிமை நல உணர்வுகள் கற்பிக்கப்படுகின்றன. கூடவே அவரவர் சமூகத்தை மீட்டெடுத்து உருவாக்கும் பணிகளிலும் ஈடுபடுத்தப் படுகின்றனர்.

போரும் கடந்து போகும். படிப்பும் தொடர்ந்து வேண்டும்.

22. தண்டனைக்கு வாய்ப்பில்லாக் குற்றங்கள்

இளஞ்சிவப்பு மேலங்கியும், அதேவண்ணக் குளிர்க் குல்லாயும் அணிந்த ஒன்று தத்தக்கா புத்தக்கா என ஓடி வருகிறது. உற்றுப்பார்த்தால் அந்தக் குல்லாய்க்குள் ஒரு குழந்தை. ரஷ்ய இராணுவ வீரரை ஓடிவந்து கட்டிப்பிடித்துக் கொள்கிறது. இன்னும் பல நீல, வெள்ளை, சாம்பல் நிறக் குல்லாய்களால் அவர் சூழ்ந்து கொள்ளப்படுகிறார். அரங்கமே எழுந்துநின்று கைதட்டி ஆரவாரம் செய்கிறது.

அந்த விளையாட்டு அரங்கம் முழுக்க மக்கள். உக்ரைன் மீதான போரை ஆதரிக்கும் மக்கள். வண்ண வண்ணக் குல்லாய்களில் இருந்தது உக்ரைனியக் குழந்தைகள். தகர்க்கப்பட்ட மரியுபோல் நகரத்தினர். இவர்களைக் காப்பாற்றி, ரஷ்யாவிற்குள் பாதுகாப்பாய் கூட்டிவந்த மீட்பரே அந்த இராணுவ வீரர். இக்குல்லாய்களைப் பரிசுகளுடன் தங்கள் குடும்பங்களுக்குள் வரவேற்ற ரஷ்யப் பெற்றோரும் அருகில் இருந்தனர். இது ரஷ்யத் தொலைக்காட்சியில் ஒளிபரப்பப்பட்டது.

ரஷ்யாக் கொண்டாடிய இந்த நிகழ்வே, அதன் அதிபர் புதினை போர்க் குற்றவாளி ஆக்கியது. அந்நாட்டின் குழந்தைகள் உரிமை ஆணையர், மரியா லிவோவா பியூலோவாவையும் சேர்த்து. 16,221 உக்ரைன் குழந்தைகளை ரஷ்யாவுக்கு நாடு

கடத்தியதற்காக. மேற்கூறிய நிகழ்வு குற்றத்தின் முக்கிய ஆவணம். இதுபோக, 400 சடலங்களைத் தாங்கிய புச்சா மண்ணின் படுகொலைகள்; 450 பொதுமக்களின் சடலங்கள் புதைக்கப்பட்ட இசியும் நகரப் படுகொலைகள்; குழந்தைகள் தஞ்சம் புகுந்திருந்த திரையரங்கம், மருத்துவமனைகள் மீது தாக்குதல்; குண்டுகளால் அழித்த உக்ரைன் நகரின் உள்கட்டமைப்புகள், மின் நிலையங்கள், அணைகள் எனப் போர்க் குற்றங்களின் பட்டியல் இன்னும் நீண்டவண்ணம் இருக்கிறது.

போர்க் குற்றவாளிகளை அறிவிப்பது யார்?

சர்வதேசக் குற்றவியல் நீதிமன்றம் (ஐ.சி.சி.). 2002-ஆம் ஆண்டு, ரோமை மாநகரின் சட்டங்களைக் கொண்டு உருவான, சுதந்திர சர்வதேச அமைப்பு. 123 நாடுகளை உறுப்பினராகக் கொண்டது. நெதர்லாந்தின் ஹேக் நகரில் தலைமையிடம். இதற்கெனத் தனிப்படை கிடையாது. உறுப்பினர்களின் காவல் படையைத்தான் நம்பியிருக்க வேண்டும். நீரூபிக்கப்பட்ட குற்றவாளிகளுக்கு சிறைத் தண்டனை மற்றும் பெரும் அபராதங்களை விதிக்க வல்லது.

போர்க் குற்றங்கள் என்றால் என்ன?

போர்க்களத்தில் சர்வதேச மனிதநேயச் சட்டங்கள் கடைப் பிடிக்கப்பட வேண்டும் (போரில் மனிதநேயம்?). இவை ஜெனீவா ஒப்பந்தங்கள் மூலம் கையெழுத்தானவை. இவற்றை மீறுவது போர்க் குற்றம்.

போர்க்கைதிகளின் சித்திரவதை / படுகொலை

இவர்களுக்கான விசாரணை மறுப்பு

பொதுமக்கள் மீது தாக்குதல்

பொதுச்சொத்துகளின் சேதம்

கைப்பற்றிய மக்களை / குழந்தைகளை நாடு கடத்துவது

என்று பட்டியலில் இன்னமும் உண்டு. ரஷ்யா இவற்றை நிகழ்த்தியதன் ஆதாரங்களை ஏற்கெனவே பார்த்து விட்டோம்.

ரஷ்யாவும், உக்ரைனும் இதில் உறுப்பினர்கள் இல்லை. அமெரிக்கா, இந்தியா, பாகிஸ்தான், சீனா போன்ற பல நாடுகளும் இல்லை. இருப்பினும் 2015-ஆம் ஆண்டு கிரிமீயா ஆக்கிரமிப்பின் போதே, உக்ரைன் ஐ.சி.சி.யை போர்க்குற்ற விசாரணைக்கு அழைத்தது. இன்னும் 39 உறுப்பினர்களும் வழிமொழிந்தனர். இதனால் தான் 2022-ஆம் ஆண்டு, போர் தொடங்கிய சில வாரங்களிலேயே, உக்ரைனில் ஐ.சி.சி. முழு வீச்சில் விசாரணையை, ஆதாரங்களோடு திரட்டத்தொடங்கியது.

இதுவரை 51 பேர் ஐ.சி.சி.யால் போர்க் குற்றவாளிகளென அறிவிக்கப் பட்டுள்ளனர். 31 பேரின் குற்றம் நிரூபிக்கப் பட்டுள்ளது. சூடான் அதிபராக இருந்த அல் பஷீர், காங்கோ நாடாளுமன்ற உறுப்பினர் பபால வாண்டு, லிபியாவின் பிரதம மந்திரி கடாஃபி போன்ற பிரபலங்களும் இதில் உண்டு. ரஷ்யாவின் விளாதிமிர் புதினும், மரியா லிவோவா பியூலோவாவும் சமீபத்தில் இதில் இணைந்துள்ளனர்.

இதனால் புதினுக்கு என்ன பிரச்சனை?

ரஷ்யா ஐ.சி.சி.யின் உறுப்பினர் இல்லை அல்லவா? இதனால் புதினை ஒப்படைக்கும் எந்த நிபந்தனையும் அந்நாட்டிற்கு இல்லை. இவருக்கெதிரான கைதாணையைக் கழிவறைத் துடைதாளுக்கு ஒப்பிட்டுக் கேலி செய்தார் ரஷ்ய முன்னாள் அதிகாரி. ஆனால் ஐ.சி.சி. உறுப்பினர்களுக்கு தார்மீகக் கடமையுண்டு. அவர்கள் நாட்டிற்குள் புதின் நுழைந்தால், அவரைக் கைதுசெய்து ஐ.சி.சி.யிடம் ஒப்படைக்க வேண்டும். தென் ஆப்பிரிக்காவிற்கும் இது பொருந்தும்.

வரும் ஆகஸ்ட் 24-26 தேதிகளில் பிரிக்ஸ் (BRICS) மாநாடு தென் ஆப்பிரிக்காவில் நடக்கவுள்ளது. இதில் பிரேசில், ரஷ்யா, இந்தியா, சீனா, தென் ஆப்பிரிக்கா என்று ஐந்து உறுப்பினர்களின் பிரதமர்களும் கலந்து கொள்வார்கள். பன்முகச் சார்புடன் ஒருங்கிணைந்த, நீடித்த வளர்ச்சியை மையப்படுத்தும் மாநாடு. நேட்டோ, ஐரோப்பிய ஒன்றியம், ஜி7, ஜி20 என்று எத்தனையோ புவிசார்ந்த கூட்டணிகள் உண்டு. அதுபோல பிரிக்ஸ், தற்போதைய சர்வதேச அரசியல் சூழலில் உற்றுநோக்கப்படும் முக்கிய கூட்டணி.

இதன் விரிவாக்கப் பணிகள் வடிவமைக்கப்படும். ஏனெனில் இக்கூட்டணியில் இணைய 22 நாடுகள் விண்ணப்பித் திருக்கின்றன. ஆப்பிரிக்க, மத்தியக் கிழக்கு நாடுகள் என மேற்குலகை மூக்கு வேர்க்க வைப்பவையும் இதிலுண்டு. இந்நாடுகளுக்குள் வர்த்தகம் புரிய, புது நாணயம் உருவாக்கும் பேச்சுகள் அடிபடுகின்றன. இன்னும் ஒப்புதல் பெற்று, உறுதியாகவில்லை. ஒருவேளை நடந்தால், டாலர் மதிப்பிழப்பு துரிதமாய் நடக்கும். விரைவில் வல்லரசுகளின் வரிசையும் மாறும்.

புதின் இதில் கலந்துகொள்ளத் தென் ஆப்பிரிக்காவிற்கு வருகை தந்தால், அவர் கைதுசெய்து ஐ.சி.சி.யிடம் ஒப்படைக்கப்பட வேண்டும். செய்யாவிட்டால், தென் ஆப்பிரிக்கா பல்வேறு தரப்பு தண்டனைகளுக்கு உள்ளாகலாம். மேற்குலக உதவிகளைப் பெரிதும் சார்ந்திருக்கிற ஆப்பிரிக்க நாடுகள், இதன் காட்டத்தை தாங்க முடியாது. அதே சமயம், ரஷ்யாவுடனான நட்புறவை முறித்துக் கொள்ளவும் விரும்பாது தென் ஆப்பிரிக்கா.

புதினைக் கைது செய்யுமா தென் ஆப்பிரிக்கா?

புதினைக் கைது செய்வதிலிருந்து விலக்குக் கேட்டிருக்கிறார், தென் ஆப்பிரிக்க அதிபர் சிரில் ராமஃபோசா. “ஒரு நாட்டின் அதிபரைக் கைது செய்வது, அந்நாட்டின் மீது போர் தொடுப்பதற்குச் சமம். அமைதியை விரும்பும் தென் ஆப்பிரிக்கா இதைச் செய்ய முடியாது,” என்கிறார். அதன் எதிர்க்கட்சி நீதிமன்றத்தில் தொடுத்த வழக்கின், பதில் மனுவில் இவ்வாறு குறிப்பிட்டுள்ளார்.

இதுபற்றி தென் ஆப்பிரிக்க உயர் ஆணையர் ரியாஸ் ஷேக் பேட்டியொன்றில் விவரிக்கிறார். “ரஷ்யாவுடன் தீவிர ஆலோசனைக்குப் பிறகு ஒருமித்து, புதின் பிரிக்ஸ் மாநாட்டிற்கு வரமாட்டார் என்ற முடிவு எடுக்கப்பட்டது. இது பிரிக்ஸ் மாநாட்டை ஐ.சி.சி. திசை திருப்பாமல் இருக்கவும் உதவும்,” என்கிறார். ரஷ்யாவின் வெளியுறவுத்துறை அமைச்சர் செர்கேய் லாவ்ரோவ் மாநாட்டில் கலந்து கொள்கிறார். தென் ஆப்பிரிக்காவின் தர்மசங்கடமான நிலையைப் புரிந்து எடுக்கப்பட்ட முடிவிது.

தென் ஆப்பிரிக்கா, புதினைப் போர்க் குற்றவாளியாகக் கருதுகிறதா? என்ற கேள்வி அவர்முன் வைக்கப்பட்டது. "இது பெருமளவு நாடுகளால் சாற்றப்படும் குற்றச்சாட்டு. அனைவராலும் ஒப்புக்கொள்ளப் படவில்லை. குறிப்பாக ஐநா சபை புதினைப் போர்க் குற்றவாளியென அறிவிக்கவில்லை. ஐ.சி.சி.யின் குற்றச்சாட்டும் இன்னும் குறிப்பிட்ட ஆதாரங்களால் நிரூபிக்கப்பட வேண்டியுள்ளது. நாங்கள் அமைதியையே விரும்புகிறோம்" என்கிறார்.

மனிதகுலத்திற்கு எதிரான கொடூரக் குற்றங்களை அனுபவித்த நாடு தென் ஆப்பிரிக்கா. இருந்தும் சமாதான ஒப்பந்தங்கள் மூலமாகவே அவற்றைத் தீர்த்துக் கொண்டது. உக்ரைன் - ரஷ்யப் போருக்கும் இதையே வழிமொழிகிறது. "உக்ரைன் மீதான ரஷ்யப் படையெடுப்பிற்கு, நேட்டோவின் விரிவாக்கம் காரணமாகிறது. நாங்கள் ஆக்கிரமிப்பை ஆதரிக்கவில்லை. அதேசமயம் இதில் ஈடுபடாமல் இருக்க, ரஷ்யாவிற்கு உலகத்தரப்பில் நம்பிக்கை கொடுக்கப்பட்டிருக்க வேண்டும். அந்நாட்டின் பாதுகாப்பை உறுதி செய்திருக்க வேண்டும். ஐநா சபை மூலம் பேச்சுவார்த்தைகளால் கையாளப்பட்டிருக்க வேண்டும். இப்போதும் காலம் சென்றுவிடவில்லை. பன்முகதன்மையுடன் கையாளும் அதிகாரத்தோடு ஐநா இதை அணுகவேண்டும்," என்கிறார்.

இறுதியில் அவர் கூறியது, அனைவருக்கும் பொருந்தும். "எல்லாவற்றையும் 1 அல்லது 0 போன்ற, சார்பு அல்லது எதிர்மறை என்ற ஒற்றைத்தீர்வு கொண்டு அணுகக்கூடாது. பலதரப்பினரும் இணைந்து வாழும் இணக்கமான உலகை உருவாக்க வேண்டும்." இந்தப் புரிதலின் துணைகொண்டு, சமாதானப் பேச்சுவார்த்தை வெற்றி பெறுமானால் - இணக்கமான உலகை உருவாக்கும் முதற்படியும் வெற்றியே.

புதினைப் போர்க் குற்றவாளியாகக் கைது செய்ய முடியுமா?

குற்றம் சாட்டப்பட்டவர், குற்றவாளிக் கூண்டில் நிறுத்தப்பட வேண்டும். அதன்பின் தான் ஐ.சி.சி. விசாரணையை அனுமதிக்கும். ஆக, புதின் குற்றவாளி என நிரூபிக்கப்படுவது சாத்தியம் இல்லை. ஏனெனில் அவரின் வெளிநாட்டுப் பயணங்களே அரிது. போரின்முன்பு ஒருசில ஐரோப்பிய

நாடுகளுக்குச் சென்றிருக்கிறார். தஜிகிஸ்தான் மற்றும் மங்கோலியாவிற்கும் பயணித்திருக்கிறார். இனி அதற்கும் வாய்ப்பில்லை.

என்றாவது ஒருநாள், **10-15** வருடங்கள் கழித்து, ஒருவேளை ரஷ்யாவில் எதிர்க்கட்சி (என்று ஏதாவது ஒன்று இருந்து, அது) ஆட்சிக்கு வந்தால், புதினை ஒப்படைக்கலாம். இல்லையெனில் பெரும்பாலும், போர்க் குற்றவாளி என்ற சிறப்பு அங்கீகாரத்தோடே அவர் கல்லறைக்குச் செல்லலாம். அவ்வளவே.

அமெரிக்கா, உக்ரைனுக்குக் கொத்துக்குண்டுகளைத் தரப்போகிறது. இவை உலகில் தடை செய்யப்பட்டவை. வடகொரியா கூட இச்செயலுக்கு எதிர்ப்பு தெரிவித்திருக்கிறது. ரஷ்யாவிடம் இக்குண்டுகள் இல்லாமல் இல்லை. இதுவரை பயன்படுத்தவில்லை. இனி உத்திரவாதம் இல்லை. பாலங்களைத் தகர்ப்பது, எரிவாயுக் குழாயை உடைப்பது என்று உக்ரைன் தரப்பிலும் நடக்கின்றன. இவைப் போர்க் குற்றங்கள் என்று எந்தப்பேச்சும் எழுவதில்லை. எதிரிகளின் பேச்சுகள் கேட்டுவிடாதபடி பார்த்துக் கொள்கின்றன ஊடகங்கள்.

போர் முடியும்வரை நேட்டோவில் இடம் கிடையாது. முடிந்தபின்பு உக்ரைனில் யாரவது/ஏதாவது இருந்தால், பின்னர் அதைப்பற்றி யோசிக்கலாம். அதுவரை மேற்குலகம் போர்க்களத்திற்கு வெளியே நின்று உற்சாகப்படுத்திக் கொண்டே இருக்கும். தாக்குதல்கள் ரஷ்யாவிடமிருந்தே வருகின்றன. உக்ரைனுக்கு நேரமோ, ஆயுதமோ இன்னும் வரவில்லை போலும். கிரிமீயாப் பாலத்தாக்குதல் ஒன்றே இதுவரை அவர்கள் பக்க வெற்றி. உலகின் மொத்த ஆயுதங்களையும் தீர்க்கும்வரை ஓயமாட்டார்கள் போல.

உக்ரைனுக்கும் ரஷ்யாவிற்குமான தானிய ஏற்றுமதி ஒப்பந்தமும் முடிந்துவிட்டது. ரஷ்யாவின் கோரிக்கைகள் நிறைவேற்றப்படும் வரை இதுதான் நிலை. உலகின் பட்டினியைப் பற்றிப்பேசும் ஊடகங்கள், ரஷ்யாவிற்குத் தரவேண்டிய சமஉரிமையை, தானிய ஏற்றுமதியில் தரத் தயாராயில்லை. கருங்கடலில் சரக்குக் கப்பல்களுக்கு இனி உத்திரவாதம் இல்லை. காப்பீடுகளும் தருவாரில்லை. கப்பல்கள் எதுவும் கிளம்பியதாகத்

தெரியவில்லை. நிலைமை மோசமாவதற்குள், துருக்கியும், ஐநாவும் ஏதாவது செய்தால் உண்டு.

பெலாரஸ், போலந்து, லிதுவேனியா எனப் போர் சுற்றெல்லைகள் விரியக் காத்திருக்கின்றன. பெரும்பாலான நாடுகளில் பொருளாதாரம் இன்றோ நாளையோ சரிந்துவிடும் நிலையில் இருக்கிறது. இதற்கிடையில் புதினின் கைது கோரிக்கை உக்ரைனின் துருப்புச்சீட்டு. சீக்கிரம் துருப்பிடித்து விடும்.

23. யுத்தம் கிடக்கட்டும், நாம் ஊழல் செய்வோம்!

மூன்று மில்லியன் டாலர் லஞ்சப்பணம். கையும் பணமுமாகக் கைதானது - உக்ரைனின் உச்சநீதிமன்றத் தலைமை நீதிபதி, சீவலொத் கன்யாஸிவ். நீதிமன்றதிற்கு உள்ளேயே அலுவலகம் ஒன்றை வைத்திருக்கிறார். நாடு முழுதுமிருந்து வந்து குவியும் லஞ்சப்பணத்தை, முறையே கணக்கு வைத்துக் கொள்வதற்கு.

லஞ்சம் வாங்குவதை ஆதாரத்தோடு நிரூபிக்கும் ஸ்டிங் ஆபரேஷனில் மாட்டியிருக்கிறார். அங்கே இராணுவம் ஸ்டிங்கர் ஏவுகணைகளை ஏவிக்கொண்டிருக்கிறது. சிக்கியது தொழிலதிபரோ, அரசியல்வாதியோ என்றால், இது வழக்கமான ஒன்று. அன்றாடம் நம் நாட்டிலும் நடப்பதுதான். இங்கே சிக்கியது, நாட்டின் நீதியரசர். உக்ரைனின் ஒழுக்கநெறி, இங்குக் கேள்விக்குறியாகிறது.

உக்ரைனில் மூட்டைப்பூச்சிகளுக்குப் பஞ்சம் இருந்ததில்லை. மக்களின் இரத்தத்தை உறிஞ்சிப் பெருக்கும் ஊழல் மூட்டைப்பூச்சிகளுக்கு. சோவியத்திலிருந்து சுதந்திரம் கிடைத்தும், இதிலிருந்து கிடைத்த பாடில்லை. பதவிக்கு வந்ததும் அதிபர் ஜெலன்ஸ்கி இதையொழிக்க இறங்கினார். பொறுக்க முடியாமல், ரஷ்யாவும் இதிலிறங்கியது. ஒரேயொரு வித்தியாசம்தான். மருந்தடித்து ஒழிக்கப் பார்க்கிறார் ஜெலன்ஸ்கி. தீ வைத்துக் கொளுத்துகிறார் புதின்.

உக்ரைனின் ஊழல் சான்றுகள்

ஊழல் உணர்வுக்குறியீடு - உலகின் 180 நாடுகளின் பொதுத்துறை ஊழல் தரவரிசை. இதில் உக்ரைன் 33 புள்ளிகளும், ரஷ்யா 28 புள்ளிகளும் எடுத்திருக்கின்றன. டென்மார்க், பின்லாந்து, நோர்வே, ஸ்வீடன் போன்ற ஐரோப்பிய நாடுகளே 80-90 புள்ளிகளோடு முன்னணியில் இருக்கின்றன. கூடவே நியூஸிலாந்தும், சிங்கப்பூரும். இந்தியாவும் 40 புள்ளிகளோடு, இவர்களைப் பின்தொடர்கிறது. அதிகப் புள்ளிகள், அதிக ஊழல்கள். கடந்த பத்து வருடங்களில் 26 முதல் 33 புள்ளிகள் என்று முன்னேறுகிறது உக்ரைன், ஊழலில்.

உலகளவில் தனிமனித ஊழலுக்குப் பெயர்போனது உக்ரைன். பின்வரும் நிகழ்வுகளே அதை விவரிக்கும்.

உக்ரைனின் முன்னாள் அதிபர் பியோத்ரோ போரொஷென்கொ. இவரது அரசாங்க வழக்கறிஞர் விக்டர் ஷோகின். ஒரு பில்லியன் டாலர் நிதியுதவி வழங்க, அப்போதைய அமெரிக்கத் துணை அதிபர் ஜோ பைடன் உக்ரைனுக்கு வந்திருந்தார். கிளம்புவதற்கு முன், அவர் விடுத்த ஒரே கட்டளை - "நான் விமானத்தில் வாஷிங்டன் சென்று சேர்வதற்குள், விக்டர் ஷோகின் பதவிநீக்கம் செய்யப்பட வேண்டும். அதன் பிறகுதான் உங்களுக்கு இந்த நிதி கிடைக்கும்" என்பதே. ஒருவழியாக உக்ரைனுக்கு நிதி கிடைத்தது.

ஒரு + ன் மதிப்பு 400 மில்லியன் ஆனது எப்படி?

உக்ரைனுக்கு நிலக்கரி, நெதர்லாந்தின் ஆம்ஸ்டர்டாம், ராட்டடாம் மற்றும் பெல்ஜியத்தின் ஆண்ட்வெர்ப் பகுதிகளில் இருந்து இறக்குமதி செய்யப்படுகிறது. இதற்காகும் செலவை உக்ரைன் மக்களின் மின்சாரக் கட்டணத்தில் இணைத்தார்கள். மின்சார உபயோகத்தோடு, அதன் விநியோகச் செலவையும் சேர்க்கும் சூத்திரம்தான் இந்த ராட்டடாம்+. இப்பகுதியில் இருந்து வந்த நிலக்கரி என்னவோ வெகு குறைந்த அளவே. ஆனால் இதன்மூலம் நடந்த ஊழல் 400 மில்லியன் டாலர்கள். 2016 - 2019-ஆம் ஆண்டுகளில் இக்கட்டணம் வசூலிக்கப்பட்டது. இதன் + மதிப்பில் விளையாடி, முதலாளிகளின் தொழிற்சாலைகளுக்கும் சேர்த்து, பொதுமக்களே

மின் கட்டணம் செலுத்தும்படி செய்தார்கள். இதை விசாரித்த நீதித்துறையிலும் ஊழல் தானே நிறைந்திருந்தது? இப்போது அமைக்கப் பட்டிருக்கும் ஊழல் எதிர்ப்பு அமைப்பு, தப்பித்தவர்களுக்கு இனி ஆப்பு வைக்க இருக்கிறது.

ரஷ்யர்கள் எதிரிகள் என்றால், உக்ரைன் ஊழல்வாதிகள் துரோகிகள். போரோடு சேர்த்துக் களையப்பட வேண்டியவர்கள். போரின் போதும் ஜெனரேட்டர்கள் போன்ற குளிர்கால உபகரணங்கள் வாங்கியதில் 400,000 டாலர்கள் ஊழல். இராணுவ வீரர்களுக்கு உணவுப் பொருட்கள் கொள்முதலில் ஊழல். இதனையடுத்துப் பாதுகாப்புத் துறையின் துணை அமைச்சரும், அவரின் துணை அதிகாரியும் பதவியை இழந்தார்கள். அதிகாரிகள் பிடிபட்டாலும், இதில் முக்கியப் பங்கை அனுபவிக்கும் பெரிய முதலைகள் மாட்டுவதில்லை. உள்நாட்டிலோ, வெளிநாட்டிலோ பத்திரமாக இருக்கிறார்கள்.

அங்கும் நம் நாட்டைப்போலவே, கட்சியும் ஆட்சியும் மாறும்போது கைதுப் படலங்கள் நடக்கின்றன. நள்ளிரவுக் கைதுகள், திடீர் நெஞ்சுவலிகள் வருவதாய் தகவல் எதுவும் இல்லை. அங்கெல்லாம் இதற்கெப்போதும் தயாராகவே இருக்கிறார்கள். தனிமனித ஒழுக்கமின்மை, அவனை, அவன் வீட்டை, நாட்டை என்று அவனைச் சுற்றியிருக்கும் அனைத்திற்கும் பரவிப் பாழாக்குகிறது. ஒரு நாட்டின் கட்டமைப்பையே உருக்குலைக்கிறது.

ஊழலும் போருக்கொரு காரணமானது

போருக்கு இரண்டு நாட்கள் முன்பு, ரஷ்ய அதிபர் புதின் ஆற்றிய உரையில்: "உக்ரைனில் ஊழல் எல்லைமீறிச் சென்றுவிட்டது. எல்லாத் துறைகளையும், அதிகாரத்தையும் அரித்துக் கொண்டிருக்கிறது. நீதித்துறைக்குக்கூடச் சுதந்திரம் கிடையாது. தங்கள் நாட்டு நீதிப் பதவிகளுக்கான தேர்வை, சர்வதேச நிறுவனங்களிடம் ஒப்படைத்து விட்டது உக்ரைன். ஊழலை அழிக்கும் உன்னத நோக்கத்துடன் ஊழல் தடுப்புக் குழுமங்கள் அமைந்துள்ளன. இருப்பினும் முடிவில், ஊழல் செழித்து வளர்ந்திருக்கிறது. நடப்பது பொம்மை ஆட்சி தானென்று உக்ரைன் மக்களுக்குத் தெரியுமா?" என்று போரின் தேவைக்கு, ஊழலைக் காரணம் சொல்கிறார். உக்ரைனில்

ஊழல் பெருங்குற்றமல்ல; பழக்கம். டிஎன்ஏவில் ஊறிப்போய், உக்ரைனுக்கே உரியதாக எண்ணப்படுகிறது.

"இதெல்லாம் தெரிந்தே புதின் இந்தப் போரை தொடங்கினார். ஊழல் மீளமுடியாத நிலைக்குச் செல்வதை உணர்ந்தே ஆக்கிரமிப்பைத் தொடங்கியுள்ளார். போருக்கு முந்தைய உரையில், உக்ரைனின் அனைத்து ஊழல் எதிர்ப்புத் துறைகளையும் பகிரங்கமாகக் குற்றஞ்சாட்டியது தற்செயலாக அல்ல," என்கிறார், ஒலெனா ஹலுஷ்கா. இவர் உக்ரைனின் ஊழல் தடுப்பு நடவடிக்கை மையத்தின் உறுப்பினர்.

போர் முடிந்தாலும், ஊழல் முடியுமா உக்ரைனில்?

உக்ரைனைத் தத்தெடுக்கக் காத்திருக்கின்றன மேற்குலக, ஐரோப்பிய நாடுகள். இருப்பினும் பயப்படுகின்றன. உக்ரைன் கட்டமைப்புக்குக் கொடுக்கப் போகும் பில்லியன்கள் என்னவாகும்? "போர் முடிந்தவுடன் உக்ரைனைத் திரும்பவும் ஊழலில் திளைத்த பண முதலாளிகளிடம் (முதலைகளிடம்) கொடுத்துவிட முடியாது. நாட்டின் நீதித்துறையையே கட்டுப்படுத்தும், அதிபர் அலுவலகத்தின் மூத்த நிர்வாகிகளிடமும் ஒப்படைக்க முடியாது." என்று கறாரான சட்டங்களை வழிமொழிகிறார், ஜோஷ் ருடால்ஃப். 'ஜெர்மன் மார்ஷல் ஃபண்ட்' எனப்படும் நிறுவனத்தின் அதிகாரி. இது அமெரிக்காவிற்கும், ஐரோப்பாவிற்கும் கொள்கைகள் மற்றும் மானியங்களை வழங்கும் நிறுவனம். இச்சட்டங்களையே சர்வதேச நன்கொடை நிறுவனங்களும் உக்ரைனுக்கு விதிக்கவேண்டும் என்கிறார்.

உக்ரைனின் 60% மக்களும் போரும், ஊழலும் சேர்ந்தே முடியவேண்டுமென்று ஆசைப்படுகிறார்கள். இப்போரில் நிலத்தை மட்டுமல்ல, உக்ரைனின் மதிப்புகளையும் மீட்டெடுக்க எண்ணுகிறார்கள்.

என்னதான் ஊழல்வாதிகள் சிக்கினாலும், இதற்குத் தக்க நடவடிக்கை எடுக்கவேண்டிய நீதித்துறையும் ஊழலில்தான் உழல்கிறது. ஒரு நாட்டின் நீதித்துறை மற்றெல்லாத் துறைகளையும் எப்படிக் கட்டிக்காக்கிறது என்பதை உணர்த்தும் எடுத்துக்காட்டாக விளங்குகிறது உக்ரைன். என்ன... எதிர்மறை

எடுத்துக்காட்டாக அமைந்து விட்டதுதான் வருத்தம். அதனால்தான் ஒடுக்கப்படும் சமூகத்தினர் பெரும்பாலும், முன்னேறத் தேர்வுசெய்வது நீதித்துறையாக இருக்கிறது போல.

ஊழலும் டிஜிட்டலும்

களையெடுப்புத் தொடங்கியுள்ளது. போன வருடத்தில் மட்டும் 33 வழக்குகள் தவறாகத் தீர்ப்பிடப்பட்டுள்ளன. கண்டுபிடித்த வரை இந்தக் கணக்கு. 27 மில்லியன் பரிகாரப் பவுண்டுகள், இராணுவத்திற்கு அனுப்பி வைக்கப்பட்டது.

ஊழலை ஒழிக்க முனைப்புடன் பல குழுக்கள் உருவாக்கப் பட்டுள்ளன. அமெரிக்காவின் நேரடிக் கண்காணிப்பில் இவை செயல்படுகின்றன. பொதுத்தேர்வுகளின் போது பறக்கும் படை மாணவர்களை சோதனை செய்வார்களே? அதுபோல நடக்கின்றன சட்ட அமலாக்க நடவடிக்கைகள். ஒரே நாளில் பத்து இடங்கள்! சிக்கிய ஒவ்வொரு பண முதலையும் ஒவ்வொரு துறை, எதிலும் நேர்மை விட்டு வைக்கப்படவில்லை.

- எண்ணெய்ச் சுத்திகரிப்பு நிறுவன அதிபரின் வரி ஏய்ப்பு.
- முன்னாள் உள்துறை அமைச்சர், பிரெஞ்சு நிறுவனத்துடன் செய்துகொண்ட ஏர்பஸ் ஒப்பந்த ஊழல்.
- கீவ் மாகாண வரிசேவைத் துறைத் தலைவர்கள்.
- எரிசக்தி மற்றும் நிலக்கரித் துறை முன்னாள் அமைச்சர்.
- விமான இயந்திர நிறுவனத்தின் தலைவர் - டொனெஸ்க் பகுதியின் ரஷ்யத் தீவிரவாத ஆதரவு செயல்பாடுகள்.
- கீவ் பாராளுமன்ற உறுப்பினர் - தடைவிதித்திருக்கும் நபர்களின் கறுப்புப்பணத்தை வெள்ளையாக மாற்றியவர்.

இருப்பினும் பெருமைக்குரிய விஷயம் ஒன்றுண்டு. போர் நேரத்திலும், ஊழல்களை வெளிக்கொணர மெனக்கெடும் உக்ரைனின் ஊடகங்கள். இந்த நாட்டுப்பற்று தான் இந்நாட்டை, மற்றையோர் தலைதூக்கிப் பார்க்க வைக்கிறது.

இருப்பினும் இம்முயற்சிகளில் போர்க்காலப் பின்னடைவுகளும் உண்டு.

1. 50% பட்ஜெட் இராணுவத்திற்கே ஒதுக்கப்படுகிறது. போர்க்காலத் தேவையும் கூட. நேரிய வழியில் செலவிட வேண்டிய அபாயங்களுக்கு உட்படுகிறது

2. போர்க்காலத் திட்டங்களில் காப்பாற்றப்பட வேண்டிய இரகசியங்கள். இவை வெளிப்படைத் தன்மைக்கு எதிர்மறையாகிறது. குறுகிய வட்ட அதிகாரிகளையே சார்ந்திருக்கிறது

ஊழலை ஒழிக்க, டிஜிட்டல் மயமாகப் போகிறது உக்ரைன். (இதிலும் ஊழல் செய்யக் கற்றுக் கொள்ளப்படும்வரை.) டிஜிட்டல் மறுகட்டமைப்புப் பரிவர்த்தனைகள், எல்லோருக்கும் வெளிப்படையாய் இருக்கும். இதைச் சொல்லித்தான் கடன் வாங்கப் போகிறார் ஜெலன்ஸ்கி. உக்ரைனில் கட்டப்படும் ஒவ்வொரு கட்டுமானமும், அதனதன் தனித்துவ அடையாளங்காட்டியைக் கொண்டிருக்கும் எனப்படுகிறது. நம் நாட்டு 2000 ரூபாய் நோட்டில் பொருத்தப்பட்டிருக்கும் சிப் போல இல்லாமலிருந்தால் சரி.

இதுபோக அதிபர் ஜெலன்ஸ்கியின் நிர்வாகத் துணைத்தலைவரும், அவரது நான்கு ஆளுநர் கூட்டாளிகளும் பதவி விலகியுள்ளனர். இது கீழ்மட்டம் வரை பல ஊழல் அதிகாரிகளின் பதவிகளைப் பறித்திருக்கிறது. அமைச்சரவை, வரித்துறை, பாதுகாப்புத்துறை, சுங்கத்துறை என அனைத்துத் துறைகளும் ஆட்டம் கண்டுள்ளன.

பாராட்டு மழையில் நனைய ஆரம்பித்திருக்கிறது உக்ரைன். ஐரோப்பிய ஒன்றியத் தலைவர் உருசுலா அவர்களின் சமீபத்திய உரையில், "உக்ரைனின் லஞ்ச ஒழிப்பு அமைப்புகள் மிகுந்த விழிப்புடன், திறம்பட செயல்பட்டு ஊழலைக் கண்டறிவது எனக்கு மிகுந்த ஆறுதலை அளிக்கிறது" என்றார். ஊழலில் இருந்து உக்ரைன் விலகி வருகிறது. அதனால் நம்பிப் பணம் கொடுங்கள் என்று சொல்லாமல் சொல்கிறார்.

"அமெரிக்காவின் நிதி உக்ரைனில் சரியாகப் பயன்படுத்தப் படுகிறது. வழிதவறிப் போகவில்லை," என்று மாதம் ஒருமுறை அமெரிக்காவின் பாதுகாப்புத்துறை அதிகாரிகள் தொடர்ந்து அறிக்கை விடுகிறார்கள். இது மேற்குலகிற்கு, ஐரோப்பாவிற்கும் உக்ரைன் மீது நம்பிக்கையை வளர்த்தெடுக்கும்.

இவ்வளவு நீளப் போரின் தியாகங்கள், அவ்வளவு சீக்கிரம் மறக்கக் கூடியவை அல்ல. தனிமனித ஒழுக்கத்தையும், சமூகப் பொறுப்பையும் இதுக் கற்றுத் தருமாயின், போரினும் உயர்ந்திடும் உக்ரைன்.

24. கெர்சோன்: ரஷ்யாவின் நவீன வதை முகாம்

"என் விரல் நகங்களை ஒவ்வொன்றாகப் பிடுங்கி எடுக்கும்போது, வலியும் தாங்க முடியாதபடி அதிகரித்துக் கொண்டே போனது" கண்கள் கலங்கிவிட, பேசுவதை சில வினாடிகள் நிறுத்துகிறார் மினென்கோ. "அப்போது எனக்கிருந்த ஒரே ஆசை, இறந்துபோன என் கணவருடன் சீக்கிரமாகச் சென்றுசேர வேண்டும் என்பதே."

உக்ரைன் இராணுவ வீரர் ஒலெக்சியின் பெருமைக்குரிய மனைவி, ஒக்சானா மினென்கோ. போரின் முதல் நாளே, வீரமரணம் அடைந்தவர் ஒலெக்சி. கெர்சோன் நகரின் ஆன்டோனிவ்ஸ்கி பாலத்தை, எதிரிகளிடமிருந்து காக்கப் போராடியவர். இவரது மனைவி இன்னும் போராடிக் கொண்டுதான் இருக்கிறார். ரஷ்யப்படையின் சித்திரவதைகளால் உண்டான நடுக்கத்தில் இருந்து மீண்டுவர.

விசாரணை என்ற பெயரில், மீண்டும் மீண்டும் காவலில் வைக்கப்பட்டார் மினென்கோ. ஒவ்வொருமுறையும் வகைவகையாய்ச் சித்திரவதைகள். "தலைமீது பாரம் அழுத்த, அடிகள் விழும். மூச்சுவிட முடியாது, உங்களுக்கு நடக்கும் எதையும் தடுக்க முடியாது", என்று நினைவு கூர்கிறார். "நான் என்னை நடைப்பிணமாக உணர்ந்தேன்" என்ற ஒற்றை வரியில் நடந்ததை நமக்கு உணர்த்துகிறார்.

இன்னும் தீரவில்லை ரணங்கள். “நான் ஒத்துழைக்க மாட்டேன் எனத் தெரிந்தபின், என் வீட்டு அடுப்பிலேயே தண்ணீர் காய்ச்சினார்கள். கைகளைப் பின்னிழுக்க முயன்றும், என் இடது கையில், கொதிக்கும் சுடுதண்ணீரை ஊற்றினார்கள்,” என்று இன்னும் ஆறாத அவர் கைகளையும், இராணுவ உடையில் கம்பீரமாகச் சிரிக்கும் கணவரின் புகைப்படத்தையும் நமக்குக் காண்பிக்கிறார்.

கணவரின் கல்லறைக்குப் பக்கத்திலேயே குழிதோண்டி, மினென்கோவைப் படுக்க வைத்தனர். இவரைச் சுற்றி சரமாரியாக சுட்டனர். தன்னைச் சுற்றிலும் குண்டுகள் மண்ணில் விழும் சத்தம் கேட்கிறது. “நான் கண்களை இறுக்க மூடிக்கொண்டு, பிரார்த்தனை செய்தேன். எப்படியாவது இந்தக் குண்டுகள் என் கணவரிடம் என்னைக் கொண்டு சேர்த்துவிட வேண்டும். நான் இறந்துவிட்டால் இந்தச் சித்திரவதைகளில் இருந்து தப்பித்துவிடலாம்,” என்கிறார். ஆனால் பிரார்த்தனைக்குப் பலனில்லை. அவரது முகத்தைத், துப்பாக்கியின் பின்பகுதியைக் கொண்டு பெயர்த்தெடுத்து விட்டனர். கெர்சோன் விடுதலைக்குப் பிறகு, முகத்தை சரிசெய்யப் ப்ளாஸ்டிக் சர்ஜரி தேவைப்பட்டது மினென்கோவிற்கு. இந்த உண்மைகளை வெளிக்கொணர, மினென்கோ தேவைப்படுகிறார் உலகுக்கு.

இது முதல்தரச் சித்திரவதையில் சேரும். தரம் உயர உயர, விவரிப்புகள் குறையும்.

கெர்சோன் - நீப்பர் நதியோர உக்ரைனின் கிழக்குப்பகுதி. கிரிமீயாவுடன் பாலத்தால் இணைந்துள்ள முக்கிய நகரம். போர் ஆரம்பித்த ஒரே வாரத்தில் இது ரஷ்யாவின் கைகளுக்கு வந்துவிட்டது. எட்டு மாதம் அவர்களின் சித்திரவதைகள் அரங்கேறியப் பகுதி. நவம்பர் மாதத் தொடக்கத்தில், உக்ரைனால் மீட்டெடுக்கப்பட்டது. மக்கள்தான் இன்னும் மீளவில்லை.

கெர்சோனின் இனப்படுகொலைகள், உக்ரைனுக்குப் புதிதல்ல. நூற்றாண்டுகளாகப் பழக்கமானவை. சடலக் குவியல்கள் கண்டுபிடிக்கப்பட்ட புச்சா நகரப் படுகொலைகளும் இதன் தொடர்ச்சிதான். ஒவ்வொரு சடலமும், முட்டியிலும், தலையிலும் சுடப்பட்டு, சித்திரவதைகளுக்கு உள்ளானவை.

போரிட்டு, மார்பில் குண்டுவாங்கி, வீரமரணம் அடைந்தவை அல்ல.

போரில் கடைப்பிடிக்க வேண்டிய ஜெனீவா ஒப்பந்தங்கள், சர்வதேச சட்டப்புத்தகங்களில் பத்திரமாக இருக்கின்றன. மருத்துவச் சிகிச்சைகள் கூட, போர்க்கைதிகளுக்கும், சொந்த நாட்டு இராணுவத்திற்கும் பாரபட்சமின்றிக் கொடுக்கப்பட வேண்டும் என்கிறது சட்டம். இதில் சித்திரவதைகளை என்னவென்று சொல்வது? எத்தனைக் குற்றங்கள் செய்தாலும், எத்தனை விதமாய்ச் செய்தாலும், போர்க்குற்றவாளி என்கிற பட்டம் ஒன்றுதானே?

கெர்சோன் பகுதியில் நடந்த போர் பயங்கரங்களை ஆராய்ந்து வருகிறது, சர்வதேச நீதிக்குழு. ரஷ்யாவால் சிறைப்படுத்தப்பட்ட பாதிக்கும் மேற்பட்டோர், பின்வருவனவற்றுக்கு ஆளாகியுள்ளனர்:

வலி

மூச்சுத்திணறல் முகக்கவசங்கள், தலைப்பகுதி முழுவதும் தண்ணீரை பீய்ச்சி அடிப்பது, சாக விடாமல், சாவை வேண்டிக் கொள்ளுமளவு வலியை ஏற்படுத்தும் அடிகள். இவை சர்வசாதாரணமாக, பாரபட்சமின்றி எல்லோருக்கும் வழங்கப்படும்.

ஒரு கட்டிடத்தின் அழுக்குப்பிடித்த அடித்தளம். உடைந்து விழும் நிலையில் ஒரு நாற்காலி. கை, கால்களை நாற்காலியோடு சேர்த்துக் கட்டிவைக்கத் தேவைப்படும் ப்ளாஸ்டிக் கட்டுகள். கெர்சோன் பகுதியின் முப்பது பேரை, இங்குதான் இரண்டு மாதங்களுக்கும் மேலாக சித்திரவதை செய்தார்கள். இந்தச் சித்திரவதை நாற்காலி, உக்ரைனின் அவலங்களை உலகுக்குச் சொல்லும். கனடாவிற்குத் தப்பியோடும் போது, படகு கவிழ்ந்து இறந்துபோன சிரியக் குழந்தை ஆலன் குர்தியின், புகைப்படத்தைப் போல.

மின்னதிர்ச்சி

மின்னதிர்ச்சி செலுத்துதல். ரஷ்ய விசாரணைக்குப் பிறகு தன் நண்பனின் நாக்கு கருகிப், பெரிதாக வீங்கி இருந்ததை நினைவு கூர்கிறார் ஒருவர். "அவனால், தன் நாக்கை

வாய்க்குள் தள்ள முடியவில்லை," என்கிறார். பிறப்புறுப்பு நீக்கம் - மின்கம்பிகள் வாயிலாக பிறப்புறுப்புக்கு மின்னதிர்ச்சி கொடுத்து நீக்கப்படும். "என்னிடம் கேள்விகள் கேட்டார்கள். நானும் பதில் கூறிக்கொண்டே இருந்தேன். சிறிது நேரம் இது தொடர்ந்தபின், மின்கம்பிகளை என் காதுகளுக்குள் சொருகி, மின்னதிர்ச்சியை அதிகப்படுத்தினார்கள். காதிலிருந்து என் தலையைத் தாக்கியவுடன், நான் மயங்கி விட்டேன்," என்கிறார், பெயர் வெளியிட விருப்பமில்லாத ஒரு கெர்சோன் வாசி.

பாலியல் வன்கொடுமை

நான்கு வயதிலிருந்து எண்பது வயது வரையான பெண்கள், பாலியல் வன்கொடுமைக்கு ஆளாக்கப்பட்டுள்ளனர். வீடுகளுக்குள் புகுந்தோ, பக்கத்திலிருக்கும் ஆளில்லாக் குடியிருப்பிற்குள் தூக்கிச்சென்றோ, பெண் குழந்தைகளும், பெண்களும் பலாத்காரம் செய்யப்பட்டனர். சித்திரவதைக்கு

உள்ளாகும் போது, வலி என்கிற ஒற்றை உணர்ச்சி, மற்ற அனைத்தையும் பின்னுக்குத் தள்ளிவிடும்.

இன்னொருவர் பலாத்காரம் செய்யப்படுவதைக் கட்டாயப் படுத்திப் பார்க்க வைத்துள்ளனர். வலியைத் தவிர, சுயமரியாதை, கற்பு, அவமானம், அடிமைத்தனம், கோபம், ஆற்றாமை, பயம் போன்றவைகளையும் உணரவைக்க செய்யப்படும் ஏற்பாடே இது. இதனால் உள்ளூர மனமுடையும் அவர்களை, தங்களுக்கு ஒத்துழைக்க வைக்கும் உக்தி. ஆயுதமேந்தியப் போராட்ட உக்திகளில் தான், நவீனம் தேவைப்படுகிறது. மனிதனின் மனதை உடைப்பது என்றுமே எளிதுதான்.

இதற்கிடையில் ரஷ்ய தேசிய கீதத்தை வேறு, எழுதி மனப்பாடம் செய்து பாடிக்காட்ட வேண்டுமாம். மேற்சொன்னவற்றுக்கு இது எவ்வளவோ மேல். இன்னொரு புதியப் பாடலையாவது தெரிந்து கொள்ளலாம். இதையெல்லாம் அனுபவித்தது, உக்ரைன் இராணுவ வீரர்கள் மட்டுமல்ல. உக்ரைன் ஆர்வலர்கள், ஆசிரியர்கள், மருத்துவப் பணியாளர்கள், சட்ட அமலாக்க அதிகாரிகள், சமூகத் தலைவர்கள் மற்றும் பொதுமக்கள். அச்சமயம் நீங்கள் உக்ரைன் சென்றிருந்தால்கூட, உங்களுக்கும் இந்த அனுபவம் நிச்சயம் கிட்டியிருக்கும்.

இவையனைத்தும் இனப்படுகொலைகளுக்கு நிகரான போர்க்குற்றங்களே என ஐநா சபையால் அங்கீகரிக்கப்பட்டுள்ளது. "இதைச்செய்த குற்றவாளிகளை மட்டுமல்ல, செய்யச்சொல்லி கட்டளை பிறப்பித்தவர்களுக்கும் எதிரான, வலுவான ஆதாரங்களைத் திரட்டி, இவர்கள் மேல் வழக்குப் போட, உக்ரைனின் சட்டத்துறைக்கு உதவி செய்கிறோம்" என்கிறார் வைன் ஜோர்டாஷ்.

உக்ரைனில் பணியாற்றும் சர்வதேச மனித உரிமை வழக்கறிஞர். "இங்கு பார்க்கும் குற்றங்கள் எல்லாம், கீழ்த்தரமானவை, திட்டமிட்டவை. உக்ரைன் மக்களை அவமானப்படுத்தி, அச்சுறுத்தி, ரஷ்யாவின் கட்டளைகளுக்கு அடிபணிய வைப்பவை. இதுவரை பார்த்திராத, நிகழ்ந்திராத ஒன்று," என்கிறார். இவர் இருபது வருடத்திற்கும் மேலாக, இத்துறையில் பணியாற்றுபவர். ஹிட்லரின் சித்திரவதை முகாம்கள், நினைவுக்கு வந்துபோவதைத் தவிர்க்க முடிவதில்லை.

பாதிக்கப்பட்டோரின் சாட்சியங்கள், மருத்துவப் பரிசோதனைகள் மூலம், வழக்குகள் வலுப்படுத்தப் படுகின்றன. கெர்சோன் பகுதியில் இருக்கும் இருபதுக்கும் மேற்பட்ட சித்திரவதை முகாம்கள், ரஷ்யாவின் பாதுகாப்பு நிறுவனங்களுடையது. ரஷ்யா இக்குற்றங்களை ஒத்துக்கொண்டதே இல்லை. "இதுவரை வெளிவந்திருப்பது புதினின், உக்ரைனை அழிக்கும் காட்டுமிராண்டித் திட்டங்களின், சிறு துப்பு தான்," என்கிறார் அன்னா மிக்கைடெங்கோ, உலக உரிமைகள் இயக்கத்தின் மூத்த ஆலோசகர்.

எட்டு மாதங்கள் ரஷ்யா கையில் இருந்ததற்கே இப்படி என்றால், இனி உக்ரைன் கைப்பற்றப்பட்டால் நிலைமை என்னவாகும்?

கெர்சோனின் விடுதலையும் வாழ்க்கையும்

சரி, ரஷ்யப்படைகள் கெர்சோனிலிருந்து வெளியேறி விட்டார்கள் என நிம்மதியடைய முடியவில்லை. மின்சாரம், குடிதண்ணீர், வெப்பமூட்டும் அமைப்புகள் என அனைத்தையும் நாசம் செய்துவிட்டு போயிருக்கிறார்கள். சரியாக நவம்பர் மாதம் நடந்த இது, அங்கிருந்த ஆயிரக்கணக்கான மக்களை, நடுங்கும் குளிரில், உறைய வைத்தது.

கெர்சோன் பகுதியின் பெரிஸ்லாவ்ஸ்கி மாவட்டத்தில், ஒரு முக்கியப் பாதையில் தடுப்புகள் வைத்து, சாலை மறிக்கப்பட்டிருந்தது. அருகிலிருந்த அடையாளப் பலகை, 'கண்ணிவெடிகள் முன்னால் உண்டு' என்றது. பக்கவாட்டில் இருக்கும் சிறிய பாதைக்கு வழிகாட்டியது. இந்த அறிவிப்பை நம்பிச்சென்ற உக்ரைனின் கண்ணி வெடி அகற்றும் வீரர்கள் உயிரிழந்தனர். கண்ணி வெடிகள் இருக்கும் பாதைக்கு திசைதிருப்பவே, ரஷ்யர்கள் அந்தப் பலகையை வைத்துள்ளனர். எதிர்காலத்திலும் உயிர்சேதங்கள் நிகழ்ந்து கொண்டே இருக்க வேண்டுமென்பதில், வெகு தெளிவாய் இருந்துள்ளனர்.

இங்கும் பெண்கள்

விக்டோரியா ஒபிதினா - உக்ரைன் இராணுவத்தில் செவிலியாக இருந்தவர். தனது நான்கு வயது மகள், அலிசாவை விட்டுப் பிரிந்ததற்காக சந்தோஷப் படுகிறார். "இருவரும் அந்த முகாமிலேயே இருந்திருந்தால், அவளைச் சித்ரவதை செய்து, என்னிடம் காரியம் சாதித்துக் கொண்டிருப்பார்கள். இல்லை, என்னைச் சித்ரவதை செய்து அவளைச் சிதைத்திருப்பார்கள்." நிதர்சனத்தை நிர்வாணப்படுத்துகிறார் ஒபிதினா.

அலிசாவை ரஷ்ய முகாமிற்கு அனுப்ப இருப்பதைக் கேள்விப்பட்டு, இந்த முடிவை எடுத்திருக்கிறார். ரஷ்யாவிற்குச் சென்றால், அலிசா எனும் குழந்தையின் அடையாளமே மாறிவிடுமே! இருபது வருடங்களுக்குப் பிறகு, ரஷ்யாவின் பெருமிதப் பிரஜையாக வலம் வரத்தான் சாத்தியக்கூறுகள் இருக்கின்றன. இதற்கும் பயந்துதான், ஒரு முகம் தெரியா உக்ரைனியரோடு, பாட்டி வீட்டிற்கு அலிசாவை பஸ்சில் ஏற்றிவிட்டாள். கண்முன்னிருக்கும் மிருகங்களுக்குத் தன் மகளைத் தாரை வார்ப்பதைக் காட்டிலும், அவளைப் பிரிந்ததற்காக சந்தோஷப்பட்டாள்.

நூற்றியெட்டு சிறைக்கைதிகள் பரிமாற்றத்தில், வீடு திரும்பினார் ஒபிதினா. ஐந்து மாதச் சிறைபிடிப்பு, மனநல சிகிச்சைக்கு அவளை உட்படுத்தியது. முடிந்ததும், அலிசாவைக் கட்டியணைத்துக் கொள்ளச் சென்றுவிடுவார். இவர்கள் இனிமேலும் பிரியும் சந்தர்ப்பம் உருவாகாமல் போகக் கடவது.

கைதிகளில் ஆண், பெண் பாரபட்சமில்லை. சித்திரவதைக்கு எந்தக் குறையுமில்லை. டிமிட்ரோ லூபினெட்ஸ் - உக்ரைன் மனித உரிமை ஆணையரின், முகநூல் பதிவு இது. “ரஷ்யா ஆக்கிரமித்திருந்த கெர்சோன் பகுதியில், பிடித்து வைக்கப்பட்டிருந்த மக்களின் சாட்சியங்களோடு, உண்மை ஆதாரப்பூர்வமாக வெளிவருகிறது. வாரக்கணக்கில் ஆண்களும், பெண்களும் ஒரே அறையில் சிறை வைக்கப்பட்டிருந்தனர். இரவும், பகலும் கண்காணிக்கப்பட்டனர். எந்தக் காரணத்துக் காகவும் அவர்கள் வெளியே செல்ல அனுமதிக்கப்படவில்லை. பெண்கள், ஆண்கள் முன்னிலையிலும், ஆண்கள், பெண்கள் முன்னிலையிலுமே தங்களது இயற்கை உபாதைகளைக் கழித்துக் கொள்ள வேண்டும். இளைய வயதினர் இதுபோன்ற இன்னொரு அறையில் அடைத்து வைக்கப்பட்டிருந்தனர்.”

பெண்களுக்குக் கூடுதல் அன்பளிப்பாக பாலியல் வன்கொடுமைகள். எல்லாப் போர்களிலும் நடப்பதுதானே. துப்பாக்கிகளால் சாதிக்க முடியாததை, பெண்களின் மானபங்கம் மூலம் எளிதில் சாதித்துக்கொள்ள முடிகிறதே. இலங்கை, காஷ்மீர், சிரியா, ஆப்பிரிக்கா, ஆப்கானிஸ்தான், பாலஸ்தீனம்... நிறுத்திக் கொள்கிறேன். பட்டியலிட இடம் போதவில்லை.

நாட்டிற்குள் மட்டும் என்ன வாழுகிறது? இன, மத, சாதி, மொழி, என்று எந்தப் பெயரில் கலவரம் நடந்தாலும், முதலில் சூறையாடப்படுவது பெண்கள் தான். ஆண்களின் பலத்தை நிரூபிக்கும் சடங்காகி விட்டது இந்த நிகழ்வுகள். இங்கே மானத்தை இழந்ததற்காக வெட்கப்பட வேண்டியது பெண்கள் இல்லை.

ஆயிரம் விவாதித்தாலும், எழுதினாலும், சட்டம் கொண்டு வந்தாலும் என்ன பயன்? சம்பவங்கள் நடக்கும் போது யாரும் இதை உணர்வதில்லை. பின்னர் உணர்ந்தாலும், இவர்களுக்கென்ன ஒழுக்கச்செம்மல்கள் என்று பட்டமா கொடுக்க முடியும்?

உக்ரைனுக்குக் கொடுக்கப்படும் பில்லியன் டாலர்களில், கட்டிடங்களை மட்டுமல்ல; மக்களின் மனோதைரியத்தையும் கட்டியெழுப்ப வேண்டியுள்ளது.

25. வீரம் விளைஞ்ச மண்ணு

"வலதுபுறம், 40 டிகிரி. பிட்சும்க்கி, இது உன்னுடைய நேரம்" கண்முன் இருக்கும் கணினித் திரையைப் பார்த்தே, வழிகாட்டுகிறார் விட்ச். திரையில் ஒரு திறந்த வெளியில் குண்டு வெடித்துக் கரும்புகை மேலெழும்புவது தெரிகிறது. உற்றுப்பார்த்துச் சேதங்களைக் குறித்துக் கொள்கிறார். அடுத்தத் தாக்குதலுக்கு இந்தத் தகவல்கள் உதவும். பாக்மூத்திலிருந்து ஆறு மைல் தூரத்தில் இருக்கும் பதுங்குகுழிக்குள் இருந்து இதைச் செய்கிறார்.

ஓல்கா என்ற பெயருடைய இவர், உக்ரைனின் பெண் இராணுவ வீரர். மோர்ட்டார் படைப்பிரிவின் தளபதி. தரைப்படையினரின் கைக்கடக்கமான இலகுரக சிறு பீரங்கிகள் இவை. சாய்கோணத்தில் குண்டுகளை ஏவி, பெரும் தாக்கத்தை ஏற்படுத்தும். இதைத் துல்லியமாக இயக்கத்தான், ஓல்கா முன்னர் கட்டளை கொடுத்துக் கொண்டிருந்தார். தரைப்படையின் பாதுகாவலர் இவர்.

போருக்கு முன்னர் வழக்கறிஞரும், முனைவர் பட்டப் படிப்பாளியுமாக இருந்தவர். "எனக்குக் கணிதம் பிடிக்கும். பீரங்கிகளுக்கு வடிவவியல் தான் அடித்தளம். அதனால் இதைச் சீக்கிரம் கற்றுக்கொண்டேன். நம் தரைப்படையைக் காப்பது

என் வேலை. குண்டுகள் வெடித்தபின், ட்ரோன்கள் உதவியோடு எதிரிகளின் சடலத்தை எண்ணி, நமது நடவடிக்கையின் வெற்றியை மதிப்பிட்டுக் கொள்ளலாம். எதிரிப்படையின் 30 சதவீதம் பேர் செத்தாலோ, காயப்பட்டாலோ, நம் முயற்சி வெற்றி என்று அர்த்தம்" என்கிறார். "பாக்மூத்தில் தான் ரஷ்யாவின் உண்மையான முகத்தைப் பார்த்தோம். கொன்று குவிக்கும் கொடூரர்களின் முகங்கள் அவை," என்று கூறுகிறார்.

போர் முடிந்தாலும் வழக்கறிஞர் பணிக்குத் திரும்பும் எண்ணம் இல்லை ஓல்காவிற்கு. பெண் இராணுவ அதிகாரி எனும் பதவி அவ்வளவு பிடித்துவிட்டது. இன்னொரு பதவியும் பிடிக்கும் என்கிறார். அம்மா என்ற பதவி. தன் ஏழு வயது மகனுக்கு நல்ல முன்னுதாரணமாகத் திகழ விரும்புகிறார். "சுதந்திரமும், மனித உரிமையும்தான் வாழ்க்கையில் மிக முக்கியம் என்று என் மகனுக்குப் புரியவைப்பேன்," என்று புன்னகையுடன் விடைபெறுகிறார்.

உக்ரைன் இராணுவத்தில் பெண்கள்

உக்ரைன் படையில் 60,000 பெண் இராணுவ வீரர்கள் இருக்கிறார்கள். இதில் 5000 பேர் போர்க்கள முன்னணியில் போரிட்டு வருகின்றனர். ஐரோப்பாவிலேயே அதிக பெண்மயமான இராணுவத்தை உடையது உக்ரைன்தான். கட்டாயத்தால் சேர்ந்த கூட்டம் இல்லை இவர்கள்- ரஷ்யாவைப் போல. சொல்லப்போனால், கட்டாயப்படுத்துதல் உக்ரைன் சட்டபடிக் குற்றம். கிரீமியா ஆக்கிரமிப்பின் போது பல பெண்கள் இராணுவப் பயிற்சி எடுத்துக் கொண்டார்கள். உக்ரைனில் போர் என்றவுடன் வீட்டில் இருக்க முடியவில்லை இவர்களால். எதிரியை விரட்ட, களத்திற்கு வந்தார்கள்.

"பெண் என்பதால் தவறு செய்ய எங்களுக்கு உரிமையில்லை. எங்கள் திறமையை விடாமல் நிரூபித்துக் கொண்டே இருக்க வேண்டிய கட்டாயம் இருக்கிறது. இவள் வெறும் பெண் என்ற மனநிலை தான், எங்களைப் பார்க்கும் யாருக்கும் இருக்கும்." என்கிறார் 26 வயது ஷார்லோட்டா கெம்லினிட்ஸ்கா - இராணுவத்தில் மூத்த லெஃப்டினென்ட் அதிகாரி.

சுதந்திர உக்ரைனிலும் ரஷ்ய வழக்கம்தான். ஆண்களைவிடப் பெண்கள், உயர் பதவிகளுக்குச் செல்லாதவாறு பார்த்துக்

கொள்ளப்பட்டனர். இராணுவத்தில் மட்டுமல்ல, உயர்கல்வியிலும் கூட 'பெண்களுக்குரிய' துறைகளே ஒதுக்கப்பட்டன. ஆசிரியத்துறை, மருத்துவத்துறை, சமையல் துறை, வீட்டைச் சுத்தபடுத்தும் துறை, கைகால் அமுக்கி விடும் துறை, வற்றல் காயப்போடும் துறை போன்றவை.

ஏழு வருடம் முன்னர்தான் (2016), முதல்முறையாக பெண்களும் போரில் சண்டை போடலாம் என்று 'அனுமதி' வழங்கினார்கள். 2018-ஆம் ஆண்டு பெண்களுக்கு இராணுவத்தில் சம உரிமை வழங்கும் சட்டத்திருத்தங்கள் கொண்டுவரப்பட்டன. மெதுமெதுவாகத் திருந்தவும் பழகி வருகின்றனர். ஐந்தில் ஒருபங்கு பெண் போர் வீரர்களைக் கொண்டிருக்கிறது உக்ரைன்.

தந்தை, கணவர் என வீட்டின் ஆண்மக்களைப் போரில் இழந்தபின்னும், தன் சிறுமகனுக்கும் வெற்றித் திலகமிட்டுப் போருக்கு அனுப்பிய புறநானூற்றுப் பெண்கள் இல்லை இவர்கள். ரஷ்யா தனது நாட்டை ஆக்கிரமிக்க முயன்றவுடன், அதற்குமேல் கைகால் அமுக்கி விட்டுக்கொண்டு வீட்டில் இருக்க முடியாமல், உடனே இராணுவத்தில் இணைந்தவர்கள். யார் யாருக்கோ அடிமையாக இருந்தபோதும், நாட்டுப்பற்றில் ஒருபோதும் குறைவு இருந்ததில்லை உக்ரைனியர்களுக்கு.

"இராணுவத்தில் நேட்டோவின் பயிற்சியும் ஆயுதங்களும் உண்டு. ஆனால் நாங்கள் செயல்படுவது சோவியத் மனநிலையோடுதான். பெண்கள் மீதான பழமைவாதக் கருத்துக்களே இன்னமும் இங்குள்ளது. இவை மாறியிருந்தால், இவ்வளவு பெண் வீரர்களை நாங்கள் போரில் இழந்திருக்க மாட்டோம்," என்கிறார் ஒரு இராணுவ அதிகாரி. 34 வயது கர்னல் எல்யாவின், இறுதிச் சடங்கில் பங்குபெற வந்திருக்கிறார். என்ன சொல்லியும் தேற்ற முடியாத, எல்யாவின் தாயையும், 14 வயது மகன் டிமோஃபியையும் எதிர்கொள்ள முடியாமல், மௌனமாய்ச் சடங்கு முடித்துத் திரும்புகிறார். "இவைகளை எல்லாம் துடைத்துப்போட்டு விட்டு, ஒவ்வொரு நாளும் நாங்கள் சாதித்துக் கொண்டிருக்கிறோம். இதையும் கடந்து மேம்படுவோம்" என்கிறார் உக்ரைனின் வீரப் பெண்மணி ஒருவர்.

பெண்களின் இராணுவ இலாகாக்கள்

போர்க்கள முன்னணியில் கடைப்பிடிக்க வேண்டிய யுக்திகளுக்கான பயிற்சி நடக்கிறது. பயிற்சி அளிப்பவர் 23 வயதேயான டியானா. 'சம்மட்டி' என்பது இவரது இராணுவ செல்லப்பெயர். "என் அண்ணன் இராணுவத்தில் சேரும்போது, என்னால் பார்த்துக்கொண்டு இருக்க முடியவில்லை. நானும் சேர்ந்துவிட்டேன்" என்கிறார் சர்வ சாதாரணமாக. துப்பாக்கிகளில் வேகமாகக் குண்டுகளை லோட் செய்வது முதற்கொண்டு, எந்த வியூகத்தில், எப்படி செயல்பட வேண்டும் என்பது உட்பட சகலமும் சொல்லித் தருகிறார்.

இன்னும் சற்றுத்தள்ளி, 38 வயது நடாலியா முதலுதவிப் பயிற்சி அளிக்கிறார். மருத்துவ ஊழியரான இவர், போரின் தொடக்கத்திலேயே இராணுவத்திற்கு வந்துவிட்டார். போர்க்களத்தில் ஏற்படும் இரத்தப்போக்கிற்கு, சரியான சிகிச்சை கிடைக்காமல்தான், 90 சதவீத இராணுவ வீரர்கள் இறக்கிறார்கள் என்று கேள்விப்பட்டவுடன் எடுத்த முடிவிது. அவரது சகோதரரையும் போர்க்களத்தில் பலி கொடுத்திருந்தார். "எப்படியாவது இதை முடிவுக்கு கொண்டுவர வேண்டும். அமைதி திரும்ப வேண்டும், என்கிற ஆசையில்தான் போர்க்கள முன்னணியில் நின்று கொண்டிருக்கிறேன்." என்கிறார்.

உக்ரைன் இராணுவத்தில் பெண்கள் ஆதிக்கம் செலுத்துவது, மறைந்திருந்து குறிபார்த்து சுடும் - ஸ்நைப்பர்களாக. உத்தேசம் என்ற பேச்சுக்கே இடமில்லாத துறை. நடமாடும் இலக்கைக் கண்காணித்து, அவரது அலைவரிசைக்கு தன்னை ட்யூன் செய்துகொள்ள வேண்டும். பொறுமையுடன் தகுந்த தருணத்திற்காய், ஆறு மணிநேரம் அசையாமல் ஒரே இடத்தில் காத்திருக்க வேண்டியும் வரலாம். அவரின் அடுத்த நகர்வைக் கணக்கிட்டு, ஒரு மருத்துவரின் துல்லியத்துடன் எதிரியின் உயிரைக் கச்சிதமாய் எடுக்க வேண்டும். இதில் இரண்டாம் வாய்ப்புக்கு இடமில்லை. அதுவரை உங்களை உயிரோடு விட்டுவைக்க மாட்டார்கள். செய் அல்லது செத்து மடி, அவ்வளவே.

துப்பாக்கியின் குறியிலக்கை ஸ்கோப் என்று அழைப்பார்கள். அதன் வழியே எதிரியின் உயிர் பிரிவதைக் கண்டு உறுதிசெய்ய

வேண்டும். இறந்த ஒவ்வொருவரின் கடைசி நொடிகளையும், ஸ்னைப்பர்களிடம் கேட்டு சுயசரிதையில் சேர்த்துக்கொள்ளலாம். அவ்வளவு துல்லியமாய்க் கவனித்திருப்பார்கள். இறப்பு உறுதி செய்யப்பட்ட பின், நொடியில் அங்கிருந்து தப்பிக்க வேண்டும். உயிர் பிழைத்திருக்க ஓடியே தீர வேண்டும். துப்பாக்கியின் புகையை ஸ்டைலாக ஊதித்தள்ளி, எதிரியின் சாவை கர்வப் புன்னகையுடன் ரசிக்கும் சினிமா ஒய்யாரத்திற்கெல்லாம் இங்கு நேரமிருக்காது.

"இந்தக் கடைசி நொடிகளே சிலசமயம் எங்களின் தனிப்பட்ட நரகமாகவும் அமைவதுண்டு. இந்தக் கலை மிருகத்தனமானது," என்கிறார் 'ஜோன் ஆஃப் ஆர்க்' என்று அறியப்படும் எவ்கேனியா எமரால்டு. 'தண்டனையாளர்', 'நாஜி' என்று ரஷ்யப் படையிடமும் பெயர்போன உக்ரைன் ஸ்னைப்பர். ரஷ்ய வீரர்கள் இவரைப் போர்க்களத்தில் பார்த்து அதிர்ச்சி அடைந்ததை நினைவு கூறுகிறார். உக்ரைனியப் பெண் இராணுவ வீரர்களைப் பார்த்து, அவர்கள் பயப்படுகின்றனர் என்று பெருமிதத்தோடு சொல்கிறார்.

அவரது துப்பாக்கியைக் காட்டி "இதுதான் என் பொம்மை. சிறுவயதிலிருந்தே நான் ஸ்னைப்பர் ஆக ஆசைப்பட்டேன். பிங்க் நிற இளவரசியாகும் கனவுகள் இருந்ததில்லை" என்கிறார். தந்தையின் துப்பாக்கியைப் பிடித்துக்கொண்டு நிற்கும் தனது நான்கு வயதுப் புகைப்படத்தைக் காட்டுகிறார். "என் அப்பா இப்போது உயிருடன் இருந்திருந்தால், நாங்கள் போர்க்கள முன்னணியில் சேர்ந்து போரிட்டிருப்போம்," என்கிறார். இராணுவ வீரரும், இவரது ரசிகருமானவரைக் கணவராகத் தேர்ந்து கொண்டிருக்கிறார். இவரது மகள்கள் விருப்பப்பட்டால், தானேத் துப்பாக்கி சுடக் கற்றுக்கொடுப்பேன் என்கிறார்.

உக்ரைன் இளவரசிகளின் அவலங்கள்

வீராங்கனைகள் இங்கு இளவரசிகளாக வலம் வருவதில்லை. அவசரமாகப் போர் தொடங்கியதால், பெண்கள் ஷாப்பிங் செய்ய நேரமிருக்கவில்லை. போர்ச் சீருடைகள் தைக்க நேரமில்லை. இருப்பிலிருக்கும் ஆண் வீரர்களின் சீருடைகள், காலணிகள், குண்டு துளைக்காத உள்ளாடைகள் என உள்ளிருந்து வெளிவரை சகலமும் ஆண்களுடையதுதான். எங்கிருந்து அளவு

பொருந்தும்? எதிரிப்படை தாக்கும்போது, வேகமாய் ஓடுவதில் கவனம் செலுத்துவதா, இல்லை தொளதொளவென தொங்கும் உடைகளையும் சேர்த்து இழுத்துக்கொண்டு ஓடுவதா? இது உயிருக்கே உலை வைக்கும் விஷயமல்லவா?

உக்ரனின் துணைப் பாதுகாப்பு அமைச்சருக்கே இந்த கதிதான். ஏதோ கொஞ்சம் கால்சட்டைகளை மட்டும் தனது உயரத்திற்கு தைத்துப்பிடித்து, போட்டு வருகிறார், ஹன்னா மல்யார். உக்ரைனில் இயங்கும் பல தொண்டு நிறுவனங்கள் இப்பணிகளைத் தொடங்கியுள்ளனர். பாதுகாப்புத் துறையின் ஒப்புதல் பெற்று, விரைவில் போர்க்களத்தில் இவைக் கொண்டுசேர்க்கப் படுமென, உறுதியளிக்கிறார்.

இப்போதைக்கு பெண்களுக்கான இராணுவச் சீருடை வேண்டுமென்றால், தொண்டு நிறுவனங்களின் கருணைக்கண் அவர்கள்மீது படுவதற்காய்க் காத்திருக்க வேண்டும். தடுக்கி விழவைக்காத தொளதொள ஆடைகளிலிருந்து விடுதலை பெற்றால், இவர்கள் உயிர் வாழும் நாட்கள் இன்னும் நீளும். பெண்களுக்குத் தேவையான மருந்துகள், அவசரத் தேவைக்கான உபகரணங்களும் நிச்சயம் கைகொடுக்கும். படைக்கு இன்னும் பலம் சேர்க்கும்.

"நான்கு மடங்கு பெரிய அளவிலான சீருடைகள், 13 கிலோ எடையுடைய குண்டு துளைக்காத கவசம். இவற்றை நாள் முழுதும் உடலில் தாங்கியே கடும் தசைவலிக்கு உள்ளானேன்," என்கிறார் 28 வயது ரூனா. மாதவிடாய்க் கால நாப்கின்கள் பஞ்சம். சிறுநீர் கழிக்கும் சாதனங்கள் கிடையாது." -15 டிகிரி செல்சியஸ் குளிரில் எங்கிருந்து காட்டிற்குள் சிறுநீர் கழிப்பது? களத்தில் இருந்த பெண்கள் பெரும்பாலானோர் சிறுநீர்ப்பை அழற்சி அல்லது கருப்பைகள் வீக்கத்தால் பாதிக்கப்பட்டனர்," என்கிறார் 24 வயது ஜூலியா.

உக்ரைனின் எதிர்காலத் தாய்மார்களின் நிலை இப்படியாக உள்ளது. இவரது 28 வயது அக்கா அலினாவும், போர்க்களத்தில்தான் இருக்கிறார். சகோதரிகள் இருவரும் தொழில்நுட்பத் துறையில் வேலை செய்து, பாலி சுற்றுலாவிற்கு பணம் சேமித்திருந்தனர். 2022 பிப்ரவரி இவர்களின் மொத்த உலகத்தையும் புரட்டிப்போட்டு விட்டது.

“நவீன இராணுவம் தொழில் வல்லுநர்களுக்கானது. நன்கு வேலை தெரிந்தவர்களுக்கு மட்டுமே இங்கு இடம் உண்டு, ஆண், பெண் யாரானாலும் சரி. முன்னெல்லாம் எண்ணிக்கையைக் கொண்டு போர் நடக்கும். இப்போது திறமைக்குத்தான் முதலிடம். அதனால்தான் நானும் இன்று இராணுவத்தில் இருக்கிறேன். இங்குள்ள ஆண்களை விட, இந்த வேலையைத் திறமையாகக் கையாள எனக்குத் தெரியும்.” என்கிறார் திறமைமிக்க இன்னொரு பெண் போர் வீரர்.

போரில் செத்துத் தொலைந்தாலும் பரவாயில்லை. உயிர் மட்டும் போயிருக்கும். பெண்கள் போர்க் கைதிகளாவது கொடிதினும் கொடிது. உணவும், தண்ணீரும் பற்றாக்குறை என்பது நல்ல நிலையில் கவனித்துக் கொள்ளப்படும் கைதிகளுக்கே. மாதக்கணக்கில் குளிக்கத் தடை. முடியே வளர்ந்துவிடாமல், தொடர்ந்து மொட்டை அடிக்கப்படுதல். உடல், உளவியல் சித்திரவதைகள். அப்புறமென்ன... பாலியல் வன்கொடுமைகள். இதில்லாமல் எந்தக் குற்றப் பட்டியலாவது நிறைவடைந்திருக்கிறதா?

எதிரிப்படைகள் மட்டும் இவர்களைக் கொடுமைப்படுத்தவில்லை. சொந்த நாட்டிலும் சில நடந்தேறின. உலகெங்கும் ஆண்கள் ஆண்கள்தானே? இராணுவப் பயிற்சிக் காலம் முதல் இந்த வெறுப்பும் அகம்பாவமும் இவர்கள் மேல் தெளிக்கப்படுவதில்லை; முக்கி எடுக்கப்படுகிறார்கள். புகார்கள் கொடுப்பது ஆரம்பித்திருக்கிறது. இவை சாட்சியங்களுடன் நிரூபிக்கப் படுவதற்கெல்லாம் இங்கே நேரமில்லை.

இதையும் தாண்டி 350 வீரமங்கை விருதுகள் சென்ற வருடத்திலிருந்து வழங்கப்படுகின்றன. இராணுவத்தின் உயரிய விருதான, ‘உக்ரைன் ஹீரோக்கள்’ விருதுகூட, இரு பெண் வீரர்களுக்கு இறப்பிற்குப் பிறகு வழங்கப்பட்டது. பத்திரிகைகளின் செல்வாக்கு மிகுந்த பெண்களின் வரிசையில் இடமளிக்கப்படுகிறது. போர் நீள, நீள, ஆணாவது, பெண்ணாவது. சண்டையிட்டுச் சாவதற்கு யாரேனும் கிடைத்தால் சரி.

உக்ரைன் ஆண் வீரர்களைப் போலவே, இவர்களும் நெருக்கடி நிலையில் இராணுவத்திற்கு வந்தவர்கள்தான். குடும்பம்,

தொழில், குழந்தைகள் என்ற சராசரி வாழ்க்கையைப் போருக்காகத் தியாகம் செய்தவர்கள்தான். கர்ப்பிணிகள் கூட ஏழுமாதப் பேறுகாலம் வரை இராணுவத்தில் வேலை செய்கிறார்கள். "ஒரேயொருமுறை, ஒரு விரலால், உன்ன தொட்டன். அவ்ளோதான்," என்றத் திரைப்பட வசனங்கள் இங்கே நிஜத்தில் உண்டு. பிறந்தக் குழந்தைகளை விட்டுவிட்டு, போரிட வந்த இளந்தாய்மார்களின் முகத்தில் சிறுநகையை வரவழைப்பது, அந்தப் பிஞ்சுகளின் புகைப்படங்கள் மட்டும் தான்.

ஒவ்வொரு வீர மங்கையின் பெயரையும் இங்கே பட்டியலிட இடமில்லை. எல்லோருக்குமாய் சேர்த்து ஒரேயொரு பிரார்த்தனைதான் - சீக்கிரமே வீட்டிற்குப் பத்திரமாகத் திரும்பி வாருங்கள். உங்கள் வீரக்குழந்தைகளை வளர்க்கும் பொறுப்பு காத்துக் கொண்டிருக்கிறது.

26. கண்ணா, வல்லரசாக ஆசையா?

கொசுவச் சட்டையின்(டி ஷர்ட்) கழுத்துப்பட்டை ஊதா நிறத்தில் இருக்க வேண்டும். இரு கைகளிலும், பாக்கெட்டிலும் ஊதா நிறக் கால்பந்து வரைந்திருக்க வேண்டும். மேல்பகுதியில் வெள்ளை நிறம் பிரதானமாக தொடங்க, கீழே இறங்க இறங்க, வெளிர் மஞ்சள் நிறத்தில் முடிய வேண்டும்.

அமெரிக்காவின் லாஸ் ஏஞ்சல்ஸ் நகரையொட்டிய ஆடைத் தொழிற்சாலைக்கு வந்திருக்கும் அமைவி (order) இது. எப்படியும் இரு வாரங்களில் சட்டை தயாராகிவிடும். தானியங்கி மயமான இதன் உரிமையாளர், வே வாங். தைவானிலிருந்து குடும்பத்துடன் புலம்பெயர்ந்து இத்தொழிலை நடத்தி வருகிறார். “இங்கு மொத்தம் தொண்ணூறு மெர்சிடிஸ் பென்ஸ் கார்கள் நிறுத்தப்பட்டிருக்கின்றன,” என்று சிரித்துக் கொண்டே சொல்கிறார் வாங். நிஜமாகவே அங்கிருக்கும் ஒவ்வொரு இயந்திரத்தின் விலையும் அவ்வளவு தேறும். என்ன செய்வது, இப்படித் தனித்துவமான ஆடைகள் தயாரித்தால்தான், சீனா ஆட்சிசெய்யும் இத்துறையில் பிழைப்பு நடத்த முடியும்.

இதுவே இந்த அமைவி சீனத் தொழிற்சாலைக்குச் சென்றிருக்குமேயானால்? ஒரு தொலைபேசி அழைப்பு அல்லது நாற்பது நிமிட பயணம். அவ்வளவுதான். தயாரிப்புக்குத் தேவையான

அனைத்தும் கிடைத்துவிடும்; சமையலறைக்குச் சென்று உப்பு, புளி, மிளகாய் எடுத்து வருவதுபோல. பிறகென்ன, மீதி அரைநாளில் ஊதா நிறக் கால்பந்து கொசுவச்சட்டைத் தயார். இதுதான் சீனா - "உலகின் தொழிற்சாலை தளம்". ஆடை உற்பத்தித் துறையில் மட்டுமல்ல. விளையாட்டுப் பொருட்கள், மின்னணு சாதனங்கள் என வீட்டிலும், நாட்டிலும் புழங்கும் சகலமும் சீனத் தயாரிப்புகள் தான்.

ஒவ்வொரு நாட்டு அரசியல் கொள்கையிலும், 'மேட் இன் இந்தியா,' 'மேட் இன் அமெரிக்கா' போன்றவை இடம்பெற்றிருக்கும். எந்த வணிக வளாகத்திலாவது, 'மேட் இன் சீனா' என்ற குறிப்பில்லாதப் பொருள் இருக்கிறதா? உலகின் எல்லா நாடுகளிலும் இதுவே நிலை. உலகமே சீனாவின் விநியோகச் சங்கிலியில் பின்னிப்பிணைந்துக் கிடக்கிறது. இதிலிருந்து மீள வேண்டுமா? மீள முடியுமா?

உலகின் உற்பத்தி நிலையம்:

சீனாவிடம் இருந்து மீளக் காரணங்கள் கூடிக்கொண்டே போகின்றன. சுங்கவரி, கொரோனாவால் பாதிக்கப்பட்ட விநியோகச் சங்கிலி, தைவான் ஆக்கிரமிப்புக் குறித்த புவிசார் அரசியல் பதற்றம், இன்னும் எத்தனையோ. ஆனாலும் சீன மோகத்திலிருந்து மீள முடிவதில்லையே, ஏன்?

1. உலகளவில் உற்பத்தியில் ஆதிக்கம் செலுத்துகிறது சீனா. உதாரணத்திற்கு நூல், பருத்தி, பாலியஸ்டர் துணிகள், நெகிழிழை துணிகள் என்று அனைத்திற்கும் உபயம் சீனாவே. இவற்றின் உற்பத்தியை சீனா நிறுத்திவிட்டால்? இவற்றைத் தயாரிக்கத் தேவைப்படும் மூலப் பொருட்களுக்கு உலக நாடுகள் மீண்டும் சீனாவிடம் தான் கையேந்த வேண்டும்.

2. சீனாவின் உயர்தர இயந்திரங்கள், மிகத் திறமையான பணியாளர்களுக்கு வேறெங்கும் ஈடில்லை. சுலபத்தில் இவைகளை மாற்றீடு செய்துவிட முடியாது. சீனாவின் உற்பத்தி அளவு, விலை, தரம் - இவை மூன்றும் கச்சிதம்.

3. வியட்நாம், கம்போடியா என்று உற்பத்தி செய்யப்படும் இடங்கள் விஸ்தாரமாகலாம். இவையும் சீனாவின் மாற்று ஏற்பாடே. உள்நாட்டு உற்பத்தியின் திடீர் ஆபத்துகளை

கையாளும் ஏற்பாடு. இவற்றுக்கும் முதலாளிகள் சீனர்களே. சீனாவின் ஒருசில வருட உழைப்பின் பயனல்ல இவை. பல தசாப்தங்களின் உழைப்பு. உலகின் உற்பத்தி சக்தி நிலையமாக உருவெடுக்கும் கனவை நோக்கிய உழைப்பு. இப்போது கைகூடியிருக்கிறது.

உலகின் சமாதான நலம்விரும்பி

பொருளாதாரத்தில் உச்சம் தொட்டுவிட்டாயிற்று. இனி அடுத்து என்ன? பணம் புரளும் இடத்தில், அதிகாரமும் இருந்தால்தானே செல்வாக்கு? வல்லரசுப் பட்டியலில் முன்னேற இதுவும் முக்கியமல்லவா?

சீன வரலாற்றுத் தலைவர்கள் ஏற்கெனவே (1960-1970) இதற்கு வழிகாட்டி விட்டார்கள். சமாதானப் புறா அவதாரம். ஆசியா, ஆப்பிரிக்க நாடுகளின் காலனித்துவ விடுதலைகளுக்கு, சீனத் தலைவர் மாவோ அடையாளமாகத் திகழ்ந்தார். இன்றும் இதேவழி பின்பற்றப்படுகிறது. நெடுநாள் பிரச்சனைகளுக்குத் தீர்வு காண இந்த அவதாரம் பெரிதும் உதவியாயிருக்கிறது. கூடவே முதலீடுகள். அந்நாடுகளின் வளர்ச்சிக்கும் நம்பிக்கை தருகிறது சீனா. ரஷ்யா - உக்ரைன் சமாதான உடன்படிக்கை முயற்சி; மியான்மர் சமாதானப் பேச்சுவார்த்தைகள்; சவூதி அரேபியா - ஈரான் நட்பு, இரு நாட்டிலும் தூதரகங்களைத் தொடங்கும் அளவிற்கு வளர்ந்திருக்கிறது. எல்லாம் சீனாவின் தலைமையில்.

சீனா, உக்ரைனுக்கு ஆதரவு இல்லைதான். இருந்தாலும், ஐரோப்பிய நாடுகளுடனான பொருளாதார உறவுகளை உதறிவிட முடியாது. அவர்களும் சீனாவை அவ்வளவு சுலபத்தில் தள்ளி வைத்துவிட முடியாது. மேற்கூறிய சீனாவின் தொழில் கட்டமைப்பே காரணம். இந்தோனேஷியா, மலேசியா போன்ற தென்கிழக்கு நாடுகளும் சீனாவைத்தான் நம்பியிருக்கின்றன.

சென்ற இருபது வருடங்களில் சீனா தான் உலகிலேயே அதிகமான ரயில்வே தடங்கள், நெடுஞ்சாலைகள், விமான நிலையங்கள், பாலங்கள், துறைமுகங்கள் மற்றும் உயரமான கட்டிடங்களை கட்டியெழுப்பி உள்ளது. உள்நாட்டிலும் சரி, தான் கடன் கொடுக்கும் பிற நாடுகளிலும் சரி. இதுதான் சீனா

மீது பெரும் நம்பிக்கையை ஏற்படுத்துகிறது. என்ன... இந்தக் கருணைக் கடன்கள் மூலம் இன்னும் எத்தனை துறைமுகங்களோ, விமான நிலையங்களோ 99 வருட குத்தகைக்குச் சீனாவிடம் சேரப்போகிறதென்று தெரியவில்லை.

சீனாவின் இந்தத் தெற்குலக சமாதான நடவடிக்கைகள், புதிய உலகளாவிய பாதுகாப்புக் கட்டமைப்புக்கு வழிவகுக்கும். உலக அதிகாரத்துக்கான போட்டியாகவும் இது மாறி வருகிறது. தனது ரஷ்யா, வட கொரியா நட்பு நாடுகளுக்கான பகிரங்க ஆதரவில், எந்தக் குறையும் வைத்ததில்லை சீனா. உளவு பலூன் மூலம் பழுதடைந்த அமெரிக்க உறவுகளைப் புதுப்பிப்பதில் தான், இன்னும் தீவிரம் காட்டப்படவில்லை.

என்ன நடக்கிறது அமெரிக்காவிற்கும் சீனாவிற்கும் இடையே?

சீனாவிற்குப் படையெடுக்கின்றனர் அமெரிக்க அரசு அதிகாரிகள். அரசுச் செயலர் அந்தோணி ப்ளிங்கன், நிதித்துறைச் செயலர் ஜானெட் எல்லென், காலநிலை மாற்றங்களுக்கானத் தூதர் ஜான் கெர்ரி என பட்டியல் நீண்ட வண்ணம் உள்ளது.

இதில் ஆச்சரியப்பட வைப்பது - நூறு வயதான முன்னாள் அமெரிக்கத் தூதர் ஹென்றி கிஸ்ஸிங்கர், சீன அதிபரை சந்தித்தது. 52 வருடங்களுக்கு முன்பு அமெரிக்க - சீன உறவுகளை இயல்பாக்கியவர். "உலகிலேயே இவரைத்தவிர வேறு யாருக்கும் சீனாவைப் பற்றி அதிகமாகத் தெரிந்திருக்காது. இவரது வருகை, சீன மக்கள் உட்பட அனைவருக்குமே மகிழ்ச்சி தருகிறது" என்கிறார் விக்டர் காவோ - சீனாவின் சூசோவ் பல்கலைக்கழகப் பேராசிரியர். "அமெரிக்க சீனா உறவின் ஆழத்தையும், சிக்கலையும் நன்கறிந்தவர். இராஜதந்திர விவேகம், தவறைச் சுட்டிக்காட்டும் அரசியல் துணிவுடையவர். அதிகாரப்பூர்வ சந்திப்பில்லை என்றாலும், இவரின் பரிந்துரைகள், இருநாட்டு உறவுகளை நிலைப்படுத்த பெரிதும் உதவும்" என்று நம்பிக்கையுடன் எதிர்பார்க்கிறார்.

'ஒரே சீனா' எனும் சீனக் கொள்கை, தைவான் சீனாவின் பிரிக்க முடியாத பகுதி என்கிறது. இதைக் கைவிடுமாறு அமெரிக்கா கூறுகிறது. அமெரிக்கா - சீனாவின் ஐம்பதாண்டு ஆண்டு உறவை இது விரிசலுக்குள்ளாக்குகிறது. தைவானை

சீனா நெருங்கினால், நாங்கள் களத்தில் குதிப்போம் என்கிறது அமெரிக்கா. தைவானின் TSMC மீதுகூட தாக்குதல் நடத்த யோசிக்க மாட்டோம் என்கிறது. அது என்ன TSMC? இங்குதான் இருக்கிறது சோழியன் சிண்டு. TSMC என்பது தைவான் குறைகடத்தி (செமிகண்டக்டர்) உற்பத்தி நிறுவனம். உலகின் 90 சதவீத 'சிப்' எனப்படும் ஒருங்கிணைந்த மின்சுற்றுகள் உற்பத்தி செய்யப்படுமிடம். தைவானின் 'சிலிக்கான் கவசம்.' இதற்குத்தான் ஆசைப்படுகின்றன அமெரிக்காவும், சீனாவும். எல்லைகளைக் கைப்பற்றுவதை விட, 'சிப்'களைக் கைப்பற்றுவதே, விநாயகர் பாணி உத்தி.

அமெரிக்காவின் அரிசோனா மாகாணத்தில், TSMC நிறுவனத்தின் கிளை ஒன்று கட்டப்பட்டு வருகிறது. ஏராளமான முட்டுக்கட்டைகள். திட்டம் வெற்றியடைவது சந்தேகம் தான் என்கின்றனர். "ஐம்பத்தியிரண்டு பில்லியன் டாலர்கள் வீசி எறிந்தாலும், தைவானில் நடக்கும் சிப் புரட்சி, அமெரிக்காவில் நடந்துவிடாது. ஏனெனில் காசு மட்டுமே இருக்கிறது அமெரிக்காவில். திறமை கேள்விக்குறிதான்" என்கிறார் சைரஸ் ஜான்சன் - புவிசார் அரசியல் ஆய்வாளர். ஆக நவீன உலகின் அணுக்கரு தைவான் தான்.

இரண்டாம் உலகப்போர் முடிந்தவுடன் பனிப்போர் தொடங்கியது. ஹிட்லரை ஒன்றுசேர்ந்து வீழ்த்திய அமெரிக்காவும் ரஷ்யாவும், பிறகு எதிரெதிர் அணியில். ஒரு உறையில் ஒரு கத்திக்கே இடம். உக்ரைன் எனும் பினாமியின் பெயரில் இப்போது அது நேரடிப்போராக மாறிவிட்டது. பழங்காலத்து வாள், கேடயச் சண்டையோ, நவீன ஏவுகணை, ட்ரோன் சண்டையோ... தேவை இரண்டு எதிரெதிர் அணிகள். இது என்றும் மாறாது. ஒரு முனையில் அமெரிக்காவும், அதை ஆதரிக்கும் நாடுகளும். இன்னொரு முனையில் - ரஷ்யா, சீனா, வடகொரியா.

ரஷ்ய அதிபர் புதினும், எங்கள் போர் உக்ரைனோடு மட்டும் முடியப் போவதில்லை. புதிய உலக ஒழுங்கை ஏற்படுத்துவதே எங்கள் நோக்கம் என்கிறார். உலக நாடுகளின் முடிவுகளை ஒற்றைத் தலைமையான அமெரிக்காவிடம் விட்டுவிடாமல், பலமுனை உலக ஒழுங்கு ஏற்பட வேண்டும் என்கிறார். ஒரு

கைபேசி கூட, மூன்று - நான்கு சிம் கார்டுகளை ஏற்கும் அளவிற்குத் தொழில்நுட்பம் வளர்ந்து விட்டது. இன்னும் நாம் கத்தியிலேயே இருந்தால் என்னவாவது?

இராணுவ பலம் யாரிடம்?

பொருளாதாரத்தை மட்டும் வைத்துக்கொண்டு, வல்லரசுக்குப் போட்டியிட முடியாதே. இராணுவ பலமும் முக்கியம். ரஷ்யா - உக்ரைன் போரினால், சீனா - தைவான் காத்திருப்பில் வைக்கப்பட்டிருக்கிறது. அடிக்கடி தைவானை வம்புக்கு இழுத்து வருகிறது சீனா. தைவான் கடல் எல்லை மதிக்கப்படுவதில்லை. சீனப்போர் விமானங்களும், போர்க்கப்பல்களும் அணிவகுத்து நிற்கின்றன. போர் பயிற்சி என்ற பெயரில், நிஜப்போர்களுக்கு ஒத்திகைகள் பார்க்கப்படுகின்றன. நேட்டோ, நேட்டோ என்று உக்ரைனுக்குக் கொம்புசீவி விட்ட அமெரிக்காவையே, இன்று தைவானில் பதம் பார்க்க தயாராகிறது சீனா.

உலகின் வல்லரசு இனிமேலா தயாராக வேண்டும்? இரட்டை வடச்சங்கிலி காத்திருக்கிறது கிழக்காசியக் கடல் பரப்பில். நூற்றுக்கணக்கில் இராணுவத் தளங்கள், அமெரிக்க வீரர்களோடு இரண்டடுக்குப் பாதுகாப்பு வளையம் தயார். உதாரணத்திற்கு, தென் கொரியாவில் 73 இராணுவத் தளங்கள், 26000 அமெரிக்க வீரர்கள். ஜப்பானில் இதைவிட இரண்டுமடங்கு. இவர்களோடு சேர்த்து, பிலிப்பைன்ஸ், கம்போடியா, சிங்கப்பூர், புருனே, குவாம். இந்த நாடுகளையெல்லாம் வரைபடத்தில் புள்ளி வைத்து இணைத்தால், நமது இரட்டை வடச்சங்கிலி கடலிலும் மின்னும். போர்க்குண்டுகளைக் கோர்த்து நிற்கும், இராணுவத் தளவாடச் சங்கிலி.

இதே பாணியில் சீனாவும் ஒருசில தீவுகளில், இராணுவத்தை நிரப்பி வருகிறது. இருப்பினும் அனுபவம் போதாது. எதிரியை சீண்டுவது; அவ்வப்போது எல்லையை மீறுவது; பொது விதிகளைத் தன் பக்கமாய் மாற்றிக்கொள்வது; தன்னாட்டு வரைபடத்தை விதவிதமான எல்லைகளைக் கொண்டு வரைந்து வெளியிடுவது - இவற்றில் தான் சீனா கைத்தேர்ந்திருக்கிறது.

அமெரிக்காவின் ஐம்பூத ஆயுத நவீனத்திற்கும், போர் உத்திகளுக்கும் கொஞ்சமும் நெருங்க முடியாது சீனாவால்.

இதற்கு ஈடுகொடுக்க ரஷ்ய நட்பு உண்டுதான். இருப்பினும், ரஷ்யாவிற்கும் தெரியும் சீன நண்பன், காலைச் சுற்றிய பாம்பென்று. மிக மிக கவனமாகவே காய்கள் நகர்கின்றன.

சீனாவின் இன்றைய நிலை

“சீனா, அமெரிக்காவின் இடத்தைப் பிடிக்கப் பார்க்கிறது என்பது தவறான கருத்து. சீனாவின் இலக்கு, நடுத்தர வர்க்கத்தின் வாழ்க்கைத் தரத்தை மேம்படுத்துவதே” என்று சீனாவின் நிலையை எடுத்துரைக்கிறார் கேயு ஜின் - லண்டன் ஸ்கூல் ஆஃப் எகனாமிக்ஸில் பேராசிரியர்; ‘நியூ சீனா பிளேபுக்’ நூலின் ஆசிரியர். திறன் இடைவெளி, சீன இளைஞர்களை வேலையில்லாப் பட்டதாரிகள் ஆக்கியிருக்கிறது. பெரும் உள்நாட்டுப் பிரச்சனையாக இது உருவாகியிருக்கிறது. உயர்ந்திருக்கும் பட்டதாரிகளின் எண்ணிக்கையளவு, திறன்சார்ந்த பணியிடங்கள் உயரவில்லை. பட்டதாரிகளுக்கும், உடலுழைப்பை முதலீடாகக் கொண்டிருக்கும் வழக்கமான பணிகளுக்குச் செல்ல மனமில்லை. நிலைமை மாற, அரசாங்கத்தையே பெரிதும் நம்பி இருக்கின்றனர்.

பணவீக்கம் தெரியுமல்லவா? சமீபத்தில் தக்காளி விலை வீங்கியதே? மேற்குலக, ஐரோப்பிய நாடுகளிலும் சகலமும் வீங்கி வருகிறது. போர் முக்கிய காரணம் என்கிறார்கள். ஆனால் சீனாவில் என்ன நடக்கிறது தெரியுமா? பண வாட்டம் - பொருள்களின் விலை சரிகிறது. வாங்குமளவு மக்களிடம் போதிய பணமில்லை. ஏற்கெனவே சீனர்கள் சிக்கனம் பிடிப்பவர்கள்தான். அவர்கள் கடந்துவந்த நெருக்கடிக் காலப் பாடங்கள் அப்படி.

கொரோனாவிற்கு பிறகு, அதிக விற்பனையை எதிர்பார்த்த வணிகர்கள், பொருட்களைக் குவித்தனர். ஏராளமான புதிய குடியிருப்புகள் காலியாகக் கிடக்கின்றன. வாங்க ஆள் இல்லாமல், விலையைக் குறைத்து விற்கும் நிலைக்குத் தள்ளப்பட்டிருக்கின்றனர். மின்சார வாகனங்களின் வருகை, மற்றவைகளின் விற்பனையைக் குறைக்கிறது. வாழ்வாதாரத்திற்குத் தேவைப்படும் செலவுகள் குறைந்திருக்கின்றன. ஏற்றுமதியும், இறக்குமதியும் சரிந்திருக்கின்றன.

மக்களிடம் பணப்புழக்கம் அதிகப்படுத்தப்பட வேண்டும். உழைப்பைச் சுரண்டும் அதிகாரிகள், மக்களின் அன்றாடங்களுக்காவது பணம் கிடைக்குமாறு திட்டமிட வேண்டும். என்ன பொதுவுடைமைக் கொள்கை இருந்து என்ன பயன்?

இதன் விளைவால், மேற்குலக, ஐரோப்பிய நாடுகளின் பணவீக்கத்தைக் கட்டுக்குள் கொண்டுவரவும் வாய்ப்பிருக்கிறது. சீனாவும் அதையே விரும்பும். உலகப் பொருளாதாரம் நிலையாக இருந்தால்தான், அதன் வர்த்தகமும் நிலைபெறும். இராணுவம், பொருளாதாரம் இரண்டையும் ஒரே தராசில் ஒப்பிட முடியாது. முதலிடத்தில் யார் வேண்டுமானாலும் இருந்துவிட்டுப் போகட்டும். ஒருவரையொருவர் சார்ந்தே இருக்க முடியும். இதுவே அடிப்படை உலக நியதி.

ரஷ்யாவுடனான உறவை மீண்டும் மீண்டும் பலப்படுத்தி வருகிறது சீனா. போரும் முடிந்த பாடில்லை. ரஷ்யாவிற்கும் சீனப் பக்கபலம் தேவைப்படுகிறது. கிடைத்த வாய்ப்பைத் தெளிவாகப் பயன்படுத்திக் கொள்கிறது சீனா. வல்லரசை அசைத்துப் பார்க்கும் வரலாற்றுத் தருணங்களை விட்டுவிட முடியுமா?

எண்பதுகளின் பனிப்போர் புவி வெப்பமடைதலால், இப்போது உருகி வெதுவெதுப்பாகி விட்டது. அணு உலைகள் ஆங்காங்கே கொதித்துக் கொண்டிருப்பதால், பெரிதும் சிரமப்பட்டு, உலக நாடுகள் தங்களைக் கட்டுப்பாட்டிற்குள் வைத்திருக்கின்றன.

27. அவர் பறந்து போனாரே!

கொந்தளிப்பு நல்லதல்ல. மனதிற்கும் சரி, விமானத்திற்கும் சரி. வெளிப்படும் நேரம் விமானம் மட்டுமல்ல, வாழ்க்கையும் சரிந்துவிடும்.

சீராகப் பறந்து கொண்டிருந்தது வாக்னர் படையின் ஜெட் விமானம். திடீரென்று மேலும், கீழும் உயரத்தை மாற்றுகிறது. பின்பு செங்குத்தாக பூமிக்குப் பாய்ந்து, தற்கொலை செய்து கொள்கிறது. மாஸ்கோவில் தொடங்கியது இந்த விமானத்தின் பயணம். செயின்ட் பீட்டர்ஸ்பர்க்கில், **1961**-ஆம் ஆண்டு தொடங்கியது ப்ரிகோஷினின் வாழ்க்கைப் பயணம். குஷெங்கினோ எனும் தெவேர் ஆற்றுப் பகுதியில், இரண்டும் நிரந்தர முற்றுப்பெற்றது.

எவ்கேனி வீக்தரவிச் ப்ரிகோஷின் - புதினின் சமையற்காரர், ரஷ்யாவின் ஜார்ஜ் சோரோஸ் எனப்படுபவர். வாக்னர் எனப்படும் ரஷ்யாவின் தனி இராணுவப் படையின் தலைவர்.

ஆகஸ்ட் **23**-ஆம் தேதி நடந்த இச்சம்பவம், கருவானது ஜூன் **23** ஆம் தேதி. ரஷ்ய இராணுவத் தலைமையை எதிர்த்து, மாஸ்கோவை நோக்கிப் பயணமானார் ப்ரிகோஷின். ஆட்சியைப் பிடிக்கும்முன் நடைபயணம் என்பது, உலகறிந்த சூத்திரம் போல! நடப்பது அரசியல் தலைவரல்லவே.

பீரங்கிகளுடனும், வாக்னர் படை வீரர்களுட னும் நடந்தார். எதிர்க்கும் துணிவு ரஷ்ய இராணுவத்தில் யாருக்குமில்லை. பாக்மூத்தைப் பந்தாடிய படையல்லவா? அணிவகுத்து, சல்யூட் அடித்தனர். அவர்கள் கைப்பற்றுமுன், இவர்களே ஒப்படைத்தனர். திருவிழாக் கோலம் பூண்டது வீதிகள். மக்கள் வாக்னர் வீரர்களுடன் செல்பி எடுத்துக் கொண்டாடினர்.

இருப்பினும் புதினைக் கைநெகிழ முடியவில்லை ப்ரிகோஷினால். இருபது வருட நட்பு. பெலாரஸ் அதிபர் லுகாஷென்கோ, சமாதானப்படுத்தினார். மன்னிப்பு வழங்கினார் புதின். நாட்டைவிட்டு வெளியேறினார் ப்ரிகோஷின். பெலாரஸில் படைகளுடன் குடியேறினார். பயத்தில் அண்டை நேட்டோ நாடுகளான போலந்தும், லிதுவேனியாவும் எல்லைகளை மூடின. இருக்காதா பின்னே...? மனித உரிமை மீறலுக்குப் பெயர்பெற்றது வாக்னர் படை. குண்டுகள் பணவிரயம் என்று, சம்மட்டி சாம்ராஜ்யம் நடத்தியவர்கள். கிரிமீயா, சிரியா, ஆப்பிரிக்கா, பிரான்ஸ் என நேரடி இராணுவத்தைப் பயன்படுத்த முடியா இடங்களில், வாக்னரே ரஷ்யாவின் மருவைத்த இராணுவம்.

மன்னிப்புக்குப் பின் ரஷ்யாவிலும் காணப்பட்டார் ப்ரிகோஷின். சமீபக் காணொளியில் தென் ஆப்பிரிக்காவில், கம்பீர இராணுவ உடையில் இருந்தார். நைஜரின் விடுதலைப் புரட்சிக்குத் தன் முழு ஆதரவைத் தந்தார். மேட்டுக்குடியை எதிர்க்கும் போராட்டத்தில், என்றும் சாமானியர்கள் பக்கமே இருந்தவர். புதினின் மன்னிப்பைப் பெற்று, சுதந்திரமாய் சுற்றிவந்த முதல் நபர் இவர்.

ஏனெனில், புதின் தன்னை எதிர்த்தவர்களை ஒருபோதும் மன்னிப்பதுமில்லை, மறப்பதுமில்லை. உலகின் வல்லரசுகளை எதிர்த்து உக்ரைன் போர்; புதிய உலக ஒழுங்கு; ஆப்பிரிக்க நாடுகளுக்குக் கருணை, துணை; போரை வெல்லும் பொருளாதாரம் என்று ஏற்கெனவே பரபரப்பாக இயங்கி வருகிறார் புதின். இதில் உள்நாட்டு எதிர்ப்பை விட்டுவைத்தால் தோதுப்படுமா?

“இரண்டு வெடிச்சத்தங்கள் கேட்டன. நிலத்தில் வெடித் திருந்தால், எதிரொலி கேட்டிருக்கும். அது கேட்காததால், நான்

வானத்தைப் பார்த்தேன். வெள்ளைநிறப் புகையோடு விமானம், தடுமாறிக் கீழே சரிந்து விழுந்தது," என்கிறார், விபத்தை நேரில் பார்த்த பெரியவர் ஒருவர். கீழே விழும் முன்னரே, குண்டு வெடித்திருக்கிறது. விமானத்திற்கு உள்ளேயே தவறுதலாய்க் குண்டுகள் இருந்திருக்கலாம். S -300 ஏவுகணைகளும் தவறுதலாய் எய்திருக்கலாம். அதிபரைக் காக்கவே இவை நிறுத்தி வைக்கப் பட்டிருக்கின்றன அல்லவா? மாஸ்கோவிலிருந்து 100 மைல் தொலைவில் தானிருக்கிறது விபத்துப்பகுதி.

வாக்னரின் குலமே பயணித்தது இவ்விமானத்தில். பயணிகள் பட்டியலின்படி, வாக்னர் படையைத் தோற்றுவித்த டிமிட்ரி உட்கினும் உள்ளிருந்தார். அதிலிருந்த ஒருவரும் உயிர் பிழைக்கவில்லை. விமானத்தின் பதிவு எண் சிதறிக்கிடக்கும் துண்டுகளில் இருக்கிறது. வாக்னருக்குச் சொந்தமானது என்பது உறுதி செய்யப்படுகிறது.

ஒருவழியாக இவ்விபத்தில் இறந்த வாக்னர் வீரர்களின் குடும்பங்களுக்கு, இரங்கல் தெரிவித்திருக்கிறார் புதின். யார் பெயரையும் குறிப்பிடவில்லை. உக்ரைனில் இவர்களின் போர்ச் சேவையை நினைவு கூர்கிறார். திறமையான தொழிலதிபருக்கு நிகழ்ந்த சிக்கலான விதி என்கிறார்; கடுமையான தவறுகள் புரிந்திருந்தாலும், காரியத்தைக் கச்சிதமாய் முடிப்பவர் என்கிறார்; புரிந்தவர்கள் புரிந்து கொள்ளட்டும் என்று. விபத்துக்கான விசாரணை கண்டிப்பாக நடைபெறும். ஆனால் மக்கள் மறந்துபோகும் வரை காலமெடுக்கும் என்கிறார்.

தற்செயலாக இதே நாளில், செர்கேய் ஸுரோவிக்கின் பதவிநீக்கம் செய்யப்பட்டிருக்கிறார். ரஷ்ய இராணுவத்தின் வான்வெளிப் படைத்தலைவர் இவர். மாஸ்கோ படையெடுப்பின் போது, ப்ரிகோஷினை நலம் விசாரித்திருக்கிறார், அவ்வளவுதான். அதற்குப்பிறகு இன்றுவரை வெளியே தலைகாட்ட முடியாதளவு கடும்பணியில் இருந்தவர். தற்செயலாக இதற்கடுத்த நாள், உக்ரைனில் அந்நாட்டுச் சுதந்திர தினம் கொண்டாடப்பட்டது. மாஸ்கோ வரை ட்ரோன் மற்றும் விமானத் தாக்குதல் நடத்த முடிந்தவர்கள். இந்த விமானம் ஒன்றும் அவர்களுக்கு வெகு தொலைவில்லை.

உலகில் யாருக்கும் இவ்விபத்து அதிர்ச்சியளிக்கவில்லை. இதுவரை நடக்காமல் இருந்ததுதான் ஆச்சரியப்பட வைத்தது. "ஜாக்கிரதை! விசுவாசமின்மை மரணத்திற்குச் சமம்," என்கிறார், மிஹாய்லோ போதொல்யாக் - உக்ரைனின் மேல்மட்ட ஆலோசகர். ரஷ்யப் பெரும் புள்ளிகளுக்கான, புதினின் 2024-ஆம் ஆண்டுத் தேர்தல் குறிப்பிது என்கிறார்.

ரஷ்ய வரலாற்றின் மர்ம விமான விபத்துகளே இதற்குக் காரணம். அதிபர் பதவிக்குப் போட்டியிட்ட, அலெக்சாண்டர் லெபட்; புலனாய்வுப் பத்திரிகையாளர் அர்ச்சோம் போரோவிக்; இவர்களும் விமான விபத்தில் இறந்தவர்களே. அதிபரின் எதிரிகள் பலபேர், ஜன்னலில் இருந்துத் தவறிக் கீழே விழும் வியாதி உடையவர்கள். தூக்கத்தில் நடக்கும் வியாதிபோல, தானாக விழுந்து இறந்து விடுவார்கள். ரஷ்ய எதிர்க்கட்சித் தலைவர் அலெக்ஸி நவால்னிக்கு, சிறப்பு கவனிப்பு. விமானத்தில் விசேஷ பானங்களுக்குப் பதில், விஷம் கொடுக்கப்பட்டது. நரம்பு மண்டலத்தைப் பாதிக்கும், பிரத்யேக ரஷ்யத் தயாரிப்பு. உயிர் பிழைத்தார். என்ன புண்ணியம்? இன்று வரையிலும், இன்னும் அடுத்த 20 ஆண்டுகளுக்கும் சிறைத் தண்டனைதான். அதிபரை எதிர்த்த பாதுகாப்புப் படை நண்பர்களுக்கு இன்னும் சிறப்பு கவனிப்பு. 'க்ரீன் டீ' தெரியும். 'பொலோனியம் டீ' தெரியுமா? சக்திவாய்ந்தக் கதிரியக்கத் தனிமம்.

இத்தனை சாதுர்யக் கொலைகள், உங்களால் மட்டுமே சாத்தியம் என்று உலகமே ரஷ்யாவை வியக்கிறது. இந்தப் புகழ் எதுவும் எங்களைச் சேராதென்று, பவ்யமாய்ப் பதில் சொல்கிறது ரஷ்யா. இறந்த அனைவருக்கும், மறக்காமல் பொதுவிடங்களில் மரியாதை செலுத்தப்படும். மறைந்த அவர்களின் புகைப்படத்திற்கு பூப்போட்டு. இன்று ப்ரிகோஷின் மற்றும் உட்கினின் புகைப்படங்களும், பூக்கள் தாளாமல் புன்னகைக்கின்றன.

உண்மையில் ரஷ்ய இராணுவப் படையைத் தலைகுனிய வைத்தது வாக்னர் படை. உக்ரைனில் கைப்பற்றிய பகுதிகள் அனைத்தும், இவர்கள் துவம்சம் செய்த பின்னரே சாத்தியப்பட்டது. உலகெங்கும் வாக்னரின் போர்ச்சேவையை அறிந்திராதவர்கள் இல்லை. மிருகத்தனமான போர் தந்திரங்கள்

பழகிய, அனுபவசாலிகள் நிறைந்த படை. தலைவனுக்குப் பணிந்திருக்கும் பணியாள் இருக்கும் மட்டும்தான், அப்பதவிக்கு மரியாதை கிட்டும். புதினின் அதிகாரம் முன்னெப்போதையும் விட, இந்தக் காலக்கட்டத்தில் முக்கியமாகிறது. வல்லரசை எதிர்க்கும் வலுவான அணி தேவைப்படுகிறது. வாக்னர் நிச்சயம் பலம் சேர்க்கும். இனி புதினின் நேரடி, அல்லது அடிபணியும் தலைமையில்.

யாருக்குத் தெரியும்? புதினின் புதிய முன்னெடுப்புகளுக்கு, வாக்னர் எனும் தனி இராணுவம் தடையாக இருக்கலாம். அதிகாரப்பூர்வ ரஷ்ய இராணுவம் என்பதே, அரசியல் ரீதியாகச் சரிப்படும். புதிய உலக ஒழுங்கிற்கு முன்னர், உள்நாட்டை ஒழுங்குபடுத்த வேண்டுமே! வாக்னரையும் ஒற்றைத் தலைமையில் இணைத்துவிட்டால், உலகின் மற்றப் படைகள் அதிருமல்லவா? இதற்கான ஒத்திகைகள் மாஸ்கோ கலகத்தில் ஆரம்பித்து, இன்றுவரை அரங்கேறி இருக்கலாம். நம்பும்படி ஆதாரங்களை உருவாக்கி, உலகை ஏமாற்ற இதென்ன மேற்குலகமா? ரஷ்ய சமஸ்தானம். நாங்கள் சொல்வதே உண்மை; அதுவே சாசனம்.

நம்பிக்கை உள்ள மட்டும் தான் நட்பு. அதிலும் இராணுவத்தில், சந்தேகத்திற்கு என்றும் இடமில்லை. வரப்போகும் உலக மாற்றங்களில், இவை மறக்கப்படும். சம்மட்டியால் சாகாமல் விமானம் சரிந்து செத்ததே, நல்ல சாவு தான். உயிர் துறந்தவர் தியாகியுமில்லை; இதை அரங்கேற்றியவர் யோக்கியனும் இல்லை.

28. உருப்பட ஒரு வழி

இருநூறு ரூபாய் விலைக் குறைப்பு - இந்திய சமையல் எரிவாயுவிற்கு. அடுத்து பெட்ரோல் என்ற ஆசையிருந்தால், மனதைத் தேற்றிக் கொள்ளுங்கள். இப்போதைக்கு வாய்ப்பில்லை இந்தியர்களே! உக்ரைன் - ரஷ்யப் போரின் புண்ணியத்தில், நமக்கு விலையேறாமல் இருந்ததே பாக்கியம். ஐரோப்பிய நாடுகளின் திண்டாட்டத்தைப் பார்த்தோமல்லவா? நமக்குக் கச்சா எண்ணெய் அனுப்பும், ரஷ்யாவிலேயே இப்போது பெட்ரோல் தட்டுப்பாடாம்!

அறுவடை நேரத்தில் ஏற்பட்டிருக்கிறது இந்தத் தட்டுப்பாடு. எண்ணெய் சுத்திகரிப்பு நிலையங்களுக்குக் கிடைத்த அரசாங்க மானியங்கள் நிறுத்தப்பட்டுள்ளன. இதனால் ரஷ்யாவின் தென்மேற்குப் பிராந்தியங்களில் பெட்ரோல், டீசல் விற்பனை கடுமையாகப் பாதிப்படைந்திருக்கிறது. இந்த எரிவாயு நெருக்கடியின் காரணங்கள் தற்காலிகமானதுதான் என்கிறார்கள். எண்ணெய் ஆலைகள் பழுதுபார்க்கப்படுதல்; எண்ணெய்த் தளவாடங்கள் ஒழுங்குமுறை போன்றவை அக்டோபர் மாதத்திற்குள் சீரடைந்துவிடும் என்கிறார்கள்.

எரிபொருள் ஏற்றுமதிக்கான மொத்த விற்பனை விலை, உலகச் சந்தையில் ஏறித்தான் இருக்கிறது. ஆனால், உள்நாட்டுச்

சந்தையில் விலை உச்சவரம்பு நியமிக்கப்பட்டுள்ளது. ஏற்றுமதியைக் குறைத்து, உள்நாட்டு தேவையைப் பூர்த்தி செய்ய முடிவு செய்துள்ளது அரசாங்கம். அடுத்த ஆண்டுத் தொடக்கத்தில், தேர்தல் வேறு வருகிறது. அதுவரை வளரவிட மாட்டார்கள்.

காஸ்ப்ரோம் என்பது ரஷ்யாவின் பிரதான எண்ணெய் மற்றும் எரிவாயு நிறுவனம். இரண்டாவது காலாண்டில் இதன் நிகர இழப்பு 197 மில்லியன் டாலர்கள். சென்ற வருடம் 10,000 மில்லியன் டாலர்கள் லாபம் ஈட்டிய நிறுவனம். இதன் ஐரோப்பிய ஏற்றுமதி எட்டு பங்காகக் குறைந்திருக்கிறது. உக்ரைன் மீதான போர்; போரால் தொடங்கியப் பொருளாதாரத் தடைகள்; பலவீனமடையும் ரூபிள், என்று சங்கிலித் தொடர்பு கொண்டிருக்கின்றன காரணிகள்.

ரஷ்யப்போரும் பொருளாதாரமும்

சென்ற வருடம் சிறப்பாகத் தானிருந்தது. ரஷ்யா எரிவாயு உற்பத்தி செய்யும். ஐரோப்பிய நாடுகள் கள்ளச் சந்தையிலாவது அதை வாங்கிக்கொள்ளும். பிறகு ஆயுத உற்பத்தியை ஜோராகச் செய்து, உக்ரைனுக்கு உதவும். உக்ரைனும் ரஷ்யாவும், இதே சுற்றுப்பாதையில் போரைத் தொடர்ந்து கொண்டே இருந்தார்கள்.

எண்ணெய்ப் பீப்பாய் விலை உச்சத்திற்கு சென்றது. ரஷ்யப் பொருளாதாரம், கணித்ததைவிட அதிகமாகவே வளர்ந்தது. மேற்குலகத் தடைகளைத், தடகள வீரன்போலத் தாண்டி, வெற்றியை நோக்கியோடும் ரஷ்யாவைப் பார்த்து, உலகமே வியந்தது. இன்று இவையனைத்தும் கானல் நீரோ என்ற கேள்வி எழுகிறது. ஒரு அமெரிக்க டாலருக்கு, 93-94 ரஷ்ய ரூபிளைக் கொடுக்க வேண்டிய பரிதாபம். இந்திய ரூபாயின் மதிப்புக்கூட 82 ரூபாயாகத் தானிருக்கிறது.

ரஷ்யாவின் மொத்த உள்நாட்டு உற்பத்தி (GDP) மற்றும் ஏற்றுமதி வருவாய் இரண்டுமே, பெரும்பாலும் எரிபொருளையே சார்ந்திருக்கிறது. ஒரு ரஷ்ய எண்ணெய் பீப்பாயை 60 டாலருக்கு மேல், எந்த நாடும் வாங்கக் கூடாதென்பது பொருளாதாரத் தடைகளில் ஒன்று. இந்தியா, சீனா போன்ற நாடுகளுக்கு

தள்ளுபடி விலையில் ஏற்றுமதி செய்கிறது ரஷ்யா. அதனால்தான் நாம் விலை ஏற்றத்தில் இருந்து இதுவரையில் தப்பித்திருந்தோம். இந்தத் தள்ளுபடி விலை எல்லாம் கட்டுப்படி ஆகவில்லை. ஐரோப்பிய ஒன்றிய நாடுகளின் ஏற்றுமதியளவு லாபம் கொடுக்கவில்லை ரஷ்யாவிற்கு.

ஐரோப்பிய நாடுகள் சிறுகச்சிறுகத் திட்டமிட்டு, இன்று பெரும்பான்மையாக ரஷ்ய இறக்குமதியைக் குறைத்துள்ளன. கச்சா எண்ணெய் மற்றும் எரிவாயுவை வாங்கத்தான் பொருளாதாரத் தடையுள்ளது. திரவமாக்கப்பட்ட இயற்கை எரிவாயு (LNG) வாங்கத் தடையில்லை. இதன் இறக்குமதியும் பன்மடங்கு உயர்ந்துள்ளது. அதே கச்சா எண்ணெயை இந்தியா, சீனா, துருக்கி போன்ற நாடுகள் வாங்கி, சுத்திகரிப்பு செய்து விற்றாலும், வாங்கிக் கொள்ளலாம்.

இதில் போலந்தின் குறுக்குப் புத்தி இன்னும் பிரமாதம். ரஷ்ய எண்ணெயை ஆசிய நாடுகளுக்குக் கொடுத்துவிட்டுக், காலியாகத் தானே திரும்புகின்றன கப்பல்கள்? இவற்றில் அரபு நாடுகளிலிருந்து எண்ணெய் நிரப்பி, போலந்திற்கும், லிதுவேனியாவுக்கும் வழங்கும்படி ஏற்பாடு செய்யப்பட்டுள்ளது. இதனால் இரட்டிப்பு லாபமடைகின்றனர் இந்த நாடுகளும், கப்பல் நிறுவனங்களும். இப்படித்தான் இன்றுவரை வெதுவெதுப்பாக இருக்கின்றது ஐரோப்பா. வரும் குளிர்காலத்தைச் சமாளிக்கவும் பீப்பாய்களை வாங்கி நிறைத்து விட்டாயிற்று.

ரஷ்யத் தானிய ஏற்றுமதிக்கும் அனுமதியில்லை. இதில் போர்ச்செலவுகள் வேறு அதிகரித்துக்கொண்டே செல்கிறது. முந்தைய வருடங்களைவிட இராணுவச் செலவுகள் 282% அதிகரித்திருக்கிறது. உள்நாட்டு இறக்குமதி அதிகரித்து, ஏற்றுமதி குறைகிறது. ரஷ்ய தனவான்கள், மத்திய அரபு நாடுகளுக்கும், தாய்லாந்திற்கும், தங்கள் பண மூட்டைகளோடு குடிபெயர்ந்து விட்டனர். வெளிநாடுகளில் இருக்கும் ரஷ்யச் சொத்துக்களும் முடக்கப்பட்டுள்ளன. இவையெல்லாம் பணவீக்கத்திற்கு வழிவகுக்கின்றன.

கடத்த ஜூன் மாதம், ரஷ்யாவின் வணிக நிலுவை பூஜ்யத்திற்கும் கீழே மைனஸில் சென்றுவிட்டது. அந்நியச் செலாவணி லாபம்,

சென்ற வருடத்தைவிட 93% குறைந்துள்ளது. பொருளாதாரத் தடைகளின் ஒட்டுமொத்த விளைவாகவே இது காணப்படுகிறது.

இந்தியரஷ்ய எண்ணெய் வர்த்தகம்

30% தள்ளுபடி விலையில் இந்தியாவிற்கு எண்ணெய் விற்றது ரஷ்யா. இதனால் இரண்டிலிருந்து நாற்பத்தைந்து சதவீதமாக உயர்ந்திருக்கிறது ரஷ்ய எண்ணெய் இறக்குமதி. ரூபாயில் எண்ணெய் வாங்குகிறோம். நிறைய பில்லியன் ரூபாய்கள் சேர்ந்தாயிற்று ரஷ்யாவிடம். அதைக்கொண்டு இந்தியச் சந்தையில் வாங்குமளவு ஏதுமில்லையே? ரூபாய்களை வைத்துக்கொண்டு ரஷ்யா என்ன செய்யும்? சீனாவின் யுவானில் பணம் செலுத்தச் சொல்கிறது. இந்தியாவிற்கு இதில் விருப்பமில்லை.

நிலையான கட்டண முறை இங்கு தேவைப்படுகிறது. டாலரை ஒழிக்கவேண்டும் என்ற ஆசை போதுமா? அதற்கிணையான, நிலையான மாற்றுச் செலாவணி வேண்டாமா? டாலருக்குப் பதில் ரூபிளோ, ரூபாயோ, யுவானோ வருவது, மாறுவேட வல்லரசுக்கே வித்திடும். சாத்தானிடமிருந்து ஆட்சியைப் பறித்து, பாம்பிடம் ஒப்படைத்த மாதிரி ஆகிவிடும். பலமுனை உலக ஒழுங்கு சாத்தியப்படாது. பிரிக்ஸ் போன்ற நாணயம் வந்தால் தீர்வு கிடைக்கலாம். கூடவே இன்னும் பெரிய தலைவலிகளும்.

ஆடி மாதம் முடிந்தவுடன், தள்ளுபடியும் குறைகிறது. 4% ஆகிறது. எண்ணெய்க் கப்பல்களும், காப்பீடு நிறுவனங்களும் பெரும்பாலும் ஜி7 நாடுகளுடையவை. இதனால், 60 டாலருக்கு மேலே எண்ணெய்ப் பீப்பாய் விற்றால், கப்பல்களுக்குக் காப்பீடு கிடையாது. இதனால் முளைத்தவை, ரஷ்யாவின் சொந்த எண்ணெய்ப் போக்குவரத்துக் கப்பல்கள். பெரிய காப்பீடுகளெல்லாம் கிடையாது. அதனால் இனி போக்குவரத்துச் செலவுகளுக்குத் தனி ரசீதாக, ஒரு பீப்பாய்க்கு 11-19 டாலர் இந்தியாவைக் கட்டச் சொல்கிறது. இது முழுக்க முழுக்க ரஷ்யாவை மட்டுமே நம்பியிருக்கும் ஒருவகையான கள்ளச்சந்தை. இவ்வளவு இக்கட்டில் ரஷ்யாவிடமிருந்துதான் நாம் எண்ணெய் வாங்க வேண்டுமா?

சீனா, துருக்கி, பல்கேரியா, பாகிஸ்தான் அனைவரும் நம்மைவிடக் குறைவாகத்தான் வாங்குகிறார்கள். ஐரோப்பிய நாடுகள் போட்டியிலேயே இல்லை. சீனாவும் எண்ணெய் தேவையின் உச்சத்தை அடைந்துவிட்டது. இந்தியா மட்டும் தான் 45% ரஷ்யாவின் கள்ளத்தோணியை நம்பியிருக்கிறது. பேசுபவர்கள் பேரம் பேசினால், விலைத் தள்ளுபடிக்கு இன்னும் வாய்ப்புகள் இருக்கின்றன. இக்கட்டான நேரத்தில், நட்புகள் அவசியமாகின்றன.

ரஷ்ய மேம்பாட்டிற்கான வழிகள்

எண்ணெய் மற்றும் எரிவாயுவிலிருந்து கிடைக்கும் வருவாய், பாதியாகிவிட்டது ரஷ்யாவிற்கு. ஒபெக் உடன்படிக்கைபடி, ரஷ்யாவும், சவூதி அரேபியாவும் எண்ணெய் உற்பத்தியைக் குறைந்திருக்கிறார்கள். மேற்குலகின் விலை உச்சவரம்பைச் சமாளிக்க, இதுவும் தேவையானதே. மூலதனங்கள் அதிகமானால், நல்ல வழி பிறக்கும்தான். ஆனால், இப்போதைய நிலையில் யார் ரஷ்யாவை நம்பி மூலதனம் செய்வார்கள்?

இஸ்லாமிய வங்கி முறையைப் பரிசோதனை செய்ய, ரஷ்ய அதிபர் சட்டத்திருத்தம் கொண்டு வந்துள்ளார். ஷரியா சட்டப்படி, இந்த வங்கிகளில் வட்டி வாங்கவும் மாட்டார்கள், கொடுக்கவும் மாட்டார்கள். அதற்குப்பதில், லாப, நஷ்டத்தில் பங்கு போட்டுக்கொள்வார்கள். திண்ணமான சொத்துக்கள் மட்டுமே மூலதனமாகக் கருதப்படும். முஸ்லிம்கள் அதிகம் இருக்கும் தத்தர்ஸ்தான், பஷ்கர்தஸ்தான், செச்சனியா மற்றும் தகிஸ்தான் பகுதிகளில் இது நடைமுறைக்கு வரும். இதன்மூலம், 40 சதவீத வளர்ச்சி எதிர்பார்க்கப் படுகிறது. வளர்ந்து வரும் இத்துறைக்கு அரசுரீதியான ஒழுங்குமுறை அவசியமாகிறது. மேற்குலகை விலக்க, கிழக்கு நாடுகளுடன் உறவை வலுப்படுத்தும் எந்தவொரு வாய்ப்பையும், ரஷ்யா புறந்தள்ளுவதில்லை. மத்தியக் கிழக்கின் ரஷ்ய முதலீடுகளுக்கும் இது வழிவகுக்கும். சிறிய மற்றும் நடுத்தர ரஷ்ய நிறுவனங்கள் இதனால் பெரிதும் பயன்பெறலாம். முன்னேற்றம் நடந்தால் சரி.

இன்னொரு வழி இருக்கிறது. நிச்சயமாக இவற்றை நிவர்த்தி செய்யும் வழி. சொன்னால் கேட்கும் மனநிலையில்தான்

யாருமில்லை. இராணுவச் செலவுகளைக் கட்டுப்படுத்துதல். போரை நிறுத்துதல். சொந்த நாட்டைப் பணயம் வைத்தா, அண்டை நாட்டுக்கு இம்சை கொடுக்க வேண்டும்? சமாதான உடன்படிக்கைப் பக்கங்களில், இன்னும் இடமிருக்கிறது. என்ன வேண்டுமோ, எழுதிக்கொண்டு இரு நாடுகளையும் கட்டியெழுப்பும் வழியைப் பார்க்கலாம். அதுதான் உருப்படுகிற வழி.

29. நடுங்க வைக்கும் நாசகாரக் கூட்டணி

'உலகமே உன்னை எதிர்த்தாலும், துணிந்து நில்' என்பார்கள். இத்தகைய துணிச்சலுடையவர் கிம் ஜோங்-உன், வடகொரிய அதிபர். இவருக்கு சற்றும் சளைக்காதவர், ரஷ்ய அதிபர் விளாதிமிர் புதின். வடகொரியா உருவாக உறுதுணையாக இருந்தது அன்றைய சோவியத். அதற்கான நன்றிக்கடனைச் செலுத்தும் சந்தர்ப்பம் இப்போது அமைந்துள்ளது வடகொரியாவிற்கு. இந்த இருவர் சந்திப்பின் விளைவுகளை உன்னிப்புடன் எதிர்நோக்குகிறது, உக்ரைனும் உலகமும்.

ரஷ்யாவின் விளாடிவோஸ்டாக் நகரில், செப்டம்பர் மாதம் 10-13 தேதிகளில் கிழக்குப் பொருளாதார மன்றம் நடக்கவுள்ளது. வட கொரியாவிலிருந்து 400 மைல், தனது பிரத்யேக குண்டு துளைக்காத இரயிலில் பயணித்து, இதில் கலந்து கொள்கிறார் வடகொரிய அதிபர் கிம். ரஷ்ய அதிபர் புதின், இவருக்கு வரவேற்பளித்துச் சந்திக்கவுள்ளார். கொரோனாவிற்குப் பிறகான அதிபர் கிம்மின், முதல் வெளிநாட்டுப் பயணம் இது. இருவருக்கும் பரஸ்பர உதவிகளைப் பெற்றுத் தரப்போகும் சந்திப்பு. குண்டுகள், வெடிமருந்துகள் கொடுத்துதவும் வடகொரியா. பதிலுக்கு உணவு, எண்ணெய் மற்றும் இராணுவத் தொழில் நுட்பங்களைப் பகிர்ந்து கொள்ளும் ரஷ்யா. ஒப்பந்தங்கள் விவாதிக்கப்படும்.

அதன்பின்னர் இருவரும், அருகிலிருக்கும் ரஷ்ய பசிபிக் கடற்படையின் கப்பல்துறையைப் பார்வையிடுவார்கள். தற்போதுகூட, நீர்மூழ்கிக் கப்பலைக் கொண்டு அணுஆயுதத் தாக்குதல் ஒன்றைச் சோதித்துப் பார்த்திருக்கிறது வட கொரியா. இதன் விதவிதமான ஆயுத சோதனைகளில், புதிய சேர்க்கை இது. ரஷ்யக் கடற்படை மாதிரிகளைக் கண்டு, குறிப்பெடுத்துக் கொள்ள இந்த மேற்பார்வை வசதியாக இருக்கும்.

ஏற்கெனவே ஜூலை மாதம் ரஷ்யாவின் பாதுகாப்புத்துறை அமைச்சர் செர்கேய் ஷோய்கு, வடகொரியா சென்றிருந்தார். சீனாவின் அமைச்சரும் வருகைதர, அதிபர் கிம்முடன் தோளோடு தோளாக இருபக்கமும் நின்று புகைப்படம் எடுத்துக்கொண்டனர். பின்னர் தங்களின் ஆயுதக் கண்காட்சியை சுற்றிக் காட்டினார் கிம். அப்போதே விண்டோ ஷாப்பிங் செய்தாகிவிட்டது. இனி அதிபர்கள் கையெழுத்திட்ட பின், சரக்குகளை இறக்குமதி செய்ய வேண்டியதுதான் பாக்கி. இதற்குள்ளாக அதிபர் கிம்மே நேரில் சென்று, ஆயுத நிலையங்களைப் பார்வையிட்டு, உற்பத்தியை முடுக்கி விட்டிருக்கிறார். எல்லாம் தயார் நிலையில் உள்ளன.

இதே இடத்தில் ஏப்ரல் **2019**-ஆம் ஆண்டு இவர்கள் சந்தித்துக் கொண்டனர். வாக்னர் படைகளுக்குத் தேவையான ராக்கெட் மற்றும் ஏவுகணைகள் விநியோகிக்கப்பட்டன. இப்போதும் ஆயுத வர்த்தகம் கூடாதென்று வடகொரியாவிற்கு எச்சரிக்கை விடுத்திருக்கிறது அமெரிக்கா. அதைப்பற்றி இவர்களுக்கு என்னக் கவலை? இருவருக்குமான பொது எதிரியாயிற்றே அமெரிக்கா. தள்ளி வைத்த பிறகென்ன சட்டம் போடுவது?

வட கொரியாவின் பின்னணி

வடகொரியாவை உலகமே தள்ளி வைத்துவிட்டது. அந்நாட்டுடன் யாரும் எந்த வர்த்தகமும் புழங்கக்கூடாது. இது ஐநா சபை மற்றும் அமெரிக்காவின் தீர்மானம். தங்கள் விசுவாசத்தைக்காட்ட மேற்குலக, ஐரோப்பிய ஒன்றிய நாடுகள், ஆஸ்திரேலியா, தென் கொரியா, ஜப்பான் நாடுகளும் இதையேப் பின்பற்றுகின்றன. அப்படி என்ன செய்துவிட்டது வடகொரியா?

இரண்டாம் உலகப்போருக்கு பிறகு, கொரியா இரண்டுபட்டது. வட கொரியாவில் சோவியத்தும், கம்யூனிசமும் நிறுவப்பட்டது. தென் கொரியாவில் அமெரிக்காவும், ஜனநாயகமும் குடிகொண்டது. கொரியாவை இணைக்க, வடகொரிய அரசர் தென்கொரியாவை ஆக்கிரமிக்க, கொரியப்போர் (1950- 1953) நடந்தது. சோவியத்தும், சீனாவும் வடகொரியாவிலிருந்து அமெரிக்காவை விரட்டியடித்தன. போர் நிறுத்தம் செய்யப்பட்டு, எந்த உடன்பாடும் இன்றி இராணுவமற்ற பகுதி மட்டும் எல்லையானது. ஐந்து மில்லியன் மக்களும், வீரர்களும் இறந்ததுதான் மிச்சம்.

அதிபர் கிம்மின் பரம்பரை தான் வடகொரியா எனும் நாடு உருவானதிலிருந்து (1948) ஆட்சி செய்கிறது. அதற்குமுன் ஜப்பானியக் காலனித்துவ ஆட்சி நடந்தது. இவர்கள் அரை தெய்வீக வம்சத்தைச் சேர்ந்தவர்கள் என்று புராணங்கள் கூறுகின்றன. அதனால்தான், இன்றும் உள்நாட்டில் கடவுளுக்கு நிகராக வணங்கப்படுகிறார்கள். மொத்த நாட்டையும் ஐம்பது குடும்பங்கள் (2000 பேர்), தங்கள் செல்வாக்கின் மூலம் கட்டுப்பாட்டுக்குள் வைத்திருக்கின்றன.

இங்குதான் பிரவேசிக்கிறார் நம் துணிச்சல் நாயகன் கிம் ஜோங்-உன். தனது இருபத்தியேழாம் வயதில் வட கொரிய அரியணை ஏறியவர் (2011). இந்த வட்ட உருவம்தான், உலகையே கட்டம் கட்டி அடிக்கப்போகிறது என்பதை யாரும் எதிர்பார்க்கவில்லை.

சுவிட்சர்லாந்தில் மேற்குலக வாடை படாமல் கல்வி. தாய் நாட்டின் தலைநகர் பியோங்யாங் இராணுவப் பல்கலைக் கழகத்தில் மேற்கல்வி. ‘இராணுவத்திற்கே முதன்மை’ என்ற கோட்பாட்டில் உறுதிகொண்டவர். அதுதான் இத்தனைப் பிரச்சனைகளுக்கும் முதற்காரணி.

அமெரிக்கா, கொரியப்போரில் அடிபட்ட சிங்கம். கிழக்காசியப் பகுதியில் இரட்டைவடச் சங்கிலி அமைத்துக் காத்திருப்பதை ஏற்கெனவே பார்த்தோம் இல்லையா? தென் கொரியாவுடனும் தீவிர நட்பில் இருக்கிறது. இவர்கள் நடுவில் வடகொரியா எனும் நாடு பிழைத்திருக்க உத்திரவாதம் தருவது - அணு ஆயுதங்களே! இன்று வல்லரசுகளும் இத்தனை சிறிய

வடகொரியாவைப் பார்த்துப் பயப்பட இதுவே முழுமுதற் காரணமும் கூட.

வடகொரியா, அணு ஆயுதப் பரவல் தடை ஒப்பந்தத்தில் கையெழுத்திட்டுப் (1985), பிறகு விலகிக் கொண்டது (2003). இந்தக் கையெழுத்தால், பிற நாடுகள் பட்டபாட்டிலிருந்து பாடம் படித்திருந்தார்கள் வடகொரியா. அடுத்த மூன்று ஆண்டுகளில் (2006) முதல் அணுஆயுத சோதனையை நடத்தியது. ஐநா பாதுகாப்பு கவுன்சிலும், வடகொரியாவிற்கு எதிராகத் தடைகள் விதித்தது. ஆயுதங்கள், இராணுவ தொழில்நுட்பம், ஆடம்பர பொருட்களுக்குத் தடை. சற்றும் சளைக்கவில்லை வடகொரியா. இவர்களின் சைபர் தாக்குதல்களும் உலகளவில் பிரபலம் (உதாரணம் - 2017 'வான்னா க்ரை').

அணு ஆயுத சோதனையைத் தொடரத்தொடர, ஐநாவும், அமெரிக்காவும் தடைகளையும் அதிகரித்துக் கொண்டே போனது. நிலக்கரி, இரும்பு, கடல் உணவு, கனிமங்கள், எண்ணெய் இறக்குமதி, உலோகம், விவசாயம் மற்றும்

தொழிலாளர் ஏற்றுமதி என எல்லாவற்றுக்கும் தடை. இன்னும் கூடுதல் தடைகளிலிருந்து சீனாவும், ரஷ்யாவும் தங்கள் வீட்டோ அதிகாரத்தை பயன்படுத்தி, சென்ற வருடம் காப்பாற்றின.

வாரம் ஒருமுறை, ஏதாவதொரு ஏவுகணை அல்லது உளவு செயற்கைக்கோள் அல்லது இராணுவ ஒத்திகை அல்லது அணுஆயுதத் தாக்குதல் ஒத்திகை - இவற்றில் ஏதாவதொன்றைப் பரிசோதித்துக் கொண்டே இருக்கிறது வடகொரியா. வெற்றியோ, தோல்வியோ, முயற்சி முக்கியம். பதிலுக்கு தென் கொரியா, அமெரிக்கா, ஜப்பானும் ஒத்திகைகள் நடத்துகின்றன. யார், எப்போது ஆரம்பித்தது என்று தெரியாத அளவிற்கு நிலைமை சென்றுவிட்டது.

மக்களும் இருக்கிறார்கள் வடகொரியாவில்

உலகின் இரகசியமான இடம் வடகொரியாதான். ஏதாவது பிரச்சனை என்றால், அங்கு சென்று ஒளிந்து கொள்ளலாம். உங்கள் எதிரிகள் உங்களைத்தேடி வர முடியாது. உங்கள் விலாசமும் அதற்குப்பிறகு யாருக்கும் கிடைக்காது. கொரோனா

என்றவுடன், எல்லைகளை இழுத்துச் சாத்திவிட்டது வடகொரியா. கொரோனாவைக் கையாளும் சுகாதார வசதிகள் இல்லை என்றது. உண்மைதான். சுகாதாரம் மட்டுமா இல்லை அந்நாட்டில்?

பொருளாதாரத் தடைகள், கொரோனாவால் மூடப்பட்ட எல்லைகள், சீனாவுடனான நின்றுபோன வர்த்தகம், வறட்சி, சூறாவளிப் புயல்மழை - இவையனைத்தின் உன்னதக் கொடைகள் - உணவுப் பற்றாக்குறையும், ஊட்டச்சத்துக் குறைபாடும். பஞ்சத்தை எதிர்நோக்கி இருக்கிறது நாடு. 5 மில்லியன் உணவுத் தேவையுள்ள நாட்டில், 4 மில்லியன் மட்டுமே உற்பத்தி சாத்தியமாகிறது. உணவு இறக்குமதிகள் போதவில்லை. கச்சா எண்ணெய் மற்றும் பெட்ரோலிய இறக்குமதித் தடைகள், விவசாயத்தைப் பாதித்து விட்டன. சீனா, ஆப்பிரிக்கா, மத்தியக் கிழக்கு நாடுகளில் கள்ளச்சந்தை நடக்கிறது. இருப்பினும் உள்நாட்டுத் தொழில்களான ஜவுளி, மீன்பிடி, நிலக்கரி மீதான தடைகள், பொதுமக்களை வெகுவாக பாதிக்கிறது. மனிதாபிமான உதவிகள் இந்நாட்டு மக்களைச் சென்றடைய 10 மாதங்கள் கூட ஆகிறது!

குழந்தைகள், கர்ப்பிணிப் பெண்கள், பாலூட்டும் தாய்மார்கள், முதியோர் என பட்டினியில் சமநிலை. நாளைய தலைமுறை இதில்தான் வளர்ந்து வருகிறது. உணவின் உற்சாகத்தைவிட, உணவின்மையின் உக்கிரம் அறிந்தவர்கள். இவர்களுக்கு இதைத்தான் விதைத்திருக்கிறோம். இதே உக்கிரத்தை இவர்களிடமிருந்து அறுவடை செய்யவும் காத்திருப்போம்.

2018-ஆம் ஆண்டு தென் கொரியாவுடன் சமாதானப் பேச்சுவார்த்தைக்கு சம்மதித்தன இருநாடுகளும். அன்றைய அமெரிக்க அதிபர் டொனால்ட் டிரம்ப் தலைமையில், ஒரே தேசியக்கொடியுடன் எல்லாம் வலம் வந்தார்கள். சிங்கப்பூரில் அதிபர் கிம்மும், அதிபர் டிரம்ப்பும் சந்தித்துப் பேசினர். தென் கொரியாவுடன் செய்யும் இராணுவ ஒத்திகைகளை, நிறுத்தி வைத்தார் டிரம்ப். வடகொரியாவும் அணு ஆயுதத்தை முழுமையாக ஒரேமூச்சில் கைவிடவேண்டும் என்றார். பொருளாதாரத் தடைகளை நீக்க வலியுறுத்தினார் கிம். சமரசம் என்பது படிப்படியாக நடக்கக்கூடிய சமாசாரம்

என்பதில் இருவருக்கும் நம்பிக்கையில்லை. மீண்டும் பழைய நிலை. இவர்களால் தங்கள் வாழ்க்கைத்தரம் உயரும் என்று, மக்களுக்கும் நம்பிக்கையில்லை.

விடிவு தருமா பரஸ்பர வர்த்தகம்?

உக்ரைன் மற்றும் ரஷ்யா என்ற இரு நாடுகளுக்கிடையே தான் போர் நடக்கிறது. நேட்டோவில் இல்லாவிட்டாலும், நேட்டோ நாடுகள் உக்ரைனுக்கு சகல உதவிகளையும் செய்கின்றன. வல்லரசான ரஷ்யாவும், இரண்டு வருடங்களாகத் தனியாகத் தாக்குப்பிடித்து வந்தது. மறைமுகமாக உதவிகள் கிடைத்தாலும், பெரும்பான்மையான ஆயுதங்கள் ரஷ்யாவின் இருப்பிலிருந்தே பயன்படுத்தப்பட்டன. இப்போதும் ஆயுதங்கள் தயார். அதற்குக் குண்டுகள்தான் பற்றாக்குறை. நேட்டோவின் நிலைமையும் அப்படியே. இரண்டு அணிகளும், அதனதன் நட்பு நாடுகளிடமிருந்து உதவிகள் பெறுகின்றன.

பிச்சைக்காரன் கையிலிருக்கும் துப்பாக்கியும் சுடத்தானே செய்யும்? அதுதான் ஆயுதத்தின் வலிமை. பணமிருக்கும் செழித்த நாடுகள் மத்தியில் அறியப்பட, ஒன்று பணமிருக்க வேண்டும். இல்லை அவர்களுக்கு நம்மீது பயத்தை உண்டாக்க வேண்டும். இரண்டாவதைத் தன் விடாமுயற்சியால் ஏற்படுத்திக் காட்டியிருக்கிறார் வடகொரிய அதிபர் கிம். நல்லவனாகத் தன் வேலையை மட்டும் பார்த்துக் கொண்டு, இந்தியா போல இருந்தால் மட்டும் போதாது. வல்லரசுப் பட்டியலில் இணையும் பயணத்தை, எந்தப் புள்ளியிலிருந்தாவது தொடங்க வேண்டியிருக்கிறது. இல்லையென்றால், ஆப்பிரிக்காவின் குட்டிக்குட்டி நாடுகள்போல என்றோ பெயர்தெரியாமல் போயிருக்கும் வடகொரியா.

சோவியத், சீனா நாடுகளிடம் உதவி பெற்றுவந்த நிலையில், வடகொரியா இன்று உதவி புரியும் நிலைக்கு வந்துள்ளது. இந்த அரிய வாய்ப்பை நிச்சயம் நழுவ விடாது வட கொரியா. உக்ரைனின் எதிர் தாக்குதலுக்கு, வாக்னர் படையில்லாமல் ஈடுகட்ட, ரஷ்யாவிற்கும் இது முக்கியமாகிறது. வட கொரிய பீரங்கி மற்றும் வெடிமருந்துகள் தரமானவை என்கின்றனர் வல்லுநர்கள். கொரியப் போரில் சோவியத் அளித்தவைகளின்,

மாதிரிதான் இன்றும் தயாரிக்கப்படுகின்றன. எந்த மாறுதலும் செய்யாமல், 152 மிமீ மற்றும் 122 மிமீ குண்டுகளை, ரஷ்ய ஆயுதங்களில் உபயோகிக்க முடியும். கொண்டு சேர்க்கும் தளவாடங்களைத் துரிதப்படுத்தினால் போதும்.

பேரம் பேசும் அந்தஸ்திற்கு உயர்ந்துள்ளது வடகொரியா. படைபலத்தைக் கொண்டு, இனி தன் பணபலத்தை அதிகரித்துக் கொள்ளும். மக்கள் வாழ வழிசெய்கிறதோ இல்லையோ, இராணுவத் தொழில்நுட்பத்தைக் கட்டாயம் மேம்படுத்திக் கொள்ளும். இன்னும் பல வெற்றிகரமான ஏவுகணைகள், உளவு செயற்கைக் கோள்கள், நீர்மூழ்கி அணுஆயுதங்கள், கண்டம் விட்டு கண்டம் பாயும் ஆயுதங்கள் என விதவிதமாக உருவாக்கும். இவற்றை வைத்துக்கொண்டு சீக்கிரமே வல்லரசுப் பட்டியலில் பின்வந்து சேர்ந்து கொண்டாலும் ஆச்சரியப்படுவதற்கில்லை.

ரஷ்யாவும், வட கொரியாவும், கூட்டு இராணுவப் பயிற்சி நடத்தும் சாத்தியங்கள் உண்டு. ரஷ்ய அமைச்சரான செர்கேய் ஷோய்குவும் இதைப் பெரிதாக ஒன்றும் மறுக்கவில்லை. "அண்டை நாடுகளுடனான கூட்டுப்பயிற்சிக்கு, நாங்கள் ஏன் தயங்க வேண்டும்? ஒரு ரஷ்யப் பழமொழி உண்டு - உங்கள் அண்டை வீட்டுக்காரனை நீங்கள் தேர்ந்தெடுக்க முடியாது. அதனால் அவனுடன் சமாதானமாக வாழ்வதே உத்தமம்." என்று தத்துவம் பேசுகிறார்.

அழகிப்போட்டிகள் போல ஆயுத ஒத்திகைகள் நடத்தி, நாங்களும் தயாராக இருக்கிறோம் என்று காட்டிக்கொள்ள வேண்டிய நிலையிலிருக்கிறது உலகம். போரைத் தூண்டும் டீசர்கள் இவை.

"ரஷ்யா, வட கொரியா, சீனா, ஈரான் போன்ற நாடுகள் பொதுவான பண்புகள் உடையவை - அடக்குமுறை, ஆக்கிரமிப்பு. சொந்த நாட்டு மக்களே இவர்களிடமிருந்து வெளியேறத் துடிக்கிறார்கள். ரஷ்ய, சீனப் பொருளாதாரமும் இப்போது வீழத்தொடங்கி இருக்கிறது" என்கிறார் ஜப்பானுக்கான அமெரிக்கத் தூதர் இம்மானுவேல். ஒருவகையில் தென் ஆப்பிரிக்கா உடனான ரஷ்யாவின் உறவு போன்றதில்லை இது. வடகொரியாவை ஆயுதங்களுக்காக

சார்ந்து இருக்கப்போகிறது ரஷ்யா. ஆயுதங்கள் கூர்மையானவை.

புதின் - கிம் இரண்டு ஆளுமைகளும் சாதாரணமானவர்கள் அல்ல. இருவருக்கும் எதிரிகளை விட்டுவைக்கும் பழக்கம் இல்லை. அவரவர் நாட்டை உலக அரங்கில் வலிமையாக்க, இவ்வகைக் கட்டமைப்புகள் தேவைப்படுகிறது. உலகம் அனுமானிக்கும் இவைகளை மட்டுமே இவர்கள் விவாதிப்பார்கள் என்றில்லை. இதைவிடவும் மறைமுகத் திட்டங்கள் பெரும்பாலும் இருக்கக்கூடும். அவை நிறைவேறின பின்பே உலகத்திற்கு தெரியவரலாம்.

அமெரிக்காவும் உக்ரைனுக்காக, தென் கொரியா மற்றும் பாகிஸ்தானிடமிருந்து குண்டுகள் வாங்குகிறது. ரஷ்யா குண்டுகள் வாங்குவதல்ல இங்குப் பிரச்சனை. அமெரிக்காவின் தடைகளை மீறி, வடகொரியாவிடம் வாங்குவதுதான் பிரச்சனை. பொருளாதாரத் தடைகள் மதிக்கப்படுவதில்லை என்பது வெட்டவெளிச்சம் ஆகிவிடும் என்பதே கவலை. இப்படியே மதிப்பின்மை அதிகரித்துக் கொண்டே போனால், எப்படி உலகின் தாதாவாக நாளையும் வலம் வருவது? உலகத்தின் நாடுகளைத் தள்ளிவைத்துக் கொண்டே போகிறது மேற்குலகம். தள்ளி வைத்தவர்கள் எல்லாம் ஒன்றுகூடி விட்டால், பிறகு யார் தனிமையில் இருக்கப் போகிறார்கள்?

மூன்றாவது உலக யுத்தத்தின் ஒரே களமாக உக்ரைன் இன்றுவரை இருந்து வருகிறது. உக்ரைன் அதிபர் ஜெலன்ஸ்கி சொல்வதுபோல, போர் மாஸ்கோ பக்கம் முழுவதுமாக நகர்ந்தால், பிறகு எதற்கும் உத்திரவாதம் இல்லை. மரியாதையின் நிமித்தம்தான் அடங்கியிருப்பார்கள். மரியாதையை இழந்து விட்டால், வேறெதுவும் அவர்களைக் கட்டுப்படுத்த முடியாது.

30. பிள்ளை புடிக்கும் பூச்சாண்டி

தேசியகீதம் முழங்க, ரஷ்யாவின் மூவர்ணக்கொடி கம்பத்தில் தவழ்ந்தேறியது. வலது கைச்சட்டையில் ஜீ முத்திரையோடு வரிசையில் சிறுவர் சிறுமியர். தேசியக்கொடிக்கு மரியாதை செலுத்த நிறுத்தப்பட்டிருக்கிறார்கள். எவரது உதடும் அசையவில்லை. ஒரு சிறுமி தன் இருகாதுகளையும் பொத்திக் கொள்கிறாள். அவமானத்தால் கேமரா வேறுதிசை திரும்புகிறது.

ரஷ்யா ஆக்கிரமித்திருந்த கெர்சோன் பகுதியின் நிகழ்வு இது. உக்ரைனியச் சிறார்களுக்கு ரஷ்ய தேசப்பற்றை ஊட்டித்திணிக்கும் முயற்சி. கெர்சோனை மீட்டெடுக்க முடிந்த உக்ரைனால், அந்நிலத்தின் குழந்தைகளை இன்னும் வீடு சேர்க்க முடியவில்லை.

கொரோனாவால் முடங்கிப்போனது உலகம். அதைத்தொடர்ந்த, போரில் தொலைந்தது குழந்தைகளின் உலகம். பள்ளி, நண்பர்கள், விளையாட்டு, என அனைத்தும் கனவாயின. சுவர்களும், கைபேசியும் மட்டுமே கண்களை நிறைத்தன. ஆட்சி மாறியபின், காட்சிகளும் மாறின. ரஷ்ய ஆக்கிரமிப்புப் பகுதிகளில் இலவச முகாம்கள் திறந்தன. வீட்டிற்குள் அடைந்திருக்கும் குழந்தைகளை இவை ஈர்த்தன. இரண்டு

வார முகாமென்று அனுப்பிய பெற்றோர்கள், மாதக் கணக்கில் அவர்களைத் தேடி வருகின்றனர். உக்ரைன் நிலங்களுடன் சேர்த்து குழந்தைகளும் ரஷ்யாவால் உடைமையாக்கப் பட்டனர்.

"சீக்கிரம், சீக்கிரம்", என்றனர் ஆயுதம் ஏந்திய ரஷ்யப் படையினர். துப்பாக்கிக்குக் கட்டுப்பட்டு பதிமூன்றுக் குழந்தைகள் வண்டியில் ஏறினார்கள். பதினைந்து வயது சாஷாவும் அர்ச்சோமும் உட்பட. மனநலம் குன்றிய இவர்களுக்குப் புரிந்ததெல்லாம் ஒன்றுதான். அவர்கள் வீட்டுக்குச் செல்லும் பாதையில் செல்லவில்லை. அதன் பிறகு வீட்டிற்கும் செல்லவில்லை. ரஷ்ய ஆக்கிரமிப்பு விடுதிகளுக்கு மாற்றப்பட்டனர். அவர்களது வீடுகள் போரில் அழிந்து விட்டதாக சொல்லப்பட்டது. திரும்பிப்போக வீடுகளும், அதிலிருந்த பெற்றோர்களும் இனியில்லை என்பதைப் புரிந்து கொண்டார்கள்.

உக்ரைனிலிருந்து 20,000 குழந்தைகள் நாடு கடத்தப்பட்டுள்ளனர் என்கிறது ஒரு அறிக்கை. எண்ணிக்கை பலமடங்கு உயரவே சாத்தியமுண்டு என்கின்றனர், மனித உரிமைப் பணியாளர்கள். போர் பதற்றம், குழந்தைகளின் பாதுகாப்பு என ரஷ்யத்தரப்புக் காரணங்கள் அடுக்கப்படுகின்றன. பெற்றோர்கள் நேரில் வந்தால் மட்டுமே குழந்தைகள் ஒப்படைக்கப்படுவர். இரு எல்லைகளைக் கடந்து, ரஷ்யப் பகுதிகளுக்குச் செல்வது எளிதல்ல. அரசின் விதிகளும், பயண நிதிகளும், பெற்ற மனதையே கல்லாக்கி விடும். 18-60 வயது வரையான ஆண்கள், உக்ரைன் நாட்டை விட்டு வெளியேறத் தடை உள்ளது. பெண்கள் மட்டுமே தங்கள் குழந்தைகளை மீட்டெடுக்க முடியும். சொத்தை விற்று, பல்லாயிரம் மைல் பயணத்திற்குப் பிறகும், உயிர் பிழைத்திருந்தால் மட்டுமே இது சாத்தியம்.

இந்தச் சட்டங்களை சாத்தியமாக்கியவர், மரியா லிவோவா பியூலோவா. ரஷ்யாவின் குழந்தைகள் உரிமை ஆணையர். இந்தப் பாவத்திற்காகவே முழுநேரம் உழைப்பவர். ரஷ்ய அதிபர் புதினுடன் சேர்த்து, இவரும் போர்க் குற்றவாளியென அறிவிக்கப்பட்டார். இவர்கள் இருவரும் நலம். கடத்தப்பட்ட குழந்தைகள்தான் இன்னும் வீடு திரும்பவில்லை.

அதிர்ஷ்டமோ, புண்ணியமோ - இவைகளில் ஏதோ ஒன்று சாஷாவைக் காப்பாற்றியது. அர்ச்சோம் இன்னும் பெரேவால்ஸ்கில், அம்மா உயிருடன் இருக்கப் பிரார்த்தனை செய்து கொண்டிருந்தான். ரஷ்யா ஆக்கிரமித்திருக்கும் டோன்பாஸ் பகுதி அது. ரஷ்யப் போர் வீரர்களுக்கு வீரவணக்கமும், நன்றிக்கடனும் செலுத்தும் முறைகளைப் படித்துக் கொண்டிருந்தான். இந்தப் புகைப்படங்களை பெருமையுடன் வெளியிட்டது பள்ளியின் இணையத்தளம். இதுவே சாஷா இவன் இருப்பிடத்தை அடையாளம் காண உதவிற்று. பிரார்த்தனைகள் வீண் போகவில்லை. அர்ச்சோமின் அம்மா, தன் மகனை மீட்டுக்கொண்டு வரக் கிளம்பினார்.

அர்ச்சோமும், அம்மாவும் நான்கு மணிநேரப் பயண தூரத்தில் பிரிந்திருந்தார்கள். சேர்த்துவைக்கப் பாதைகள் தானில்லை. கார்கீவின் குப்பியான்ஸ்க் பகுதியிலிருந்து டோன்பாஸின் பெரேவால்ஸ்க் பகுதியை நான்கு மணி நேரத்தில் சென்றடைய முடியும். ஆனால் இருநாட்டுப் படைகளைக் கடப்பது சாத்தியமில்லை. அர்ச்சோமின் அம்மா தட்சியானா தளரவில்லை. உக்ரைனிலிருந்து தான் டோன்பாஸ் செல்ல அனுமதி இல்லை. ரஷ்யாவிலிருந்து செல்ல முடியுமே! சொத்துக்களை விற்றுத் திரட்டிக்கொண்டு அண்டை நாடான போலந்தை அடைந்தார். அங்கிருந்து பால்டிக் பகுதி வழியாக, நடைபயணமாய் ரஷ்யாவிற்குள் நுழைந்தார். இந்தப் பயணத்தில் உயிர் பிழைத்தால், அர்ச்சோமை மீட்க முடியும். நடக்கும் வழியெங்கும் சோதனைச் சாவடிகள். கம்பளி ஆடைக்குள் புதைந்திருந்த துப்பாக்கிக் காவலர்கள். உக்ரைன் படை நகர்வுகளைக் குறித்த அவர்களின் கேள்விகள்.

இவற்றுக்கும் மேலாக அம்மா தட்சியானாவை பயமுறுத்தியது இன்னொன்று. நாடுகடத்திய குழந்தைகளைப் புதிய ரஷ்யப் பெற்றோர்களுக்கு தாரை வார்த்த செய்திகள். அர்ச்சோம் போன்ற குழந்தைகளுக்குப் பரிசுகளும், பூங்கொத்தும், புதுப் பாசமும் காத்திருந்தன ரஷ்யாவில். ரஷ்யப் பெற்றோர்களுடன் புது நாட்டில் குடி வைக்கப்பட்டனர். ரஷ்யப் பிரஜைகளாக சட்டப்படி வளர்க்கப்பட்டனர். ரஷ்யப் பிரஜைகள் ஆனபிறகு, குழந்தைகளைக் கண்ணில்கூடக் காட்ட மாட்டார்கள்.

இதற்கான சட்டங்களைத் தான், மரியா பியூலோவா போர் தொடங்கியவுடன் முழுமூச்சில் எளிதாக்கினார். பாவத்தையும் சட்டப்படி நியாயப்படுத்தும் புனிதமான பணி செய்தார்.

அர்ச்சோமின் அம்மா நடைபயணத்தைத் தொடர்ந்தார். கண்முன்னே உயிர்விட்டனர் வயதான தாய்மார்கள். இவர்களுக்காகவும் பிரார்த்தனை செய்துகொண்டு, தளராமல் நாள்கணக்கில் நடந்தார். அர்ச்சோமைக் காணும்வரை நடந்தார். பெரேவால்ஸ்க்கில், அம்மாவிற்கான தினசரிப் பிரார்த்தனையில் ஈடுபட்டிருந்தான் அர்ச்சோம். கண்திறந்ததும் அழுதான். உச்சிமுகர்ந்து முத்தமிட்டு அணைத்துக் கொண்டாள் தட்சியானா. அழுகையும் பரவசமூட்டியது. சராமாரியாக நிர்வாகத்தைக் கேள்வி கேட்டார் தட்சியானா. எந்தக் கேள்விக்கும் அந்த ரஷ்யப் பள்ளியில் பதில் இருக்கவில்லை. அர்ச்சோம் மட்டுமே பரிகாரமாக அனுப்பப்பட்டான்.

மாதங்கள் கடந்தபோதும் இத்தருணங்களை நினைவுகூரும் தைரியம் வரவில்லை அர்ச்சோமுக்கு. மெல்லிய புன்னகையில் குமுறல்களை மறைத்து, விடைபெறுகிறான் அர்ச்சோம். ஆயிரக்கணக்கான அர்ச்சோம்கள் இன்னும் காத்துக் கிடக்கின்றனர். போர் முடிவதற்காக. அப்போதாவது தங்கள் வீட்டிற்கும், நாட்டிற்கும் திரும்பிச்செல்ல.

மருத்துவ மையங்கள், சிறார் சமூக மையங்கள், உறைவிடப் பள்ளிகள் - இவைதான் ரஷ்யாவின் எளிதான இலக்குகள். குழந்தைகளுக்கு மருத்துவ சிகிச்சை, மன அழுத்தச் சிகிச்சை என்றப் போர்வையில் இது தொடங்குகிறது. குணமடைந்து பழைய நிலைக்குத் திரும்பும்வரை சிகிச்சை தொடர்கிறது. பல்வேறு ரஷ்ய மையங்களில் தங்க வைக்கப்படுகிறார்கள். அங்குதான் மனமாற்றத்துக்கான சிகிச்சையும் நடக்கிறது. திரும்பிப்போக உக்ரைனில், எதுவும், யாருமில்லை என்று நம்ப வைக்கப்படுகிறார்கள். இத்தகவலை சரிபார்க்கக்கூட தொடர்பு நிலையற்றுப் போகிறார்கள் உக்ரைனியக் குழந்தைகள். மீட்பு அவ்வளவு எளிதல்ல என்று அவர்களுக்கும் புரிகிறது. உண்மையை ஏற்றுக்கொள்ளத் தொடங்குகிறார்கள்.

'உக்ரைனைக் காப்போம்' என்பன போன்ற பல அமைப்புகள், இவர்களை வீடு சேர்க்கப் பாடுபடுகின்றனர். பண உதவிகள்,

போக்குவரத்து தளவாடங்கள் என இயன்றதெல்லாம் ஏற்பாடு செய்யப்படுகிறது. குழந்தையின் இருப்பிடம் தெரிந்தால் மட்டுமே, இந்த உதவிகள் பயனளிக்கும். இன்னும் சிலபேர், பயமுறுத்திக் கடத்தப்பட்டிருக்கின்றனர். பெற்றோர்களைக் கொன்று விடுவதாகவோ; திரும்பிச் சென்றால் உக்ரைன் படைகள் இவர்களைக் கொன்று விடுவார்களெனவோ பொய்க்கதைகள். இதிலிருந்து தப்பிக்க ஒரே வழி, ரஷ்ய பிரஜை ஆவதுதான் என்று நம்ப வைக்கிறார்கள். இவற்றை ஆராய்ந்து பகுத்தறியும் நிலையில்லை, போர் தேசத்துக் குழந்தைகள். இவர்களின் இருப்பிடமும் அறியப்படுவதில்லை. காலங்கடந்து, ஒருவேளை உண்மை தெரியவரலாம். சொந்த நாட்டில் மீதம் ஏதேனும் இருந்தால், இவர்கள் திரும்பி வரலாம்.

குழந்தைக் கடத்தல் சங்கிலி வேகமாக வளர்ந்து வருகிறது ரஷ்யாவில். சமூக சேவகர்கள், மருத்துவமனை ஊழியர்கள், மருத்துவர்கள், சமூக மைய ஊழியர்கள் என அன்றாடம் சந்திக்கும் போர்க்கால ஊழியர்கள். கிரீமியா ஆக்கிரமிப்பின் (2014) போதே இது தொடங்கிவிட்டது. உக்ரைனியக் குழந்தைகள் இவர்களுக்கு இரட்டிப்பு லாபம் ஈட்டுகின்றனர். தத்துப் பெற்றோர்கள் ஒருபுறம், ரஷ்ய அரசு மறுபுறம். குழந்தை பராமரிப்புச் செலவுகளும் சேர்ந்து, அதிர்ஷ்டவசமான வாழ்க்கைக்குப் போதுமானதாகிறது.

மரியுபோல் நகரமே காலியாகத் தொடங்கியது, ரஷ்ய ஆக்கிரமிப்பால். மின்சாரத் துண்டிப்பால், உணவு மட்டுமல்ல, குளிரில் அங்கு தங்குவதே சிரமமாயிற்று. இவான் (17) மற்றும் மாக்சிம் (16) - பெற்றோர்கள் வாய்க்கப்படாத, தங்கும் விடுதி நண்பர்கள். விடுதி உரிமையாளரான பில்லே மட்டுமே, பெற்றோர் ஸ்தானத்தில் இருந்தவர். அவரிடம் மட்டும் சொல்லிக்கொண்டு, ஸாப்ரோசேஷியாவில் தஞ்சம்புக நடையைக் கட்டினார்கள். 200கிமீ தொலைவிலிருக்கும் நகரம். 20கிமீ நடந்ததும் ஓய்வு தேவைப்பட்டது. ஒரு மருத்துவமனையில் ஒதுங்கினார்கள்.

மேற்சொன்ன கடத்தல் சங்கிலியிலிருந்த மருத்துவர், இவர்களின் கேட்பாரற்ற நிலையைத் தெரிந்து கொண்டார். உடனே அங்கு ரஷ்ய சமூக சேவகர்களை வரவழைத்தார்.

ஓடோடி வந்து, காயம்படாத இருவரையும் ரஷ்யாவின் டொனெஸ்க் பகுதிக் குழந்தைகள் மருத்துவமனைக்கு அனுப்பி வைத்தார். தேவைப்படாத ஏதோவொரு சிகிச்சைக்காக, அங்கிருந்த ஒவ்வொரு மருத்துவமனையிலும் இருவரும், தங்க வைக்கப்பட்டனர். இவர்களைப் போல பலரையும் அங்கு சந்தித்தனர்.

ஒரேயொரு வாய்ப்பு கிட்டியது. "எப்படியாவது எங்களை இங்கிருந்துக் கூட்டிப்போய் விடுங்கள்," என்று பில்லேவிடம் தொலைபேசியில் கதறினார்கள். கேட்டவுடனே கிளம்பிவிட்டார், பில்லே. விடுதி உரிமையாளரான இவரும், ஒரு குழந்தையின் தகப்பன் தானே. இவருக்கும் நேரடி வழி சாத்தியமில்லை. போலந்து, லாட்வியா, லிதுவேனியா பின்பு ரஷ்யாவில் நுழைந்துதான், இவான் மற்றும் மாக்சிம் இருந்த டொனெஸ்க் பகுதி வந்தடைந்தார்.

இவான், மாக்சிமோடு சேர்த்து அங்கிருந்த 31 குழந்தைகளை மாஸ்கோவிற்கு அனுப்பத் தயாரானார்கள். குழந்தைகள் எதிர்த்துக் கலாட்டா செய்தனர். அனுப்ப வேண்டாமெனக் கெஞ்சியும் பார்த்தார்கள். கேட்கத்தான் யாருமில்லை. அப்போது இவர்களைக் காப்பாற்றியது, ஒரு புகழாரம். இந்த 31 குழந்தைகளின் பெயர்கள் மற்றும் வயதோடு வெளிவந்த, செய்தித்தாளின் தலைப்புச்செய்தி. "போர்க்களத்திற்கேச் சென்று பணி செய்கிறார்," ரஷ்யக் குழந்தைகள் உரிமை ஆணையர், மரியா லிவோவா பியூலோவா. இவர்களைச் சந்திக்க வரவிருக்கிறார்.

பில்லே இவர்களைக் கண்டடைய வழிவகுத்த செய்தி. மனித உரிமை ஆர்வலர்கள் உதவியால், இவானும், மாக்சிம்மும் பில்லேவிடம் சேர்ந்தனர். அன்றுமுதல் இருவருக்கும் தந்தையானார் பில்லே. இன்னும் சில ஆதரவில்லாக் குழந்தைகளை அடையாளப்படுத்தினர். இருப்பினும், கூட்டிச்செல்ல பில்லே போன்றவர்கள் இல்லாததால், அவர்களுக்கு ரஷ்யாவில் புதியக் குடும்பங்கள்தான் கிடைத்தன.

ரஷ்யாவிலிருந்து மீட்கப்படும் ஒவ்வொரு குழந்தையும், ஒரு போர்க் குற்றத்திற்கான சாட்சி. மீட்கப்பட்டாலும், இல்லாவிட்டாலும் இவர்கள் பழையவர்களாய் மாற

முடிவதில்லை. கடத்தல் படலம் ஏற்படுத்திய பாதிப்புகள் - எதிலும் நிச்சயமற்ற தன்மை; இருநாட்டு கற்பிதங்களில் உண்மையைத் தேடும் குழப்பம்; இழந்த / புதிய சொந்தங்கள் என அடுக்கிக்கொண்டே போகலாம். அந்தக் குழந்தைகளைக் காணவில்லை. இனி அவர்கள் கிடைக்கப் போவதுமில்லை.

கடத்தல்கள் ஒருபக்கம் நடக்க, மூளைச்சலவைகள் இன்னொரு பக்கம்.

ரஷ்யப்புகழ் பாடினால், பிரபலத் தொலைக்காட்சியின் நிருபர் பதவி. பதினாறு வயதில் நல்ல சம்பளத்தோடு இப்பதவி கிடைக்குமானால், யாரால் மறுக்க முடியும்.? ஆக்கிரமிக்கப்பட்ட உக்ரைனியப் பகுதிகளில், ரஷ்யாவின் சேனல்கள் இவை. சொந்த நாட்டின் மீது தொடுக்கப்பட்ட போருக்கே நியாயம் கற்பிக்கிறார்கள், உக்ரைனிய இளையத் தலைமுறை. மூளைச்சலவை இவர்களை நன்கு வெளுத்தது. உக்ரைனில் தாக்கப்பட்டால், ரஷ்யாவில் அடைக்கலம் புகுகிறார்கள். அங்கே புதின் இவர்களுக்கு வீரப்பதக்கம் எல்லாம் வழங்குகிறார். இதையெல்லாம் பகுத்தறியும் வயதும் இல்லை, சூழலும் இல்லை இப்போது.

அடையாளப் பறிப்பில் தொடங்கி, இன்று அடையாள மாற்றத்தில் வந்து நிற்கிறது. வளரும் வயதில் இந்த அடையாள மாற்றங்கள், எதிர்காலத்தையே சூனியமாக்கக் கூடியது. தான் எப்பக்கம் சேர்ந்தவன் என்ற குழப்பம் ஒன்றே போதுமானது... வாழ்வில் வேறெந்த இலக்கையும் நோக்கி இவர்களை நகர விடாது. யாருக்குத் தெரியும்? நாட்டின் வருங்கால எதிராளிகளையும், தானே உருவாக்கும் பெருமையைச் சேர்த்துக் கொண்டிருக்கிறது ரஷ்யா.

31. நிலமெல்லாம் பணம்

உக்ரைனில் போர் நடக்கிறது. வாழ்வாதாரம் இழந்து மக்கள் வறுமையில் தவிக்கிறார்கள், என்று அனுதாபப்படுகிறது உலகம். அங்கோ ரியல் எஸ்டேட் சந்தை உச்சத்தைத் தொடும் நிலையிலிருக்கிறது. வீட்டுமனை, அடுக்குமாடிக் குடியிருப்புகள் என சொத்துகளின் விலை கூடிக்கொண்டே போகிறது. எப்படி முரண்படுகின்றன இந்தப் போரும் பொருளாதாரமும்?

சென்ற வருடம் போர் தொடங்கியவுடன் பொருளாதாரம் சரிந்தது. பணவீக்கம் எகிறியது. கூடவே ரியல் எஸ்டேட் சந்தையும் 30-40 சதவீதம் சரிந்தது. மக்கள் வீடுகளை விட்டுவிட்டு, ஒன்று போரிடச் சென்றார்கள். அல்லது நாட்டைவிட்டு இடம்பெயர்ந்தார்கள். இன்று போர் என்பது இயல்புநிலை வாழ்க்கை என்றாகிவிட்டது.

ஐரோப்பிய நாடுகளில் தஞ்சம் புகுந்தவர்கள், இப்போது உக்ரைனுக்குத் திரும்புகின்றனர். குழந்தைகளின் அடுத்தக் கல்வியாண்டை, சொந்த நாட்டிலேயே தொடர உள்ளனர். மூன்றில் ஒரு பங்கு மக்கள் நாடு திரும்புகின்றனர். பெரும்பாலும் இவர்கள் உக்ரைனின் கிழக்கு மற்றும் தெற்குப் பகுதிகளில் இருந்தவர்கள். ரஷ்யப்படையின்

காட்டுமிராண்டித்தனத்திலிருந்து தப்பித்தவர்கள். மீண்டும் அங்கு செல்லும் தைரியத்தைப் பெற்றிருக்க மாட்டார்கள். வேறெங்கு சென்று குடியேறுவார்கள்?

உக்ரைனின் பாதுகாப்பான பகுதி, தலைநகர் கீவ் தான். அதுபோக லீவ், ஒடேஸ்ஸா போன்ற நகரங்கள். இரண்டு வருடங்களாக ரஷ்யப்படை நெருங்க முடியாத பகுதிகள். இதற்கு உக்ரைனின் வான்வெளி பாதுகாப்பு மிக முக்கியக் காரணம். இன்றுவரை இப்போரில், ரஷ்யாவிற்கு வான்வெளி ஆதிக்கம் கிடைக்கவில்லை. இதனால், இங்கிருக்கும் கட்டடங்களுக்கு ஆபத்து மிகவும் குறைவு. நகரின் கட்டுமானங்கள் அவ்வளவாகச் சேதமடையவில்லை. தீவிரப் போர் நடக்கும் மற்றப் பகுதிகளில், முன்னர் அங்கிருந்த நகரங்களை இப்போது காணவில்லை. அனைத்தும் தரைமட்டமாகி விட்டது. ஆகையால் நாடு திரும்பும் மக்கள், கீவ், லீவ், ஒடேஸா நகரங்களிலோ, சுற்றுப்பகுதிகளிலோ தான் வாடகைக்கோ, சொந்தமாகவோ வீடு வாங்கிக் குடியேற வேண்டும். இதையொட்டியே போருக்கு முன்னிருந்த அடுக்குமாடிக் குடியிருப்பின் விலைகள் கூடவுமில்லை, குறையவுமில்லை. ஒட்டுமொத்த ரியல் எஸ்டேட் வர்த்தகம் பெருகியிருக்கிறது.

இன்னொரு காரணம் நம்பிக்கை. உக்ரைனின் வெற்றி குறித்த நம்பிக்கை. அதற்கான தயாரிப்புகள் தான் இவை. போர் முடிந்தவுடன் மக்கள் குடியிருக்க வரும்போது, இது நல்ல விலைக்குப் போகும். இன்றையத் தேதியில் கீவ் நகர்ப்புறங்களில் உள்ள வரலாற்றுச் சார்புடைய கட்டடங்கள் வாங்குவது புத்திசாலித்தனம். நாளை சிறிய அளவிலான குடியிருப்புகளாக அதைக் கூறுபோட்டு, நல்ல லாபத்திற்கு விற்றுவிடலாம். இவையனைத்தும் கீவ் போன்ற பாதுகாப்பான நகர்ப்புறங்களுக்கு மட்டும்தான் பொருந்தும். உக்ரைனின் முழு நிலப்பரப்பிற்கும் அல்ல. நாட்டிலுள்ள மற்ற விவசாய நிலங்கள் கார்பொரேட் போன்ற பெருநிறுவனங்களுக்குக் கைமாறி விட்டன. ஐரோப்பாவின் கோதுமைக் களஞ்சியத்தை வளைத்துப்போட, போரைவிட சிறந்த முகூர்த்தம் அமையுமா?

போரில் பாதிக்கப்பட்டவைகளுள் ஒன்று வீட்டுக் கட்டுமானப்பணி. தேவையான மூலப்பொருள்களின்

உற்பத்தி குறைந்துவிட்டது. தொழிற்சாலைகள், தளவாடங்கள் போரில் அழிந்துவிட்டன. மக்களும் இடம் பெயர்ந்துவிட, கட்டுமானப்பணி செய்ய ஆட்களில்லை. வங்கிகளின் உயர் வட்டி விகிதம் என்று எல்லாமாகச் சேர்ந்து புதுவீடுகள் உருவாவதைத் தடுத்திருக்கின்றன. இப்போது இருக்கும் கட்டி முடிக்கப்பட்டிருக்கும் வீடுகளுக்கே போட்டி நடக்கிறது. விலையேற்றத்திற்கு பற்றாக்குறை என்ற ஒரு காரணம் போதாதா?

முதலீடுகள் எப்படி சாத்தியமாகின்றன?

நாட்டுப்பற்று இன்னும் மழுங்கி விடவில்லை. பலரின் முதன்மைத் தொழில்களும் இன்று போரைச் சார்ந்தவையாகிவிட்டன. போர் வீரர்களுக்கான கவச உடைகள், குளிருக்கான உடைகள், காலணிகள், சத்துள்ள உணவுகள் போன்றவற்றைத் தயாரிப்பதே முதன்மை பெறுகின்றது. இதற்கடுத்துத்தான், முதலீடுகள். போர் சமயத்தில், மக்களின் செலவுகள் குறைந்துள்ளன. வைப்பு அதிகரித்துள்ளது. மாதக் கடன்களை யாரும் கட்டுவதில்லை. அரசு வழங்கும் எரிவாயு, மின்சாரம், தண்ணீர், போக்குவரத்து போன்ற பயன்பாட்டுக்குப் பணம் செலுத்த வேண்டியதில்லை. இருக்கும் சொத்துகளைச் செலவின்றி பாதுகாக்க முடிகிறது. அதனாலும் விலை குறையவில்லை. பொருட்களை வைத்து பெறப்படும் அடமானக் கடன்கள் பல வருடங்களாகவே புழக்கத்தில் இல்லை.

மக்கள் முதலீடு செய்ய நம்பிக்கை பெற்றது வீடுகள் மட்டும்தான். வங்கிகள், பங்குச்சந்தை என மற்ற எதற்கும் நம்பகத்தன்மை இல்லை. கிரிப்டோ கரன்சி வர்த்தகமும் இங்கு இன்னும் பிரபலமடையவில்லை. வேறு வழியில்லாமல் ரியல் எஸ்டேட்டில் மட்டும்தான் முதலீடு செய்கிறார்கள். உக்ரைனைக் கட்டியெழுப்ப நாளை மேற்குலக, ஐரோப்பிய நாடுகளிலிருந்து பணம் குவியப்போகிறது. அப்போது விற்கச் சொத்து இருக்க வேண்டுமே...? அதற்குத்தான் இப்போது வாங்கிப் போடுகிறார்கள்.

தீராத ஆசைகளைத் தீர்த்துக் கொள்கிறார்கள் உக்ரைனியர்கள். போர் கற்றுக்கொடுத்த பாடமாகவும் இருக்கலாம். அடுக்குமாடிவாசிகளுக்கு விஸ்தாரமான தனி வீடுகளின் மேலுள்ள மோகம் இயல்புதானே? நகருக்கு வெளிப்புறம்,

மலிவாகக் கிடைக்கும் இவைகள்தான் இவர்களின் இன்றைய பொழுதுபோக்கு. கண்ணுக்கெட்டிய தூரம் வரை அடுக்கு மாடிகள் தெரியக்கூடாது. இவர்களின் எளிய தேவை இதுதான்.

கீவ்வின் புறநகர் பகுதிகள், ஆடம்பரமான வீடுகள், கடைகள், பள்ளிகள், மருத்துவமனைகள் என்று போரின் சாயலே இல்லாமல் இருக்கின்றன. தனி வீடு, பார்க்கிங் வசதி, சிறிய தோட்டம் என தனக்கென்ற அழகான குருவிக்கூடு கிடைக்கிறது. கிழக்குக் கீவ் பகுதியில் இத்தகைய இரண்டடுக்குத் தனி வீடுகள் புதிதாய் நிறைய முளைத்திருக்கின்றன. இங்காவது நிம்மதி காண முடிகிறதே மக்களால்.

நிகழும் அனைத்தும் பணப் பரிவர்த்தனைகளே. டாலர் மற்றும் யூரோக்களில் பணத்தைப் பதுக்கி வைப்பது உக்ரைன் மக்களின் தொன்றுதொட்ட பழக்கம். இல்லாமல் போர் நடக்கும்போது கூட, ஊழல் செய்ய முடியுமா? அனைத்தும் டாலர் பரிமாற்றங்களே, பெட்டி பெட்டியாக. டாலரை உக்ரைனிய ஹரீவனியாக (உக்ரைன் பணம்) மாற்றும் வழிகளும் குறைவே. வங்கியிலிருந்து நம் பணத்தை எடுப்பதற்கே ஆயிரம் கட்டுப்பாடுகள் உள்ளன. வங்கிப் பரிமாற்றங்கள் எல்லாம் இப்போது சாத்தியமில்லை.

உக்ரைன் அரசாங்கச் சொத்துகள் முழுமூச்சில் தனியார் மயமாக்கபட்டன. கஜானாவை நிரப்ப வேறு வழி? ஊழலுக்குப் பெயர்பெற்ற உக்ரைன் டிஜிட்டல் மயமானது. வெளிப்படையான ஏல முறைகள் நம்பிக்கை தந்தன. பொதுமக்கள், நிறுவனங்கள், வெளிநாட்டு முதலீட்டாளர்கள் என அனைவரும் ஆர்வமுடன் முதலீடு செய்தனர். தேவையான சட்டத்திருத்தங்கள் செய்யப்பட்டன. அதிக முதலீடு தேவைப்பட்டாலும், எதிர்கால லாபம் இந்த ஆபத்துகளை ஓரங்கட்டுகிறது. உக்ரைனின் வெற்றிக்கு இன்றைய முதலீட்டாளர்களும் பங்குதாரர்கள் ஆவார்கள்.

போர் தொடுக்கும் நாட்டுப் பொருளாதாரம் நலிந்தாலும், பாதிக்கப்பட்ட நாடு, புது உருப்பெற்றால் நல்லது தானே! அயராத உக்ரைனியர்களின் நம்பிக்கை, நம்மை அதிசயிக்க வைக்கிறது.

32. பழைய பகையும் புதிய எல்லைகளும்

தென்கிழக்கு ரஷ்யாவில் ஆரம்பித்து உக்ரைனுக்குக் கிழக்கே போகிறதொரு இரயில்பாதை. ரஷ்யாவின் ரஸ்தோவ், டகன்ரோக் நகரங்களை, உக்ரைனின் மரியுபோல், டோனெஸ்க் நகரங்களோடு இணைக்கும். இவ்விரு நாட்டின் எல்லை நகரங்களிவை. எல்லாமே ரஷ்யாவுடையது என்றானபிறகு, இனி எல்லைகள் எதற்கு?

அங்கிருந்து கொஞ்சம் வோல்னோவாகா, ரோஸிவ்கா, மெலிட்டோபோல் நகரங்களைக் கடந்து, தெற்கு உக்ரைனிலிருக்கும் கிரீமியாவையும் இணைக்கும். ரஷ்யாவின் ரஸ்தோவில் தொடங்கி, உக்ரைனின் மெலிட்டோபோல் வழியாக கிரீமியா. இந்தியாவின் வந்தேபாரத் இரயில் போல. இன்னும் சிலகாலத்தில் விரிவடைந்து, ஸாப்ரோசேஷியா மற்றும் கெர்சோனையும் இணைத்துவிடும். 'நொவோரஸியா இரயில்வே நிறுவனம்' இத்திட்டத்தை செய்து முடிக்கும். இதற்கான தீர்மானத்தை ரஷ்ய அரசு நிறைவேற்றி விட்டது. கட்டுமானப் பணிகளும் ஏற்கெனவே தொடங்கி விட்டன.

கிரீமியா பாலத்தை மட்டுமே இனி நம்பியிருக்க வேண்டியதில்லை. மீண்டும் மீண்டும் தாக்கப்படுகிறது

இப்பாலம். அடிக்கடி போக்குவரத்துத் தடைபடுகிறது. இனி ரஷ்யாவின் இராணுவத்தையும், தளவாடங்களையும் தடையின்றி இந்த இரயில்கள் உக்ரைனில் கொண்டு சேர்க்கும். வெகுதூரப் பயணத்திற்கு நல்லதொரு மாற்றுப்பாதை. பாதுகாப்பானதும் கூட. விமானங்கள் எந்நேரமும் சுட்டு வீழ்த்தப்படக் கூடியவை. குளிர்காலத்திலும், பாக்மூத் படைகளின் தேவைகள் அனைத்தும் இரயில்கள் மூலமே கொண்டு சேர்க்கப்பட்டதல்லவா?

ஏற்கெனவே உக்ரைன் தலைநகர் கீவ்வையும், ரஷ்யத் தலைநகர் மாஸ்கோவையும் இணைக்கும் 13 மணிநேர இரயிலும் உண்டு. மூன்று வகுப்புகளுடன் தினமும் இயங்குகிறது. இப்பாதை, மேற்கு உக்ரைனிலிருந்து ரஷ்யாவை அடைகிறது. இப்போது, கிழக்கு மற்றும் தெற்கு உக்ரைனையும் ரஷ்யாவின் இரயில் பாதைகளுடன் இணைத்தாயிற்று.

செய்ய வேண்டாமோ பின்னே? ஆக்கிரமித்தால் மட்டும் போதுமா... அதிகாரத்தை நிலைநாட்ட வேண்டாமா? புதிய அரசாங்கம் பொதுமக்களுக்குச் சேவை செய்ய வேண்டுமே! எப்படியாவது இழந்த இப்பகுதிகளை மீட்டுவிடலாம் என்று சண்டையிடும் உக்ரைனுக்கு, சவால் விடும் நடவடிக்கை இது.

ஜனநாயகத் தேர்தலா? போலிக் தேர்தலா?

டோனெஸ்க், லுஹான்ஸ்க், ஸாப்ரோசேஷியா மற்றும் கெர்சோன் பகுதிகளில் உள்ளாட்சித் தேர்தலை நடத்தியிருக்கிறது ரஷ்யா. போரினால் வெளியேறியவர்கள் போக, இருக்கும் மக்களுக்குத் தேர்தல். 40-50 சதவீத வாக்குகள் பதிவாகின. வெளிநாட்டு ஊடகங்கள் கூடத் தேர்தல் பார்வையாளர் அனுமதி பெற்றிருந்தன. ரஷ்ய இராணுவ வீரர்கள் பாதுகாப்புப் பணியில் ஈடுபடுத்தப்பட்டனர். வாக்களிக்கும் போது பக்கத்திலேயே துப்பாக்கியுடன் நிற்பார்கள். வேறொன்றும் செய்ய மாட்டார்கள்.

ஒன்றிணைந்த ரஷ்யா எனும் கட்சி, 78 சதவீத வாக்குகளைப் பெற்று வென்றது. இது ரஷ்ய ஆதரவுக் கட்சியென்பது சொல்லித் தெரிய வேண்டாமல்லவா? போட்டியிட்ட மற்றவைகள், ஒரு இலக்க சதவீத வாக்குகளைப் பெற்றன. உலகமே செய்வதறியாது வேடிக்கை பார்த்தது. கிரீமியாவுக்கும் வழக்கம்போலத் தேர்தல்

நடந்தது. இவையனைத்தும் சேர்த்தால் உக்ரைனின் ஐந்தில் ஒருபாகம், இப்போது ரஷ்யக் கட்டுப்பாட்டில்.

போருக்கு முன்னரே, இங்கு ரஷ்ய ஆதரவாளர்கள் அதிகம் இருந்தார்கள். போர் தொடங்கியவுடன், பெரிதாக மெனக்கெடவில்லை ரஷ்யா. மக்கள் ஆதரவுடன் தானாக இப்பகுதி கைவசம் வந்தது. செப்டம்பர் 30ஆம் தேதி இப்பகுதிகள் சட்டப்படி ரஷ்யாவுடன் இணைகின்றன. "டோன்பாஸ் பகுதிகளின் மீதான புதினின் கருணைக்கு நன்றிக்கடன் பட்டிருக்கிறோம்." என்கிறார் டோனெஸ்க் மக்கள் குடியரசுத் தலைவர் டென்னிஸ் புஷிலின்.

உக்ரைனும், மேற்குலகமும் இதைப் போலித் தேர்தல் எனக் கண்டனம் தெரிவித்துள்ளார்கள். ஐநாவும் இத்தகைய நடவடிக்கைகள் சட்டத்தை மீறுபவை என்கிறது. சொல்லிவிட்டு போகட்டும். அதனால் யாருக்கென்ன? தேர்தல் முடிந்த கையோடு மக்களுக்குச் செய்யவேண்டிய நற்பணிகளை ஆரம்பித்தே விட்டது ரஷ்யா!

நிறைவேறும் தேர்தல் வாக்குறுதிகள்

சேவல், சூரியகாந்திப் பூப்போட்ட நோட்டுப் புத்தகம்; சிறகை விரித்த நீலப்பறவை படம்போட்ட பன்னிரண்டு வண்ணக் கிரேயான்கள்; பத்து வண்ண வாட்டர்கலரும், அதற்கான பிரஷும்; சூரியனும், பட்டாம்பூச்சிகளும் கண் சிமிட்டிச் சிரிக்கும் அட்டைக்குள் வண்ணக் களிமண் குச்சிகள்; இவைபோக பென்சில், ரப்பர், பசை என்று பள்ளிக்குத் தேவையான அனைத்தும் அடங்கியது ஒரு பள்ளிப்பை. செப்டம்பர் மாதம் பள்ளிகள் துவங்கும் நேரம். முதன்முதலில் பள்ளி செல்லும் 11,000 குழந்தைகளுக்கு இவை வழங்கப்பட்டன. ரஷ்யாவின் நாட்டுப்பற்றை வளர்க்க இவையும் உதவலாம்!

பள்ளிகள், பொதுக் கட்டடங்கள், சாலைகள், இருப்பிடங்கள் புதுப்பிக்கப் படுகின்றன. நகரமே புது உருப்பெறுகிறது. உக்ரைன் இராணுவ வீரர்கள் போர்க் குற்றத்திற்காகத் தண்டிக்கப்படுகிறார்கள். உக்ரைனியப் பணம் இனியிங்கு செல்லாது. ரஷ்யப் பாஸ்போர்ட்கள் சுலபமாகக் கிடைக்கிறது. இதையே வாக்காளர் அடையாள அட்டையாகவும்

பயன்படுத்தலாம். ஆட்சி நிறுவப்பட்டு விட்டது. ரஷ்ய அரசு பட்ஜெட்டில் இதற்காகப் பணம் ஒதுக்கியாயிற்று. சுமார் இரண்டு டிரில்லியன் ரூபிள்கள்.

நிலக்கரிச் சுரங்கங்கள் கொண்ட இப்பகுதி, ஹிட்லர் காலத்திலிருந்தே முக்கியத்துவம் பெற்றது. "1943-ஆம் ஆண்டு, ஹிட்லரின் நாஜிப் படைகளிடமிருந்து உங்களுக்கு விடுதலை கிடைத்தது. 80 ஆண்டுகளுக்குப் பிறகு, உக்ரைனின் நியோ-நாஜிக்களிடமிருந்து இப்போது விடுதலை கிடைத்துள்ளது," என்று பெருமிதத்தோடு இப்பகுதியில் உரையாற்றுகிறார் அதிபர் புதின். போருக்கு முன்னர் இவை 'சுதந்திர மக்கள் குடியரசுகள்' என்று அழைக்கப்பட்டது. இனிமேல் இது ரஷ்யாவின் நிலப்பரப்பு. ரஷ்ய எல்லைக்குட்பட்ட நகரங்கள்.

போர்க்கள நிலை

உக்ரைனின் எதிர் தாக்குதல் எங்கெங்கோ நடக்கிறது. கிரிமீயா, மாஸ்கோ என்று எல்லைதாண்டி எகிறியடிக்கிறது. என்ன... எல்லாம் ஊசிப் பட்டாசைப் போல சத்தம் மட்டும்தான். பட்டாசுகள் குறைகிறதேயொழிய, பெரிய சேதாரங்கள் ஏதுமில்லை. உள்நாட்டில் பறிகொடுத்த கிழக்கு மற்றும் தெற்குப் பகுதிகளின் சில சதுரடிகள் கைக்கு வந்துள்ளன. அவை மட்டும்தான். களமுனையில் ரஷ்யாவின் அடுக்கடுக்கான பாதுகாப்பு அரண்களை அசைத்துப் பார்க்கிறது. முதலடுக்குக்கு மேல் உள்ளே நுழைய முடிவதில்லை உக்ரைனால்.

பெலாரஸில் குடியேறிய வாக்னர் படையினர், அங்கே சலித்துப் போய் விட, உக்ரைன் போர்க்களத்திற்குத் திரும்புகிறார்கள். தலைவர் ப்ரிகோஷின் இறந்தாலும், படையைத் தயாரித்து விட்டுத்தானே போயிருக்கிறார்! ரஷ்ய இராணுவத்தினர் மட்டுமே நான்கு முதல் ஏழு இலட்சங்களில் அணிதிரள இருப்பதாகத் தெரிகிறது. பீரங்கிகளுக்குத் தீனிபோட ஆட்கள் வேண்டாமா?

இப்போது ஏன் இந்த அவசரத் தேர்தல்? இன்னும் சில வாரங்களில் குளிர்காலம் தொடங்கிவிடும். பனியோடு சேர்ந்து போர்க்கள முன்னணிப் படைகளும் ஆங்காங்கே உறைந்து நிற்கும். அதற்குப்பின் சண்டையெல்லாம் தொலைதூர ஆயுதங்கள்

மூலமாகவே சாத்தியம். ரஷ்யாவிடம் தொலைதூர ஏவுகணைகள் தயாராக இருக்கின்றன. குண்டுகளுக்கும், ட்ரோன்களுக்கும் நட்பு நாடுகளிடம் ஏற்பாடு செய்தாகிவிட்டது. போலவே உக்ரைனும், எஃப் - 16 போர் விமானங்கள், தந்திரமான ATACMS பாலிஸ்டிக் ஏவுகணைகளுக்காகக் காத்திருக்கிறது. எப்போது கிடைக்கும் அல்லது கிடைக்குமா என்பதுதான் தெரியவில்லை.

குளிர்காலம் ஆரம்பிக்கும்முன் இந்த நான்கு பகுதிகளில் ரஷ்யக் கட்டுப்பாட்டை நிறுவியாக வேண்டும். இனிமேல் இங்கிருந்து உக்ரைனுக்குள் ஊடுருவ வசதியாக இருக்கும். 2014-ஆம் ஆண்டு கிரீமியாவிலும் இதேதான் நடந்தது. ஆக்கிரமிப்பு. அதைக் தொடர்ந்து ஜனநாயக முறைப்படி தேர்தல். மக்கள் விரும்பும் ரஷ்ய ஆதரவுத் தலைவர்களைக் கொண்ட அரசாங்கம்.

இந்தப்போரின் மூலம், ரஷ்ய எல்லைகள் உக்ரைனின் தெற்கும் கிழக்கும் நீண்டிருக்கின்றன. கிரீமியாவையும் சேர்த்தால், உக்ரைனின் 15 சதவீத நிலப்பகுதிகள். இவையின்னும் உக்ரைனியத் தாக்குதலுக்கு உட்பட்டவைதான். இருப்பினும் ரஷ்யா ஆக்கிரமித்தாயிற்று. இனி உக்ரைனிடம் திருப்பித் தரப்பட மாட்டாது. போர் ஒருபக்கம் நடந்து கொண்டிருக்க, இங்கு புதிய எல்லைகள் வரையறுக்கப்படுகின்றன.

எல்லை கடந்தது மனித நேயம் என்பது புரிவதெப்போது? அதுவரை போர் நிறுத்தப் பிரார்த்தனைகளும், போரும் தொடர்ந்து கொண்டேதான் இருக்கும்.

பின்னிணைப்பு:
இணைய தளச் சான்றுகள்

- https://www.bbc.com/news/world-europe-64664944
- https://www.ndtv.com/world-news/why-did-russia-invade-ukraine-the-conflict-explained-in-5-points-2786200
- https://www.independent.co.uk/news/world/europe/why-did-russia-invade-ukraine-b2374515.html
- https://www.bbc.com/news/world-europe-59667938
- https://gidm.in/countries-supporting-ukraine-and-russia/
- https://en.wikipedia.org/wiki/Reactions_to_the_Russian_invasion_of_Ukraine
- https:urope/russia-ukraine-war-timeline/index.html
- https://edition.cnn.com/2022/12/20/europe/snake-island-russia-ukraine-return-intl/index.html
- https://www.defense.gov/Spotlights/Support-for-Ukraine/Timeline/
- https://www.aljazeera.com/news/2023/2/16/mapping-where-every-country-stands-on-the-russia-ukraine-war
- https://www.vox.com/23156512/russia-ukraine-war-global-south-nonaligned-movement

- https://apnews.com/article/bucha-ukraine-war-cleansing-investigation-43e5a9538e9ba68a035756b05028b8b4
- https://www.hrw.org/news/2022/04/21/ukraine-russian-forces-trail-death-bucha
- https://www.nytimes.com/2022/12/22/video/russia-ukraine-bucha-massacre-takeaways.html
- https://www.pbs.org/newshour/politics/how-russian-soldiers-ran-a-cleansing-operation-in-bucha-ukraine
- https://edition.cnn.com/2022/10/08/europe/crimea-bridge-explainer-russia-ukraine-intl/index.html
- https://edition.cnn.com/2022/10/08/europe/crimea-bridge-explosion-intl-hnk/index.html
- https://www.theguardian.com/world/2022/oct/08/putin-dealt-bitter-blow-as-blast-cripples-key-bridge-to-crimea
- https://www.bbc.com/news/world-europe-56720589
- https://nymag.com/intelligencer/2023/02/why-cant-russia-figure-out-how-to-win-in-ukraine.html#:~:text=Over%20the%20course%20of%202022,a%20substantial%20advantage%20in%20artillery
- https://www.theguardian.com/world/2023/mar/15/mq-9-reaper-what-is-the-us-drone-that-collided-with-a-russian-jet-and-how-is-it-used
- https://www.bbc.com/news/world-europe-64960384
- https://economictimes.indiatimes.com/news/international/us/mq-9-reaper-all-about-the-us-drone-that-crashed-into-the-black-sea/articleshow/98645377.cms?from=mdr
- https://www.reuters.com/world/moscow-sees-us-drone-incident-provocation-russias-ambassador-us-2023-03-14/
- https://www.wionews.com/world/data-lab-in-maps-strategic-significance-of-bakhmut-in-russia-ukraine-war-571884
- https://www.aljazeera.com/news/2023/3/17/icc-issues-arrest-warrant-for-russias-putin-over-ukraine-crimes
- https://www.theguardian.com/world/2023/feb/20/sanctions-war-russia-ukraine-year-on-vladimir-putin

- https://www.aljazeera.com/news/2023/3/21/irans-khamenei-says-us-wants-to-keep-ukraine-war
- https://www.aljazeera.com/news/liveblog/2023/3/21/russia-ukraine-live-news-putin-xi-to-hold-further-talks
- https://www.theguardian.com/world/2023/jan/25/leopard-2-german-tanks-what-are-they-why-does-ukraine-want
- https://www.pbs.org/newshour/world/putin-makes-surprise-trip-to-occupied-ukrainian-city-of-mariupol
- https://www.reuters.com/world/europe/putin-meets-dear-friend-xi-kremlin-ukraine-war-grinds-2023-03-20/
- https://edition.cnn.com/2023/03/21/europe/china-xi-russia-putin-visit-day-two-talks-intl-hnk/index.html
- https://indianexpress.com/article/explained/explained-global/xi-jinping-power-play-in-moscow-vladimir-putin-russia-war-8510802/
- https://www.bbc.com/news/world-europe-64142650
- https://www.youtube.com/watch?v=q5qhMqKRO-c
- https://www.bbc.com/news/world-62512681
- https://www.ndtv.com/world-news/explained-how-javelin-missiles-help-ukrainians-destroy-russian-tanks-2836819
- https://edition.cnn.com/2023/01/11/europe/russia-valery-gerasimov-ukraine-commander-intl/index.html
- https://www.businessinsider.in/international/news/the-rise-of-ukraineaposs-aposiron-generalapos-who-transformed-its-army-and-became-putinaposs-worst-nightmare/slidelist/97560327.cms
- https://www.atlanticcouncil.org/content-series/airpower-after-ukraine/air-denial-the-dangerous-illusion-of-decisive-air-superiority/
- https://theprint.in/defence/air-denial-over-dominance-democratised-technology-lessons-for-iaf-from-russia-ukraine-war/1167547/
- https://www.thenationalnews.com/world/uk-news/2022/09/30/ukraines-new-radar-missile-blinding-russian-air-defences/
- https://www.youtube.com/watch?v=avfWFKR4cxs

- https://www.aljazeera.com/program/inside-story/2023/4/25/can-europe-replace-russian-gas-with-renewable-energy
- https://www.theguardian.com/environment/2023/apr/24/european-countries-pledge-huge-expansion-of-north-sea-wind-farms
- https://energy.economictimes.indiatimes.com/news/renewable/european-summit-to-spur-wind-energy-production-in-north-sea/99722497
- https://www.theguardian.com/business/2023/apr/11/worlds-deepest-offshore-wind-turbine-scottish-coast-sse-seagreen
- https://www.theguardian.com/world/2022/nov/26/ukraine-russia-war-arts-artists-culture
- https://www.wilsoncenter.org/blog-post/power-girl-violin
- https://www.wilsoncenter.org/blog-post/uniting-ukraines-ballet-dancers?collection=110776
- https://www.youtube.com/watch?v=vDXC5Nnvj-4
- https://www.youtube.com/watch?v=6p4CWUtAxls&list=PLmOj0Ur_xinSqXya8tNipG1lnrbDYTMBU
- https://www.youtube.com/watch?v=WIU86ib4FDs
- https://www.washingtonpost.com/world/interactive/2023/ukraine-russian-influence-destruction/
- https://www.aljazeera.com/news/2022/5/6/is-ukraine-cancelling-russian-culture
- https://apnews.com/article/russia-ukraine-kyiv-f9a9caa76585b6eecfa940a09110d01e
- https://www.theguardian.com/world/2023/may/05/monuments-to-russia-national-poet-pushkin-under-threat-in-ukraine
- https://www.france24.com/en/live-news/20221014-appetite-for-de-russification-builds-in-ukraine?itid=lk_inline_enhanced-template
- https://www.youtube.com/watch?v=24mBVyLO4lA
- https://www.wionews.com/world/data-lab-in-maps-strategic-significance-of-bakhmut-in-russia-ukraine-war-571884
- https://www.aljazeera.com/news/2023/5/25/will-ukraines-new-weapons-boost-counterattacks-against-russia

- https://www.youtube.com/watch?v=mWJu-hchOa0
- https://www.youtube.com/watch?v=T_5dO9ev5nQ
- https://www.youtube.com/watch?v=xeSHXN8pJfs
- https://www.youtube.com/watch?v=U0EZNjJM-ZI
- https://www.aljazeera.com/news/2023/6/7/how-will-ukrainian-dams-collapse-benefit-russia
- https://www.aljazeera.com/opinions/2023/6/8/blowing-up-ukraines-nova-kakhovka-dam-is-a-war-crime
- https://www.bbc.com/news/uk-england-london-64692538
- https://www.unrefugees.org/emergencies/ukraine/
- https://home-affairs.ec.europa.eu/policies/migration-and-asylum/migration-management/migration-management-welcoming-refugees-ukraine_en
- https://www.oecd.org/ukraine-hub/policy-responses/the-ukrainian-refugee-crisis-546ed0a7/
- https://www.cfr.org/in-brief/ukraine-humanitarian-crisis-refugees-aid
- https://kyivindependent.com/mothers-of-killed-soldiers-find-meaning-in-helping-war-effort-refugees/
- https://edition.cnn.com/2023/06/17/europe/ukraine-counteroffensive-explained-hnk-intl/index.html
- https://www.bbc.com/news/world-europe-65615184
- https://www.csis.org/analysis/ukraines-offensive-operations-shifting-offense-defense-balance
- https://www.youtube.com/watch?v=sowcu5nJut4
- https://www.youtube.com/watch?v=sSzmgYnrrgw
- https://www.youtube.com/watch?v=k1dgM1-oj2w
- https://sputnikglobe.com/20230614/which-russian-weapons-systems-have-built-in-ai-1111158825.html
- https://www.theguardian.com/world/2023/jan/24/yevgeny-prigozhin-the-hotdog-seller-who-rose-to-the-top-of-putin-war-machine-wagner-group

- https://www.ft.com/content/03137d7f-6ea0-45eb-9284-d8957a650ba4
- https://www.bbc.com/news/world-europe-64976080
- https://thewire.in/world/iconic-or-mistimed-vogue-cover-of-ukraines-first-lady-sparks-a-culture-war
- https://www.kcra.com/article/ukraine-s-first-lady-emerges-as-a-staunch-defender-of-her-nation-on-social-media/39385122#
- https://www.vogue.com/article/portrait-of-bravery-ukraines-first-lady-olena-zelenska
- https://www.bloomberg.com/news/articles/2023-03-08/ukraine-first-lady-olena-zelenska-in-uae-amid-russia-s-war
- https://www.independent.co.uk/life-style/olena-zelenska-marriage-vogue-interview-b2131738.html
- https://learningenglish.voanews.com/a/how-the-ukraine-war-is-affecting-children-s-education/7143628.html
- https://learning.ua/blog/202307/7-novykh-konkursiv-dlia-shkoliariv-i-studentiv-z-dedlainom-u-lypni-zhovtni/
- https://www.unicef.org/ukraine/en/stories/online-learning-for-schoolchildren
- https://news.un.org/en/story/2023/01/1132757
- https://www.unesco.org/en/emergencies/education/ukraine
- https://theconversation.com/ukraine-schools-remain-a-key-battlefront-in-fight-for-nations-future-196991#:~:text=Despite%20the%20attacks%2C%20at%20the,of%20this%20war%20is%20remarkable.
- https://apnews.com/article/russia-ukraine-education-efe7f1cc5610f6605c5256c8c5323e47
- https://www.axios.com/2023/02/25/ukraine-war-schools-teens
- https://www.youtube.com/watch?v=J1GJY1qmJqU
- https://www.bbc.com/news/world-64994992
- https://www.bbc.com/news/world-60690688
- https://www.un.org/en/genocideprevention/war-crimes.shtml

- https://www.icc-cpi.int/cases?page=1
- https://www.aljazeera.com/news/liveblog/2023/7/18/russia-ukraine-live-moscow-launches-air-attacks-across-ukraine
- https://www.theguardian.com/world/2023/jun/16/as-well-as-fighting-russia-ukrainians-are-battling-corruption-at-home
- https://www.theguardian.com/commentisfree/2023/jan/30/ukraine-war-with-corruption-putin-resignations-russia
- https://www.dw.com/en/ukraine-large-scale-corruption-in-supreme-court-reported/a-65632061
- https://www.wilsoncenter.org/blog-post/fighting-corruption-wartime-ukraine
- http://en.kremlin.ru/events/president/news/67828
- https://www.transparency.org/en/cpi/2022
- https://www.statista.com/statistics/872604/corruption-perception-index-ukraine/
- https://www.gisreportsonline.com/r/ukraine-war-corruption-2/
- https://www.youtube.com/watch?v=06zGexZfnVg
- https://www.youtube.com/watch?v=Kod5tXndSUE
- https://www.aljazeera.com/news/2022/10/27/ukrainian-servicewomen-recall-harrowing-captivity
- https://www.aljazeera.com/news/2023/8/2/evocative-of-genocide-ukrainians-held-by-russians-allege-torture
- https://www.telegraph.co.uk/global-health/terror-and-security/russian-troops-tortured-prisoners-detained-in-kherson/
- https://www.google.com/search?q=kherson+war+crimes&rlz=1C1GCEA_enIN1032IN1032&oq=kherson+war+crimes&gs_lcrp=EgZjaHJvbWUyBggAEEUYOTIGCAEQRRg80gEIMzY0OGowajeoAgCwAgA&sourceid=chrome&ie=UTF-8#fpstate=ive&vld=cid:099daa78,vid:1TEq05wNbYE
- https://www.cnbc.com/2023/08/01/report-russian-forces-carried-out-war-crimes-on-kherson-prisoners.html

- https://www.reuters.com/world/europe/torture-sexual-violence-commonly-used-by-russian-forces-ukraine-say-experts-2023-08-01/
- https://www.youtube.com/watch?v=cvGIjaVSTng
- https://www.bbc.com/news/world-europe-66254964
- https://www.youtube.com/watch?v=ydNueSx9_vM
- https://www.youtube.com/watch?v=lhwfQSLIrMQ
- https://www.rferl.org/a/ukraine-war-women-soldiers-female-freedom-survival/32240805.html
- https://balkaninsight.com/2023/08/01/defending-the-motherland-the-women-fighting-for-ukraine/
- https://www.businessinsider.in/international/news/female-soldiers-in-ukraine-are-wearing-huge-uniforms-and-suffering-yeast-infections-due-to-a-lack-of-womens-resources-on-the-frontlines-report/articleshow/101651220.cms
- https://www.theguardian.com/world/2023/aug/04/fighting-two-enemies-ukraine-female-soldiers-decry-harassment
- https://www.thedailybeast.com/women-in-ukraines-army-reveal-agonizing-secrets-of-fighting-russian-invasion
- https://www.youtube.com/watch?v=4ReQF3P5CTk
- https://www.youtube.com/watch?v=ZlCMXetAfRE
- https://www.youtube.com/watch?v=iCJKIzJsuL4
- https://www.youtube.com/watch?v=BAXRdJbTbVo
- https://www.youtube.com/watch?v=i_sl-8cgA1g
- https://www.youtube.com/watch?v=x88ff-pb5js
- https://www.youtube.com/watch?v=OSclOhOWGe8
- https://foreignpolicy.com/2023/04/04/china-xi-ukraine-russia-peace-plan-diplomacy-global-south/#cookie_message_anchor
- https://www.institutmontaigne.org/en/publications/china-trends-15-chinas-diplomacy-triumph-cost-benefit-analysis
- https://www.youtube.com/watch?v=0Vz4LExGM1Y

- https://www.reuters.com/business/energy/russia-faces-domestic-fuel-crunch-braces-more-shortages-2023-08-31/
- https://www.reuters.com/business/energy/russias-gazprom-says-it-swings-q2-net-loss-exports-europe-slump-2023-08-29/
- https://www.reuters.com/business/energy/poland-charters-tankers-used-russian-oil-import-arab-crude-2023-08-31/
- https://www.bbc.com/news/world-asia-india-60783874
- https://www.youtube.com/watch?v=Dl9yuB0uP00
- https://www.youtube.com/watch?v=Jz-RJZ2Vbzw
- https://www.youtube.com/watch?v=Nc-s14xhI9o
- https://www.aljazeera.com/news/2023/8/30/russia-is-set-to-launch-islamic-banking-all-you-need-to-know
- https://www.aljazeera.com/news/2023/9/5/what-do-north-korea-and-russia-need-from-each-other
- https://edition.cnn.com/2023/09/07/asia/north-korea-russia-military-relations-intl-hnk-ml/index.html
- https://clips-mp4-aka.warnermediacdn.com/cnn/clips/2023-09/1303466-30485b335ec44875912191b51df12d9c/mp4/cms3-CNN-exp-russia-north-korea-kju-putin-meeting-arms-robertson-lkl-09051aseg3-cnni-world-primary-304240-1303466-1920x1080_8000k.mp4
- https://clips-mp4-aka.warnermediacdn.com/cnn/clips/2023-09/1303145-0a80661b09864be5a4dd79f0ef269d12/mp4/cms3-CNN-putin-kim-jong-un-expected-meeting-ripley-contd-ebof-vpx-primary-304162-1303145-1920x1080_8000k.mp4
- https://www.bbc.com/news/world-asia-pacific-11388628
- https://www.youtube.com/watch?v=W6V_f3xIPYM
- https://www.bbc.com/news/world-europe-65641304
- https://www.bbc.com/news/world-europe-65675102
- https://www.bbc.com/news/world-europe-65790759
- https://kyivindependent.com/stolen-generation-russia-systematically-abducts-children-from-ukraine-gives-them-to-russian-families/

- https://thewanderinginvestor.com/private-list-update/kyiv-real-estate-market-2023/
- https://www.aljazeera.com/features/2023/9/15/ukraines-housing-market-mirrors-its-resilience-and-economic-woes
- https://www.youtube.com/watch?v=3V0aIOZlN7Q&list=PLW4EvJzvxM8hPfUL8M6R0qMS9Q8oyiABN&index=1
- https://www.bbc.com/news/world-europe-66750202
- https://www.bbc.com/news/world-europe-63086767
- https://www.kyivpost.com/post/22061
- https://dan-news.ru/en/economy/preparations-for-new-rostov-crimea-rail-link-launched-in-zaporozhye-region/
- https://edition.cnn.com/europe/live-news/russia-ukraine-war-news-09-27-23/h_1b72c336f6de5bc577056d6fcb2b9123